ತೋಚಿದ್ದು...
ಗೀಚಿದ್ದು...

ಕಟ್ಟ ರತ್ನಕುಮಾರಿ

Made with ♥ on the Notion Press Platform
www.notionpress.com

"ಆ ಜಗನ್ನಿಯಾಮಕನಿಗೂ, ನನ್ನೆಲ್ಲ ಗುರು-ಹಿರಿಯರಿಗೂ,
ಕುಟುಂಬ, ಬಂಧು-ಮಿತ್ರರು,
ಹಿತೈಷಿಗಳಿಗೂ ಸಾದರಪೂರ್ವಕ ಸಮರ್ಪಣೆ"

ಪರಿವಿಡಿಗಳು

ಹಕ್ಕುಗಳು

ಸಂಪಾದಕರು - ಡಾ. ಪ್ರಸನ್ನ ಕಾಕುಂಜೆ, ಎಂ.ಡಿ. (ಆಯು)
ಕಾಕುಂಜೆ ಪ್ರಕಾಶನ, ಮೂಡುಬಿದಿರೆ 574227
prasanna@kakunje.com | +91 9483697676
ಬೆಲೆ: 350 ರೂಪಾಯಿಗಳು.

ಮುನ್ನುಡಿ

ಆಶಯ ನುಡಿ

ಶ್ರೀಮತಿ ಕಟ್ಟ ರತ್ನಕುಮಾರಿ ಅವರ ಈ ಬರಹಗಳ ಸಂಕಲನಕ್ಕೆ ಆಶಯ ರೂಪದಲ್ಲಿ ನಾಲ್ಕು ಮಾತುಗಳನ್ನು ದಾಖಲಿಸುವುದು ನನ್ನ ಪಾಲಿಗೆ ಅತ್ಯಂತ ಸಂತೋಷದ ಸಂಗತಿ. ಓರ್ವ ಗೃಹಿಣಿಯಾಗಿ ಬಿಡುವಿರದ ತಮ್ಮ ಕಾರ್ಯ ಬಾಹುಳ್ಯಗಳ ನಡುವೆಯೂ ಸಾಹಿತ್ಯ, ಕಲೆ ಮತ್ತು ಸಂಸ್ಕೃತಿಯ ಬಗ್ಗೆ ಅಪಾರ ಆಸಕ್ತಿ ಮತ್ತು ಒಲವನ್ನು ರೂಢಿಸಿಕೊಂಡಿರುವ ಇವರು ತಮ್ಮ ಎರಡು ಕಿರುಕೃತಿಗಳ ಮೂಲಕ ಹಾಗೂ 'ಕೊಡಗಿನ ಗೌರಮ್ಮ ಕಥಾ ಪ್ರಶಸ್ತಿ'ಯನ್ನು ಗಳಿಸಿರುವ 'ಸಿರಿ' ಕಥೆಯ ಮೂಲಕ ಈಗಾಗಲೇ ಬರಹಗಾರರ ಮತ್ತು ಓದುಗರ ವಲಯದಲ್ಲಿ ತಮ್ಮನ್ನು ಗುರುತಿಸಿಕೊಂಡಿದ್ದಾರೆ. ಪ್ರಸ್ತುತ ಕೃತಿಯಲ್ಲಿ ಇವರ 19 ಬರಹಗಳು ಬೆಳಕು ಕಾಣುತ್ತಿವೆ. ಇವುಗಳ ಪೈಕಿ 'ವಿದೇಶದಲ್ಲಿ' ಮತ್ತು 'ನಾನು ಕಾಶಿಗೆ ಹೋದೆ' ಎಂಬವು ಶೀರ್ಷಿಕೆಗಳೇ ಸೂಚಿಸುವಂತೆ ಪ್ರವಾಸ ಅನುಭವಗಳನ್ನು ದಾಖಲಿಸುವ ಬರಹಗಳಾಗಿದ್ದು, ಎರಡು ಹವ್ಯಕ ಭಾಷೆಯವೂ ಸೇರಿದಂತೆ, ಇನ್ನುಳಿದವು ಸಣ್ಣ ಕಥೆಗಳ ಸಾಲಿಗೆ ಸೇರಿಸಬಹುದಾದ ರಚನೆಗಳು. ಇವುಗಳಲ್ಲಿ ದೇವರ ಕುರಿತ ಲೇಖಕಿಯ ಚಿಂತನೆಗಳನ್ನು ಬಿಂಬಿಸುವ 'ದೇವರು ಸತ್ತಿದ್ದಾನಾ?' ಮತ್ತು 'ಏ ದೇವರೇ' ಎಂಬ ಬರಹಗಳೂ ಸೇರಿವೆ.

ಸಣ್ಣ ಕಥೆಗಳ ಸಾಲಿಗೆ ಸೇರಿಸಬಹುದಾದ ಇಲ್ಲಿನ ಹೆಚ್ಚಿನ ಬರಹಗಳು ಮಹಿಳಾ ಕೇಂದ್ರಿತವಾಗಿರುವುದು ಗಮನಾರ್ಹ. ಗ್ರಾಮೀಣ ಪರಿಸರದಲ್ಲಿ ಸಂಪ್ರದಾಯ ಬದ್ಧ ಬ್ರಾಹ್ಮಣ ಕುಟುಂಬಗಳ ಸಾಂಸಾರಿಕ ಬದುಕನ್ನು ಮಹಿಳಾ ದೃಷ್ಟಿಕೋನದಿಂದ ನಿರೂಪಿಸುವ ಕಡೆಗೆ ಲೇಖಕಿ ವಿಶೇಷವಾದ ಒಲವನ್ನು ಹೊಂದಿರುವುದು ಈ ಬರಹಗಳಲ್ಲಿ ವ್ಯಕ್ತವಾಗುವ ಅಂಶ. ಕಳೆದ ಶತಮಾನದ ಸುಮಾರು ಐವತ್ತು ಅರವತ್ತರ ದಶಕಗಳ ಹವ್ಯಕ ಬ್ರಾಹ್ಮಣ ಸಮುದಾಯಗಳ ಗ್ರಾಮೀಣ ಬದುಕಿನ ಚಿತ್ರಣ ಇವುಗಳಲ್ಲಿ ಎದ್ದು ಕಾಣುತ್ತದೆ. ಅಂದಿನ ಕೌಟುಂಬಿಕ ಜೀವನದ ವಿವರಗಳನ್ನು ನಿರೂಪಿಸುವ ಈ ಕಥನಗಳಲ್ಲಿ ಆ ಕಾಲದ ಬಾಲ್ಯ ವಿವಾಹ, ವಿವಾಹದ ಆಚರಣೆಗಳು, ಹೆರಿಗೆ, ಬಾಣಂತನ, ಮಗುವಿನ ಲಾಲನೆ ಪಾಲನೆ, ಈ ಸಂಬಂಧೀ ಸಂಪ್ರದಾಯಗಳು ಇತ್ಯಾದಿಗಳ ಬಹಳಷ್ಟು ಮಾಹಿತಿಗಳು ಲಭ್ಯವಾಗುವುದು ವಿಶೇಷ. ಜೊತೆಗೆ ಹಳ್ಳಿಯ ಬದುಕು, ಎತ್ತಿನ ಗಾಡಿಯ ದುಸ್ತರ ಪ್ರಯಾಣ, ಈಜಿಕೊಂಡೇ ನದಿಗಳನ್ನು ದಾಟಬೇಕಾದ ಅನಿವಾರ್ಯತೆ, ಬೇಸಾಯ, ಬೆಳೆಗಳು, ಪ್ರಕೃತಿ ಸಂಪತ್ತು ಇತ್ಯಾದಿ ಹಲವು ವಿವರಗಳು ಇಲ್ಲಿ ದಾಖಲಾಗಿವೆ. ಇಲ್ಲಿನ ಬರಹಗಳಲ್ಲಿ ಕಾಲ್ಪನಿಕ ಅಂಶಗಳು ಇಲ್ಲವೇ ಇಲ್ಲ ಎನ್ನುವಷ್ಟು ಕಡಿಮೆ. ಇವೆಲ್ಲ ಲೇಖಕಿಯ ಅನುಭವದ ಮೂಸೆಯಲ್ಲಿ ಸೃಷ್ಟಿಯಾಗಿರುವ ರಚನೆಗಳಂತೆ ಅನಿಸಿದರೆ ಅಚ್ಚರಿ ಇಲ್ಲ. ಒಂದು ರೀತಿಯಲ್ಲಿ ಇವುಗಳು

ಸಾಮಾಜಿಕ ಅಧ್ಯಯನದ ಸ್ವರೂಪದ ಬರಹಗಳು ಎಂದರೆ ತಪ್ಪಾಗಲಾರದು. ಕೆಲವಷ್ಟು ವಿವರಗಳು ಬರಹಗಳಲ್ಲಿ ಪುನರಾವರ್ತನೆಯಾಗಿರುವಂತೆ ಕಂಡರೂ, ಕೆಲವು ಬರಹಗಳು ಅಪೂರ್ಣ ಎನಿಸಿದರೂ, ಆ ಕಾಲದ ಸಾಮಾಜಿಕ ಸನ್ನಿವೇಶದ ಚಿತ್ರವನ್ನು ನಮ್ಮ ಕಣ್ಣೆದುರಿಗೆ ತೆರೆದಿರಿಸುವಲ್ಲಿ ಲೇಖಕಿ ಬಹುಮಟ್ಟಿಗೆ ಯಶಸ್ವಿಯಾಗಿದ್ದಾರೆ ಎಂಬುದು ಉಲ್ಲೇಖಾರ್ಹ.

ಸರಳ ಶೈಲಿ, ನೇರ ನಿರೂಪಣೆ, ಸುಲಲಿತ ಭಾಷೆ, ಸಿದ್ಧ ಮಾದರಿಗಳಿಗಿಂತ ಭಿನ್ನವಾದ ಕಥನಕ್ರಮ ಇವು ಇಲ್ಲಿನ ಬರಹಗಳ ವೈಶಿಷ್ಟ್ಯ. ತನ್ನ ಅನುಭವದ ಕಣ್ಣಿಗೆ ಗೋಚರಿಸಿದ ಗ್ರಾಮೀಣ ಸಂಸಾರಿಕ ಬದುಕಿನ ಎಲ್ಲಾ ಸೂಕ್ಷ್ಮಗಳನ್ನು ದಾಖಲಿಸಬೇಕೆಂಬ ಲೇಖಕಿಯ ತುಡಿತ ಇಲ್ಲಿನ ಪ್ರತಿ ಬರಹದಲ್ಲೂ ಎದ್ದು ಕಾಣುತ್ತದೆ. ಹವ್ಯಕ ಬ್ರಾಹ್ಮಣ ಸಮುದಾಯದ ಮನೆಗಳಲ್ಲಿ ಮತ್ತು ಸಮಾರಂಭಗಳಲ್ಲಿ ಎಲ್ಲಾ ರೀತಿಯ ತರಕಾರಿಗಳನ್ನು ಜೊತೆ ಸೇರಿಸಿ 'ಅವಿಲು' ಎಂಬ ರುಚಿಕರವಾದ ಖಾದ್ಯವನ್ನು ತಯಾರಿಸುವ ಸಂಪ್ರದಾಯವಿದೆ. ಈ ಕೃತಿಯ ಮೂಲಕ ಅಂತಹ ಸ್ವಾದಿಷ್ಟವಾದ 'ಸಾಹಿತ್ಯದ ಅವಿಲ'ನ್ನು ಓದುಗರಿಗೆ ಉಣಬಡಿಸಿದ ಕಟ್ಟ ರತ್ನಕುಮಾರಿಯವರನ್ನು ವಿಶೇಷವಾಗಿ ಅಭಿನಂದಿಸುತ್ತ, ಅವರ ಲೇಖನಿಯಿಂದ ಇನ್ನಷ್ಟು ಮೌಲಿಕ ಕೃತಿಗಳು ಮೂಡಿಬರಲಿ ಎಂದು ಆಶಿಸುತ್ತೇನೆ.

ಡಾ. ಪುಂಡಿಕಾಯ್ ಗಣಪಯ್ಯ ಭಟ್, ಮೂಡಬಿದಿರೆ

ಪ್ರಸ್ತಾವನೆ

ಒಂದು ಪುಸ್ತಕ, ಒಂದು ಕಥೆ ಬರೆದು, ಕಥೆಗೆ ಪ್ರಶಸ್ತಿಯೂ ಬಂದಾಗ ಬರೆಯುವ ಚಟ (ಹವ್ಯಾಸ) ಅಂಟಿಕೊಂಡಿತು. ಹಾಗೆ ಮನಸ್ಸಿಗೆ ಬಂದದ್ದನ್ನು ಬರಹಕ್ಕೆ ಇಳಿಸತೊಡಗಿದೆ. ಒಂದಷ್ಟು ಬರೆದಾಗ ಮಗ ಪ್ರಸನ್ನ ಹೇಳಿದ "ಒಂದು ಪುಸ್ತಕವನ್ನೇ ಪ್ರಕಟಿಸುವ" ಎಂದು. ಆ ಉಮೇದಿನಿಂದ ಇದನ್ನು ಬರೆದೆ. ಬರೆದುದಷ್ಟೇ ನನ್ನ ಕೆಲಸ. ಅದನ್ನು ಟೈಪಿಸಿಕೊಟ್ಟವರು ಪ್ರಸನ್ನನ "ಕಾಕುಂಜೆ ವೆಲ್ನೆಸ್" ಕ್ಲಿನಿಕ್ಕಿನ ಜೆನ್ನಿಫರ್ ಮತ್ತು ಹೃತಿಕಾ. ನಂತರ ಅದನ್ನು ತಿದ್ದಿ- ತೀಡಿ ರೂಪಕೊಟ್ಟು ಮುಖಪುಟ ಎಲ್ಲವನ್ನೂ ಅವನೇ ರೂಪಿಸಿ ಈ ಪುಸ್ತಕ ಓದುವಂತೆ ಮಾಡಿದ್ದಾನೆ. ಅವನಿಗೆ, ನನ್ನ ಪ್ರೀತಿಯ ಓದುಗ ಬಂಧುಗಳಿಗೆ, ಟೈಪಿಸಿದ ಹುಡುಗಿಯರಿಗೂ ನನ್ನ ಕೃತಜ್ಞತೆಗಳು. ಶ್ರಮವಹಿಸಿ ನನ್ನ ಈ ಕೃತಿಯ ಕರಡನ್ನು ಓದಿ, ಹಲವು ಸಲಹೆಗಳನ್ನು ನೀಡಿ, ಆಶಯನುಡಿಗಳನ್ನು ಬರೆದ ಡಾ. ಪುಂಡಿಕಾಯ್ ಗಣಪಯ್ಯ ಭಟ್ಟರಿಗೂ ನನ್ನ ಹೃತ್ಪೂರ್ವಕ ಧನ್ಯವಾದಗಳು.

ಈ ಕಥೆಗಳಲ್ಲಿ ಬರುವ ಪಾತ್ರಗಳು ನಿಜ ಜೀವನದಲ್ಲಿ ಕಂಡದ್ದೂ, ಕಲ್ಪನೆಗಳನ್ನು ಸೇರಿಸಿದ್ದೂ ಆಗಿವೆ. ಯಾವುದೇ ಹೋಲಿಕೆಗಳು ಕಂಡಲ್ಲಿ ಅದು ಕಾಕತಾಳೀಯವಷ್ಟೇ!

ಈ ಪುಸ್ತಕದಿಂದ ಯಾರಿಗಾದರೂ ಕಿಂಚಿತ್ತಾದರೂ ಪ್ರಯೋಜನವಾದಲ್ಲಿ ಈ ಬರವಣಿಗೆ ಸಾರ್ಥಕವಾಯಿತು ಎಂದು ನಂಬುತ್ತೇನೆ.

ಇತೀ ನಿಮ್ಮ,
ಕಟ್ಟ ರತ್ನಕುಮಾರಿ.

1

ಕೊನೆಯ ಪಯಣ

ಗೋಪಾಲಯ್ಯ ತನ್ನ ಕೊನೆಯ ಪಯಣವನ್ನು ಮಾಡುತ್ತಿದ್ದರು. ಹಾಗೆಂದರೆ ಚಟ್ಟದ ಮೇಲಲ್ಲ. ದೊಡ್ಡ ತಾಮ್ರದ ಹಂಡೆಯಲ್ಲಿ ಒಳಗಡೆ ದಿಂಬುಗಳನಿಟ್ಟು ಅವರನ್ನು ಕೂರಿಸಿದ್ದರು. ಹಂಡೆಯ ಕೈಗಳಿಗೆ ಗಟ್ಟಿ ಮರದ ಅಡ್ಡವನ್ನು ಸುರಿದು ೨ ಕಡೆಯಲ್ಲಿ ಇಬ್ಬಿಬ್ಬರು ಹೆಗಲುಕೊಟ್ಟು ನಡೆಯುತ್ತಿದ್ದರು. ಹತ್ತು ಮೈಲು ದೂರದ ಇನ್ನೊಂದು ಮನೆಗೆ. ಇದ್ದದ್ದು ನೆಂಟರ ಮನೆಯಲ್ಲಿ. ಹೋಗುತ್ತಿರುವುದು ಕುಟುಂಬದವರ ಮನೆಗೆ. ಇಲ್ಲಿ ಸರಿಹೋಗಲಿಲ್ಲವೆಂದಲ್ಲ, ಅವರ ಮನೆಯಲ್ಲಿ ಮಂಗಳ ಕಾರ್ಯ ನಡೆಯುವುದಿತ್ತು. ಈ ಮುದುಕ ಗೊಟಕ್ಕೆಂದರೆ ಮನೆಯೇ

ಮೈಲಿಗೆಯಾಗಿ ಶುಭಕಾರ್ಯ ನಿಲ್ಲುತ್ತದಲ್ಲ, ಅದನ್ನು ಅವರು ಕುಟುಂಬದವರಲ್ಲಿ ಹೇಳಿದಾಗ ಅವರನ್ನು ನಮ್ಮ ಮನೆಗೆ ಕಳಿಸಿ ನಾವು ನೋಡಿಕೊಳ್ಳುತ್ತೇವೆ ಎಂದು ಹೇಳಿದ್ದಕ್ಕೆ ಈ ವ್ಯವಸ್ಥೆ ಮಾಡಿ ಕಳಿಸುತ್ತಾ ಇದ್ದರು. ಗೋಪಾಲಯ್ಯನಿಗೆ ಪ್ರಜ್ಞೆ ಚೆನ್ನಾಗಿತ್ತು, ಮನಸ್ಸು ಏನೋ ನೆನೆಸುತಿತ್ತು.

ಸಾಕಷ್ಟು ಅಡಿಕೆ ತೋಟ, ಗದ್ದೆ ಎಲ್ಲ ಇದ್ದು ತಕ್ಕ ಮಟ್ಟಿನ ಶ್ರೀಮಂತ ಕುಟುಂಬದಲ್ಲಿ ಜನಿಸಿದ್ದರು ಗೋಪಾಲಯ್ಯ. ಅಣ್ಣ-ತಮ್ಮ ಇಬ್ಬರೇ ಮಕ್ಕಳು. ಗೋಪಾಲಯ್ಯನವರದು ಧಾರಾಳ ಬುದ್ಧಿ. ಕಷ್ಟ ಎಂದು ಬಂದವರನ್ನು ಬರಿಗೈಯಲ್ಲಿ ಕಳಿಸುತ್ತಿರಲಿಲ್ಲ. ಜೊತೆಗೆ ಯಕ್ಷಗಾನದ ಹುಚ್ಚು ಬೇರೆ. ಭಾಗವತಿಕೆ, ಚಂಡೆವಾದನ ಎಲ್ಲ ಸ್ವಲ್ಪ ಸ್ವಲ್ಪ ಗೊತ್ತಿತ್ತು. ಊರಲ್ಲಿ ಆಟವಾಡಿಸುವುದು, ಅವರ ಊಟ ವಸತಿ ಎಲ್ಲ ಇವರಲ್ಲೇ. ಬೇಸಿಗೆಯಲ್ಲಿ ಹಾಗೆ. ಮಳೆಗಾಲದಲ್ಲಿ ತಾಳ-ಮದ್ದಲೆಯ ಗೌಜಿ. ಪ್ರತಿ ವರ್ಷವೂ ಇವರ ಮನೆಯಲ್ಲಿ ೧, ೨ ತಾಳಮದ್ದಲೆ ಇರುತ್ತಿತ್ತು. ಆಗಲೂ ಅವರೆಲ್ಲರ ಊಟ ತಿಂಡಿ, ಸಂಭಾವನೆ ಪ್ರೇಕ್ಷಕರಿಗೆ ಕಾಫಿ ತಿಂಡಿ, ಸಮಾರಾಧನೆ ಎಲ್ಲ ಇವರದ್ದೇ. ಬಂದವರೆಲ್ಲ ಉಂಡು ತಿಂದು ಹೊಗಳಿ ಹೋಗುತ್ತಿದ್ದರು. ಅಪ್ಪ, ಅಮ್ಮ ಇರುವವರೆಗೆ ಏನೂ ತೊಂದರೆಯಾಗಲಿಲ್ಲ.

ಅಪ್ಪ ತೋಟ, ಗದ್ದೆ ನೋಡಿಕೊಂಡು ಸಿರಿವಂತಿಕೆಗೆ ಸಮನಾಗಿ ಗಳಿಸುತ್ತಿದ್ದರು. ಅಮ್ಮ ಮನೆವಾಳ್ತೆ, ಆಳು- ಕಾಳುಗಳ ಉಸ್ತುವಾರಿ ಎಲ್ಲ ನೋಡುತ್ತಿದ್ದರು. ಅಮ್ಮ ತೀರಿಕೊಂಡ ವರ್ಷದಲ್ಲೇ, ಮನೆಗೆ ಹೆಣ್ಣು ದಿಕ್ಕು ಬೇಕೆಂದು ಗೋಪಾಲಯ್ಯನಿಗೆ ಮದುವೆ ಮಾಡಿದರು. ಆ ಹೆಣ್ಣು, ಗಂಡನಿಗೆ ಹೆಂಡತಿಯೇನೋ ಆದಳು ಯಾಕೆಂದರೆ ಅಮ್ಮ ಹೇಳಿರುತ್ತಾರೆ ಗಂಡನೇ ದೇವರು, ಅವನು ಹೇಳಿದ್ದು ಮಾಡಿದೆಲ್ಲದಕ್ಕೂ ಸುಮ್ಮನಿರಬೇಕು ಎಂದು. ಹಾಗಾಗಿ ಗಂಡನಿಗೆ ಹೆಂಡತಿಯಾದಳು. ಉಳಿದಂತೆ ಮನೆವಾರ್ತೆ ನೋಡುವ ಚುರುಕುತನ ಅವಳಲ್ಲಿರಲಿಲ್ಲ. ಅಪ್ಪ, ಮಗ, ಇನ್ನೊಬ್ಬ ಮಗ ಗೋವಿಂದ ಸೇರಿ ಉಸ್ತುವಾರಿ ನೋಡಿಕೊಂಡರು. ಗೋವಿಂದ ಅಡುಗೆ ಮನೆಯ ಸಂಪೂರ್ಣ ಜವಾಬ್ದಾರಿ ತೆಗೆದುಕೊಂಡ. ಆದರೆ ಅವನಿಗೆ ತೋಟದ ಕೆಲಸ ಏನೂ ತಿಳಿಯದು. ದಾರಿಯಲ್ಲಿ ಬಿದ್ದಿದ್ದ ಅಡಿಕೆಯನ್ನು ಕಾಲಿಂದ ಒದ್ದು ಆಚೆ ಸರಿಸಿ ಬಂದು ಬಿಡುತ್ತಿದ್ದ. ತನ್ನ ವಸ್ತ್ರ ಇತ್ಯಾದಿಗಳನ್ನು ಚೆನ್ನಾಗಿ ಒಗೆದು ಮದುಮಗನಂತೆ ಅಚ್ಚು ಕಟ್ಟಾಗಿ ಹಾಕಿಕೊಂಡು ಇರುತ್ತಿದ್ದ. ಮದುವೆ ಪ್ರಸ್ತಾಪವನ್ನು ನಯವಾಗೇ ತಿರಸ್ಕರಿಸಿದ. ಎರಡು ವರ್ಷಕ್ಕೊಂದರಂತೆ ಅವತರಿಸುತ್ತಿದ್ದ ಅಣ್ಣನ ಮಕ್ಕಳ ಪಾಲನೆ, ಪೋಷಣೆಯಲ್ಲಿ ಅವನ ಸಮಯ ಕಳೆಯುತ್ತಿತ್ತು.

ಗೋಪಾಲಯ್ಯನ ಹೆಂಡತಿ ವಿಮಲ ಮುದ್ದಾದ ಹಾಗೇ ಸ್ವಲ್ಪ ಮೊದ್ದಾದ ಹೆಣ್ಣು ಮಗಳು. ಚೆನ್ನಾಗಿ ಸಾಕಿ ಉಳ್ಳವರ ಮನೆ ಎಂದು ಮದುವೆ ಮಾಡಿಕೊಟ್ಟಿದ್ದರು. ಆದರೆ ಅದನ್ನು ಉಳಿಸಿಕೊಳ್ಳುವ ಬುದ್ಧಿವಂತಿಕೆ ಇರಲಿಲ್ಲ. ಗೋಪಾಲಯ್ಯನ ತಂದೆ ತೀರಿಕೊಂಡ ಮೇಲೆ ಗೋಪಾಲಯ್ಯನಿಗೆ ಯಜಮಾನಿಕೆಯೇನೋ ಬಂತು. ಆದರೆ ಅವನಿಗೆ ಲೋಕಜ್ಞಾನ ಕಡಿಮೆಯೇ ಇತ್ತು. ಅಪ್ಪ ಗಳಿಸಿ ಉಳಿಸಿದ್ದನ್ನು ಮುಂದೆಯೂ ಉಳಿಸಿ ಬೆಳೆಸುವ ಬುದ್ಧಿ ಬರಲಿಲ್ಲ. ಸುತ್ತ ನಾಲ್ಕು ಜನ ಇದ್ದರೆ ಯಕ್ಷಗಾನ, ತಾಳಮದ್ದಲೆ ಎಂದು ದಿನ ಕಳೆಯುತ್ತಿದ್ದ. ತೋಟ, ಗದ್ದೆ ಕೆಲಸಗಳನ್ನು ಮಾಡಿಸಲಿಕ್ಕೂ ಹೋಗುತ್ತಿರಲಿಲ್ಲ. ಯಾರದೋ ಕೇಸಿಗೆ

ಸಾಕ್ಷಿಯಾಗಿ ಪುತ್ತೂರಿಗೆ ಹೋಗುವುದು, ಹೋಗುವ ಬರುವ ಖರ್ಚೆಲ್ಲ ಇವರದ್ದೇ. ಇನ್ಯಾರದೋ ಕೊಲೆ ಕೇಸಿನಲ್ಲಿ ಸಿಕ್ಕಿಕೊಂಡ ಒಬ್ಬರನ್ನು ತನ್ನೆಲ್ಲ ಪ್ರಯತ್ನಗಳಿಂದ ಬಿಡಿಸಿದರಂತೆ. ರಾಘು ಎನ್ನುವ ಆ ಹುಡುಗ ತಪ್ಪು ಮಾಡಿರಲಿಲ್ಲ, ತಂದೆ ಇರಲಿಲ್ಲ. ಅವನ ದಾಯಾದಿಗಳು ಅವನನ್ನು ಕೊಲೆ ಕೇಸಿನಲ್ಲಿ ಸಿಕ್ಕಿಸಿ, ಆಸ್ತಿ ನುಂಗುವ ಹುನ್ನಾರ ನಡೆಸಿದ್ದರು. ರಾಘು, ಗೋವಿಂದಯ್ಯನ ಕಣ್ಣ ಮುಂದಿನ ಹುಡುಗ, ನಿಷ್ಪಾಪಿ ಎಂದು ಗೊತ್ತು. ಸರಿ ಅವನನ್ನು ಕೇಸಿನಿಂದ ಬಿಡಿಸಲು ತಾನೇ ದುಡ್ಡು ಹಾಕಿ ಲಾಯರನ್ನು ನೇಮಿಸಿ, ಅವನಿಗೇನೂ ಅಪಾಯವಾಗದಂತೆ ತನ್ನ ಮನೆಯಲ್ಲೇ ಉಳಿಸಿಕೊಂಡು ಕಾವಲಿಗೆ ಜನ ಕೂಡ ಇಟ್ಟಿದ್ದರಂತೆ. ಅಂತೂ ಇವರ ಹೋರಾಟಕ್ಕೆ ಜಯ ಸಿಕ್ಕಿ ರಾಘವ ಉಳಿದುಕೊಂಡ. ಅವನ ಪಾಲಿನ ಆಸ್ತಿಯೂ ಸಿಕ್ಕಿತು. ಮುಂದೆ ಸಂಸಾರಿಯಾಗಿ ಊರಲ್ಲಿ ಪ್ರಮುಖ ವ್ಯಕ್ತಿಯಾಗಿ ಬಾಳಿದ. ಆದರೆ ಗೋಪಾಲಯ್ಯನ ಆಸ್ತಿ ಸಾಲಕ್ಕೆ ಅಡವಾಗಿ ಕೊನೆಗೆ ಅವರ ದಾಯಾದಿಗಳಿಗೇ ಸೇರಿತು.

ಗೋವಿಂದಯ್ಯ ಊರುಬಿಟ್ಟು ಪೇಟೆ ಸೇರಿದರು. ಅಂಗಡಿ ಹೋಟೆಲ್ಲು ಎಂದು ಜೀವನಕ್ಕೆ ಏನೋ ಮಾಡುತ್ತಿದ್ದರು. ಅಲ್ಲಿಯೂ ಕೊಡುಗೈಯಾದ್ದರಿಂದ ಬರಿಗೈ ದಾಸರಾಗಿಯೇ ಇದ್ದರು. ಗಂಡುಮಕ್ಕಳಿಬ್ಬರೂ ಊರು ಬಿಟ್ಟು ಹೋಗಿದ್ದರು. ದೊಡ್ಡ ಮಗನಿಗೆ ಮದುವೆಯೇನೋ ಮಾಡಿದ್ದರು. ಆ ಹೆಣ್ಣು, ಗಂಡ ಹತ್ತಿರ ಬಂದರೆ ಹೆದರಿ ಕಿರುಚುತ್ತಿತ್ತು. ಆಗ ವೈದ್ಯರ ಬಳಿ ಹೋಗುವ ಕ್ರಮವೇ ಇರಲಿಲ್ಲ. ಈಗಿನ ಹಾಗೆ ವೈದ್ಯರಲ್ಲಿಗೆ ಹೋಗಿದ್ದರೆ ಬಹುಷ ಅವರ ದಾಂಪತ್ಯ ಸರಿ ಹೋಗುತ್ತಿತ್ತೇನೋ? ಅಂತೂ ಮಗ ಊರು ಬಿಟ್ಟೇ ಹೋದ. ಹೆಂಡತಿ ತೌರು ಮನೆ, ಗಂಡನ ಮನೆ, ನೆಂಟರ ಮನೆ ಎಂದು ತಿರುಗಾಡಿಕೊಂಡು, ಕೂಡಿದ ಕೆಲಸಮಾಡಿ ಹೇಗೋ ಬದುಕಿದ್ದಳು. ಒಬ್ಬಳೇ ಹೋಗುವಾಗ ಜೊತೆಯಲ್ಲಿ ಚೂರಿ ಇರುತಿತ್ತಂತೆ. ಮಾತಾಡಿಸಿದರೆ ಬಾಯಿಗೆ ಬಂದಂತೆ ಬಯ್ದು ಓಡಿಸುತ್ತಿದ್ದಳಂತೆ. ಕೊನೆ ಕೊನೆಗೆ ಊರು ಪರವೂರಲ್ಲೂ ಅವಳ ಸ್ವಭಾವ ಗೊತ್ತಾಗಿ ಯಾರೂ ಅವಳ ತಂಟೆಗೆ ಹೋಗುತ್ತಿರಲಿಲ್ಲ. ಸಣ್ಣ ಮಗನೂ ಗೋಪಾಲಯ್ಯನ ಜತೆ ಇರಲಿಲ್ಲ. ಸಣ್ಣ ವಯಸಿನಲ್ಲೇ ಊರು ಬಿಟ್ಟಿದ್ದ. ಹೆಣ್ಣು ಮಕ್ಕಳಿಗೆಲ್ಲ ಮದುವೆಯಾಗಿತ್ತು. ಸಣ್ಣ ಮಗಳ ಮನೆಯಲ್ಲಿದ್ದು ಹೆಂಡತಿ ವಿಮಲ ಬೇಗನೇ ತೀರಿಕೊಂಡು ಆ ಬಂಧನವೂ ಬಿಟ್ಟು ಹೋಯ್ತು.

ಒಬ್ಬಳು ಮಗಳು ತೀರಿಕೊಂಡು ಅವಳ ಮಗಳು ತಬ್ಬಲಿಯಾಗಿ ಬೆಳೆಯುತ್ತಿದ್ದಳು. ಅವಳಿಗೆ ಅಜ್ಜನ ಸಹವಾಸ ತುಂಬಾ ಪ್ರಿಯವಾಗಿತ್ತು. ಹೋಟೆಲಲ್ಲಿ ಬೇಕಾದಂತೆ ತಿಂಡಿಗಳು ಸಿಗುತ್ತಿದ್ದವು. ಹಾಗೆಯೇ ವಿದ್ಯಾಭ್ಯಾಸ ಆಗುತ್ತಿತ್ತು. ಮತ್ತೆ ಮಾತ್ರ ಆ ಮಗುವಿಗೆ ಅಜ್ಜನನ್ನು ನೋಡಲು ಆಗಲೇ ಇಲ್ಲ. ಅಜ್ಜ ವಯಸ್ಸಿನ ಕಾರಣದಿಂದ ತೀರ ಮಲಗಿದಲ್ಲೇ ಆಗಿದ್ದರು. ನೆಂಟರ ಮನೆಯಲ್ಲಿದ್ದರು. ಗೋಪಾಲಯ್ಯ ದಿನಗಳನ್ನು ಎಣಿಸುತ್ತಿದ್ದರು. ಹಾಗಿರುವಾಗ ಆ ನೆಂಟರ ಮಗನಿಗೆ ಉಪನಯನದ ದಿನ ಕೂಡಿ ಬಂತು. ಬಂಧುಗಳಿಗೆ ಸಂದಿಗ್ಧ ಪರಿಸ್ಥಿತಿಯಾಯ್ತು. ಅಕಸ್ಮಾತ್ ಗೋಪಾಲಯ್ಯ ತೀರಿಕೊಂಡರೆ ಸೂತಕದ ಮನೆಯಾಗಿ ಉಪನಯನ ಮಾಡಲಾಗುವುದಿಲ್ಲ. ಹಾಗೆಂದು ಈಗಲೋ ಆಗಲೋ ಎಂಬಂತಿರುವವರನ್ನು ಎಲ್ಲಿಗೆ ಹೋಗೆನ್ನಬಹುದು? ಈಗಲಾದರೆ ಆಸ್ಪತ್ರೆಗೆ ಸೇರಿಸಬಹುದಾಗಿತ್ತು.

ಇದನ್ನು ತಿಳಿದ ಗೋಪಾಲಯ್ಯನ ಕುಟುಂಬದ ಮನೆಯವರು ನಮ್ಮಲ್ಲಿಗೆ ಕಳಿಸಿ, ನಾವು ನೋಡುತ್ತೇವೆ. ಹೇಗೂ ನಮಗೆ ಸೂತಕ ಇದೆಯಲ್ಲ ಎಂದು ಹೇಳಿದರು. ಅದಕ್ಕೊಪ್ಪಿದ ನೆಂಟರು ಗೋಪಾಲಯ್ಯನವರನ್ನು ಈ ರೀತಿ ಹಂಡೆಯಲ್ಲಿ ಕುಳ್ಳಿರಿಸಿ ಕುಟುಂಬದ ಮನೆಗೆ ಕಳಿಸಿದರು. ಆ ಪಯಣವೇ ಗೋಪಾಲಯ್ಯನ ಕೊನೆಯ ಪಯಣವಾಗಿತ್ತು.

2
ದೇವಕಿ

ನನ್ನ ಹೆಸರು ದೇವಕಿ. ನನ್ನ ಅಪ್ಪ, ಅಮ್ಮನಿಗೆ ನಾವು ಎಂಟು ಜನ ಮಕ್ಕಳು. ಮೂರು ಹೆಣ್ಣು, ಐದು ಗಂಡು. ಅಕ್ಕ ಉಷಾ. ನಾನು ಆದಮೇಲೆ ಮೂರು ಗಂಡುಮಕ್ಕಳಾಗಿ ಪುನಃ ಒಂದು ಹೆಣ್ಣು. ಅಪರೂಪದ್ದೆಂದು ಎಲ್ಲರಿಗೂ ಸ್ವಲ್ಪ ಜಾಸ್ತಿ ಪ್ರೀತಿ. ಅವಳು ಸೀತಾ. ಅವಳ ಯೋಗಕ್ಷೇಮ ನೋಡುತ್ತಿದ್ದುದು ಅಕ್ಕ ಮತ್ತು ನಾನು. ಹೆಚ್ಚಾಗಿ ಅಕ್ಕನೇ ಮಾಡುತ್ತಿದ್ದಳು.

ಪುನಃ ಎರಡು ಗಂಡು ಮಕ್ಕಳಾಗುವಷ್ಟರಲ್ಲಿ ಅಮ್ಮ ಸೋತುಹೋಗಿದ್ದರು. ಕೊನೆ ಮಗ ಹುಟ್ಟುವ ಮೊದಲೇ ಅಕ್ಕನ ಮದುವೆಯಾಗಿ ಅವಳೂ ಬಸಿರಾಗಿ ಅಮ್ಮ ಮಗಳ ಬಾಣಂತನ ಒಟ್ಟಿಗೆ ಮಾಡುವುದಾಗಿತ್ತು. ಅಪ್ಪ ಆಯುರ್ವೇದ ವೈದ್ಯರು. ದುಡಿಮೆ ತಕ್ಕಮಟ್ಟಿಗಿದ್ದರೂ ಉಣ್ಣುವ ಬಾಯಿಗಳು ಹೆಚ್ಚಿದ್ದರಿಂದ ಸ್ವಲ್ಪ ಕಷ್ಟ ಇತ್ತು. ನಾನು ಹುಟ್ಟಿದಾಗ ಬ್ರಿಟಿಷರ ಆಳ್ವಿಕೆ ಇತ್ತು. ಯುದ್ಧದ ಸಮಯದಲ್ಲಿ ಅಕ್ಕಿ, ಸೀಮೆಎಣ್ಣೆ ಎಲ್ಲ ಪಡಿತರದಲ್ಲಿ ಮಾತ್ರ. ಉಳಿದುದನ್ನು ಕಾಳಸಂತೆಯಲ್ಲಿ ಪಡೆಯಲು ದುಡ್ಡು ಹೆಚ್ಚು ಕೊಡಬೇಕಾಗುತ್ತಿತ್ತು. ಅಪ್ಪನಿಗೆ ಪಿತ್ರಾರ್ಜಿತ ಆಸ್ತಿ ಇರಲಿಲ್ಲ. ಪೇಟೆಯಲ್ಲಿ ಬದುಕು ಕಷ್ಟವೆಂದು ಹಳ್ಳಿಗೆ ಸರಕಾರಿ ಆಸ್ಪತ್ರೆಗೆ ಬಂದರು. ಕೊನೆಯವ ಹುಟ್ಟುವ ವೇಳೆಗೆ ಸಂಸಾರ ಬೆಳೆಯದಂತೆ ಮುಂಜಾಗ್ರತೆ ಮಾಡುವ ನಿರ್ಧಾರ ಮಾಡಿದ್ದರು ಅಪ್ಪ ಅಮ್ಮ. ಅವರಿಬ್ಬರೂ ಅನ್ಯೋನ್ಯವಾಗಿದ್ದುದರಿಂದ ಜೀವನದ ಸಂತಸವನ್ನು ಕಳೆದುಕೊಳ್ಳಲು ಸಿದ್ಧರಿರಲಿಲ್ಲ. ಹೇಗೆ ಏನು ಎಂದು ಗೊತ್ತಿಲ್ಲ, ಅಂತೂ ಮತ್ತೇ ಮಕ್ಕಳಾಗಲಿಲ್ಲ. ಅದನ್ನೆಲ್ಲ ಪ್ರಶ್ನಿಸುವ ತಿಳುವಳಿಕೆ ಮತ್ತು ಧೈರ್ಯ ಎರಡೂ ನಮಗಿರಲಿಲ್ಲ. ಅಪ್ಪ,ಅಮ್ಮ ನಮ್ಮವರು, ನಮಗೆ ಒಳಿತೇ ಮಾಡುವರೆಂಬ ನಂಬಿಕೆ ಮಾತ್ರ ಭದ್ರವಾಗಿತ್ತು.

ಪೇಟೆಯಲ್ಲಿದ್ದಾಗ ಪಡಿತರಕ್ಕಾಗಿ ಸಾಲಿನಲ್ಲಿ ಕ್ಯೂ ನಿಲ್ಲುವುದು ನನ್ನ ಕೆಲಸವಾಗಿತ್ತು. ಅದಕ್ಕಾಗಿ ಮೂರು ಪೈಸೆಯ ಲಂಚವೂ ಸಿಗುತ್ತಿತ್ತು. ಬೇರೆ ಸಾಮಾನುಗಳಿಗೂ ಅಂಗಡಿಗೆ ನನ್ನನ್ನೇ ಅಮ್ಮ ಕಳಿಸುತ್ತಿದ್ದರು. ಅಕ್ಕ ಸ್ವಲ್ಪ ಸಂಕೋಚ ಸ್ವಭಾವದವಳು. ಹೊರಗಿನವರೊಂದಿಗೆ ಮಾತಾಡಲು, ವಾದ ಮಾಡಲು ಹೋಗುತ್ತಿರಲಿಲ್ಲ. ನಾನು ಪಡಿತರದ ಸಾಲಿನಲ್ಲೂ ಯಾರನ್ನೂ ಸಾಲು ತಪ್ಪಿಸಿ ಮುಂದೆ ಹೋಗಲು ಬಿಡುತ್ತಿರಲಿಲ್ಲ. ಸಹಜವಾಗಿಯೇ ಗಂಡುಬೀರಿ, ಬಜಾರಿ ಮೊದಲಾದ ಬಿರುದುಗಳು ನನಗೊದಗಿದ್ದವು.

ಶಾಲೆಯಲ್ಲಿ ಓದುವುದು, ಆಟವಾಡುವುದರಲ್ಲೂ ನಾನು ಮುಂದಿದ್ದೆ. ಆದರೇನು? ಊರಲ್ಲೇ ಇದ್ದ ಶಾಲೆಗೆ ಹೋಗುತ್ತಿದ್ದವಳನ್ನು ಎಂಟನೇ ಕ್ಲಾಸಿಗೇ ಬಿಡಿಸಿದರು. ದೊಡ್ಡವಳಾದ ಮೇಲೆ ಶಾಲೆಗೆ ಹೋಗುವುದು ಅಪರಾಧವಾಗಿತ್ತು. ಬೇರೆ ಊರಿಗೆ ಕಳಿಸಿ ಓದಿಸುವುದು ಸಾಧ್ಯವೂ ಇರಲಿಲ್ಲ. ಸದ್ಯ ಹುಡುಗಿ ದೊಡ್ಡವಳಾದ (ಮೈನೆರೆ) ಮೇಲೆಯೇ ಮದುವೆ ಮಾಡುತ್ತಿದ್ದರು, ಅಷ್ಟರ ಮಟ್ಟಿಗೆ ಜನ ಸುಧಾರಿಸಿದ್ದರು. ದೊಡ್ಡವಳಾದ ಕೂಡಲೇ ಎಲ್ಲವೂ ತಿಳಿದಿರುವುದಿಲ್ಲವಲ್ಲ. ನಾನು ಯಥಾ ಪ್ರಕಾರ ಹುಡುಗಾಟಿಕೆಯಲ್ಲೇ ಇದ್ದೆ. ಒಮ್ಮೆ ಯಾರೊ ಕೇಳಿದರು ದೇವಕಿ ನಿನಗೆ ಎಷ್ಟೂ ವರ್ಷ? ಎಂದು. ಹದಿನಾಲ್ಕು ಎಂದೆ ನಾನು. ಯಾರಾದ್ರು ಕೆಳಿದ್ರೆ ಹದಿನಾರು ಹೇಳು. ಅಪ್ಪನ ಮೈಕಟ್ಟು ಬಂದಿದೆ. ಹಾಗೆ ಬೆಳೆದಿದ್ದಿ. ದೃಷ್ಟಿಯಾದೀತು ಹೇಳಿ ನೆಟಿಕೆ ಮುರಿದಿದ್ದರು.

ಅಕ್ಕನಿಗೆ ಹದಿನಾರಕ್ಕೆ ಮದುವೆಯಾಗಿತ್ತು. ಭಾವ ಮೇಷ್ಟ್ರು ಮನೆಯಲ್ಲಿಯೂ ತೋಟ ಗದ್ದೆ ಎಲ್ಲ ಇತ್ತು. ಅನುಕೂಲವಾಗಿದ್ದರು. ಅಕ್ಕ, ಭಾವ, ಭಾವನ ಅಣ್ಣ ತೀರಿಕೊಂಡಿದ್ದರು. ಹೆಂಡತಿ, ಎರಡು ಮಕ್ಕಳು, ನಾದಿನಿ, ಅತ್ತೆ, ಮಾವ ಎಲ್ಲರೂ ಒಟ್ಟಿಗಿದ್ದ ಕೂಡು ಕುಟುಂಬವಾಗಿತ್ತು. ಶ್ರೀಮಂತಿಕೆ ಇದ್ದುದರಿಂದ ಅಕ್ಕ ಸುಖವಾಗಿಯೆ ಇದ್ದಳು. ಸಣ್ಣ ಪುಟ್ಟ ಅಭಿಪ್ರಾಯ ಭೇದಗಳೆಲ್ಲ ಇದ್ದರೂ ಅದೆಲ್ಲ ಅಪ್ಪನ ಮನೆವರೆಗೂ ಬರುತ್ತಿರಲಿಲ್ಲ. ತಮ್ಮಂದಿರು ತಂಗಿ ಎಲ್ಲಾ ಶಾಲೆಗೆ ಹೋಗುತ್ತಿದ್ದರು.

ಒಂದು ದಿನ ಮಧ್ಯಾಹ್ನ ಅಪ್ಪ ಸ್ವಲ್ಪ ಬೇಗ ಮನೆಗೆ ಬಂದರು. ಅಮ್ಮನ ಹತ್ತಿರ ಏನೋ ಹೇಳಿ ಹೋದರು. ಅಮ್ಮ ನನಗೆ ಬೇಗ ಸ್ನಾನ ಮಾಡಿ, ಸೀರೆ ಉಟ್ಟುಕೊ ತಲೆ ಬಾಚಿ, ಬೊಟ್ಟು ಇಟ್ಟುಕೊ ಎಂದರು. ಯಾಕೆ? ಎಂದೆ ನಾನು. ನಿನ್ನನ್ನು ನೋಡಲು ಯಾರೋ ಬರುತ್ತಾರಂತೆ. ಬೇಗ ಸ್ನಾನಕ್ಕೆ ಹೋಗು ಎಂದರು. ನನಗೆ ಈಗಲೇ ಮದುವೆ ಅನ್ನುವಷ್ಟರಲ್ಲೇ, ಅಮ್ಮ ನೀನು ಈಗ ಸ್ನಾನಕ್ಕೆ ಹೋಗು, ಹೀಗೆ ಇದ್ರೆ ಅಪ್ಪನತ್ರ ಬೈಸಿಕೊಳ್ತೀಯಾ ನೋಡ್ಲಿಕ್ಕೆ ಬಂದ ಕೂಡ್ಲೆ ಮದ್ವೆ ಆಗಿಯೇ ಬಿಡೋದಿಲ್ಲ' ಎಂದು ಬಯ್ದರು. ಗೊಣಗಿಕೊಂಡು ವಧೂ ಪರೀಕ್ಷೆಗೆ ತಯಾರಾದೆ. ಅಷ್ಟರಲ್ಲಿ ಅಪ್ಪ, ಮತ್ತಿಬ್ಬರು ಮನೆಗೆ ಬಂದರು. "ದೇವಕಿ ಹತ್ರ ಕಾಫಿ ಕೊಟ್ಟು ಕಳ್ಸು. ಊಟಕ್ಕೆ ಅವು ಬೇರೆ ಕಡೆ ಹೋಗ್ತಾರಂತೆ" ಎಂದು ಹೇಳಿದರು. ನಾನು ಕಾಫಿ ತೆಗೆದುಕೊಂಡು ಹೋಗಿ ಕೊಟ್ಟೆ. ಕಾಫಿ ಕೊಡುವಾಗ ನೋಡಿದೆ. ಹುಡುಗ ನನಗೆ ಸಮ-ಸಮ ಇದ್ದಾನೆ ಎನಿಸಿತು ಅಷ್ಟೆ. ಒಳಗೆ ಹೋಗಿ ಕಥೆ ಓದುತ್ತಾ ಕುಳಿತೆ.

ಮತ್ತೆ ಸಾಯಂಕಾಲ ಮಕ್ಕಳ ಜೊತೆಗೆ ಆಟ ಜಗಳ ಮಾತು. ಇವುಗಳಲ್ಲಿ ಮಧ್ಯಾಹ್ನದ ವಿಷಯ ಮರೆತಿದ್ದೆ. ರಾತ್ರಿ ಊಟದ ಕೋಣೆಯಲ್ಲಿ ಉದ್ದಕ್ಕೂ ಹಾಸಿಕೊಂಡು ನಾವು ಮಲಗುತ್ತಿದ್ದೆವು. ಅಡುಗೆ ಕೋಣೆ (ದೇವರಕೋಣೆಯೂ) ಯಲ್ಲಿ ಅಮ್ಮ ಇಬ್ಬರು ಸಣ್ಣ ತಮ್ಮಂದಿರೊಟ್ಟಿಗೆ ಮಲಗುತ್ತಿದ್ದರು. ರಾತ್ರಿ ಎಂಟಕ್ಕೆ ಮಲಗಿದರೆ ಬೆಳಿಗ್ಗೆ ಅಮ್ಮ ಬಂದು ಎಬ್ಬಿಸಿದಾಗಲೇ ನನಗೆ ಎಚ್ಚರವಾಗುವುದು. ಆದರೆ ಆದಿನ ಮಾತ್ರ ಏನೋ ಮಾತು ಕೇಳಿಸಿದಂತಾಗಿ ಎಚ್ಚರವಾಯ್ತು. ಅಪ್ಪ ಹೇಳುತ್ತಿದ್ದರು ಅವರ ಮನೆ ಇಲ್ಲಿಂದ ಹತ್ತು ಮೈಲು ದೂರ ಅಷ್ಟೆ. ಅಲ್ಲಿಂದ ನಡೆದುಕೊಂಡೇ ಬಂದಿದ್ದಾರೆ. ಗಾಡಿ (ಎತ್ತಿನ ಗಾಡಿ) ಉಂಟಂತೆ. ಹೆಂಗಸರು ಹೋಗುವುದಿದ್ದರೆ ಗಾಡಿ ಕಟ್ಟುತ್ತಾರೆ. ಗಂಡಸರೆಲ್ಲಾ ನಡೆದೇ ಹೋಗಿ ಬರುತ್ತಾರೆ. ಅಣ್ಣ, ಒಬ್ಬ ತಮ್ಮ, ಅಪ್ಪ ಇದ್ದಾರೆ. ಅಮ್ಮ ಇಲ್ಲ, ಅಕ್ಕ ತಂಗಿಯರೂ ಇಲ್ಲ. ಅಣ್ಣನಿಗೆ ಮದುವೆಯಾಗಿ ಒಬ್ಬ ಮಗ ಇದ್ದಾನೆ. ಅಡಿಕೆ ತೋಟ ಗದ್ದೆ ಉಂಟು. ಊಟ, ಬಟ್ಟೆಗೆ ಕೊರತೆ ಆಗದು. ಹುಡುಗ ಗಟ್ಟಿ ಮುಟ್ಟಾಗಿದ್ದಾನೆ. ನೋಡಲಿಕ್ಕೂ ಚೆಂದವೇ ಇದ್ದಾನೆ. ನನಗೇನೂ ಈ ಸಂಬಂಧ ಆಗಬಹುದೆಂದು ತೋರುತ್ತದೆ.ಅವರಿಗೆ ಹುಡುಗಿ ಒಪ್ಪಿಗೆ ಎಂದು ಹೇಳಿಯೇ ಹೋಗಿದ್ದಾರೆ. ಅವರಿಗೂ ಮನೆ ಕೆಲಸ ಎಲ್ಲ ಮಾಡಬಲ್ಲ ಹುಡುಗಿಯೇ ಬೇಕಂತೆ. ನೀನು ದೇವಕಿಯನ್ನು ಕೇಳು. ಉಷಾನ ಗಂಡನಿಗೂ ಕಾಗದ ಹಾಕಿದ್ದೇನೆ. ಅವನ ಅಭಿಪ್ರಾಯವನ್ನೂ ತಿಳಿದು ಮತ್ತೆ ನಿಶ್ಚಯ ಮಾಡುವ" ಎಂದರು.

ನನ್ನ ನಿದ್ದೆ ದೂರ ಸರಿಯಿತು. ಮದುವೆ ಈಗಲೇ ಬೇಡವೆಂದು ಹಠ ಮಾಡುವುದೋ ಅಲ್ಲ ಸುಮಾರಾಗಿ ಎಲ್ಲ ಸರಿಹೊಂದುವ ಮತ್ತು ಎಲ್ಲರಿಗೂ ಸಮಾಧಾನವಾಗುವ ಈ ಮದುವೆಯನ್ನು ಒಪ್ಪಿಕೊಳ್ಳುವುದೊ? ಗೊತ್ತಾಗಲಿಲ್ಲ. ಅಕ್ಕನ ಗಂಡ ಮೇಷ್ಟ್ರು. ಇವನು ತೋಟ, ಗದ್ದೆ ನೋಡಿಕೊಂಡು ಮನೆಯಲ್ಲೇ ಇರುವುದಂತೆ ಅಡ್ಡಿಯಿಲ್ಲ. ಆದರೆ ನಾಲ್ಕಕ್ಷರ ಕಲಿತಿದ್ದರೆ ಒಳ್ಳೆಯದಿತ್ತು. ಅಕ್ಷರ ಏನು ತಿನ್ನಲಿಕ್ಕಾಗುತ್ತಾ ಅಂತ ಕೇಳುವವರಲ್ಲ ನಮ್ಮಪ್ಪ ಅಮ್ಮ ಇಬ್ಬರೂ. ಆದರೆ ಪರಿಸ್ಥಿತಿ ಅವರನ್ನು ಈ ಮದುವೆಗೆ ಒಪ್ಪಿಕೊಳ್ಳುವಂತೆ ಮಾಡಿತ್ತು. ನಾನೂ ಹೆಚ್ಚು ಆಲೋಚನೆ ಮಾಡಲಿಲ್ಲ. ಅಪ್ಪ ಅಮ್ಮ ಒಪ್ಪಿದರೆ ಸುಮ್ಮನೆ ಇರುವುದೆಂದು ನಿದ್ದೆ ಮಾಡಿದೆ. ಪುಣ್ಯಕ್ಕೆ ಮಲಗಿದ ಕೂಡಲೇ ನಿದ್ದೆ ಬರುತ್ತಿತ್ತು.

ಭಾವನೂ ಬೇಡವೆನ್ನಲಿಲ್ಲ. ಹುಡುಗನ ಕಡೆಯವರು ಒಪ್ಪಿದ್ದಾರೆಂದ ಮೇಲೆ ದಿನ ನೋಡಿ ಮದುವೆ ಮಾಡುವುದೇ ಉಳಿದಿದ್ದು. ತಮ್ಮಂದಿರ, ತಂಗಿಯ ಕೀಟಲೆಯಲ್ಲಿ ಬೇರೆ ಯೋಚನೆಯೇ ಬರುತ್ತಿರಲಿಲ್ಲ. ನಾನು ಇಲ್ಲಿಂದ ಎಲ್ಲರನ್ನು ಬಿಟ್ಟು ಬೇರೆ ಮನೆಗೆ ಹೋಗಬೇಕು. ಅಲ್ಲಿ ಹೊಂದಿಕೊಂಡು ಬಾಳಬೇಕು ಅಷ್ಟು ಗೊತ್ತಾಗಿತ್ತು. ಎಲ್ಲರನ್ನು ಬಿಟ್ಟು ಹೋಗುವುದು ಮಾತ್ರ ಕಷ್ಟವಾಗಿತ್ತು.ಬೇಕಾದಾಗ ಬಂದು ಹೋಗಿ ಮಾಡಬಹುದು. ನಡೆದು ಬರುವಷ್ಟೆ ದೂರ ಎಂಬುದು ಹಿರಿಯರ ಸಮಾಧಾನವಾಗಿತ್ತು.

ಮತ್ತೆ ಹುಡುಗನ ಮನೆ ನೋಡಲು ಅಪ್ಪ ಹೋಗಲಿಲ್ಲ. ಪರಿಚಯದವರಲ್ಲಿ ವಿಚಾರಿಸಿ ತಿಳಿದರು ಅಷ್ಟೆ. ಮಳೆಗಾಲ ಮುಗಿದ ಕೂಡಲೇ ಮದುವೆ ದಿನ ನಿಶ್ಚಯವಾಯ್ತು. ಮನೆ ಮುಂದೆ ಚಪ್ಪರ. ಅಕ್ಕ ಹದಿನೈದು ದಿನ ಮೊದಲೇ ಬಂದು ಅಮ್ಮನ ಸಹಾಯಕ್ಕೆ ನಿಂತಿದ್ದಳು. ಅವಳಿಗೂ ಕೈಕೂಸು ಆದರೂ ಮಕ್ಕಳನ್ನು ನಾನೂ ತಮ್ಮಂದಿರು, ತಂಗಿ ಎಲ್ಲರೂ ನೋಡಿಕೊಳ್ಳುತ್ತಿದ್ದೆವು. ಅಪ್ಪ ಒಟ್ಟಿಗೆ ನಾಲ್ಕಾರು ಸೀರೆ, ರವಿಕೆ, ಬಟ್ಟೆ, ಲಂಗ ಎಲ್ಲಾ ತಂದರು. ಪಂಚೆ, ಶಲ್ಯಗಳೂ ಬಂದವು. ನಮ್ಮ ಇಡೀ ವರ್ಷಕ್ಕಾಗುವ ಬಟ್ಟೆ ಇದರಿಂದ ಕಡಿಮೆಯೇ ಇತ್ತು. ತಮ್ಮಂದಿರು ತಮ್ಮ ತಮ್ಮ ಚಡ್ಡಿ, ಷರಟುಗಳ ಪ್ರದರ್ಶನ ಮಾಡಿ ಮದುವೆಗೆ ಹಾಕಲು ಬಟ್ಟೆ ಬೇಕೆಂದು ಅಮ್ಮನಲ್ಲಿ ಮನವಿ ಮಾಡಿದರು. ಅಪ್ಪ ಕೇಳಿಸಿಕೊಂಡರೆ ಬಯ್ಯುತ್ತಾರೆಂದು ಹೆದರಿಕೆ. ಅಮ್ಮ ನೋಡೋಣ ಬಾಕಿ ಎಲ್ಲ ಸಾಮಾನು ಹೊಂದಿಸಿ ದುಡ್ಡುಳಿದರೆ ಒಂದೊಂದು ಜೊತೆ ಚಡ್ಡಿ, ಷರಟು ತರುವ ಎಂದು ಸಮಾಧಾನಿಸಿದರು. ಭಾವ ಮಧ್ಯೆ ಬಂದು ಮದುವೆಯ ವ್ಯವಸ್ಥೆ ಬಗ್ಗೆ ಮಾತಾಡಿ ದುಡ್ಡು ಬೇಕಾದರೆ ಹೇಳಿ ಮಾವ ಎಂದು ಹೇಳಿದರು. ಮದುವೆಗೆಂದು ಅಕ್ಕನ ಮನೆಯಿಂದ ಒಂದು ಮುಡಿ ಅಕ್ಕಿಯೂ, ೧೦೦ ತೆಂಗಿನಕಾಯಿ ಬಂದಿತ್ತು. ಅಕ್ಕ ಏನೂ ಹೇಳಿದ್ದಳೋ ಗೊತ್ತಿಲ್ಲ. ಮದುವೆಗೆ ಒಂದು ವಾರ ಇರುವಾಗ ದರ್ಜಿಯೊಬ್ಬ ಮನೆಗೆ ಬಂದು ಎಲ್ಲಾ ಮಕ್ಕಳ ಬಟ್ಟೆಗಳ ಅಳತೆ ತೆಗೆದುಕೊಂಡು ಹೋಗಿದ್ದ. ಮದುವೆಗೆ ೨ ದಿನ ಇರುವಾಗ ಒಂದು ದೊಡ್ಡ ಬಟ್ಟೆಯ ಮೂಟೆ ಬಂತು. ಬಿಡಿಸಿ ನೋಡಿದರೆ ಚಡ್ಡಿ, ಶರ್ಟುಗಳು ಮತ್ತು ಒಂದು ಜತೆ ಲಂಗ ರವಿಕೆ ಇತ್ತು. ಮಕ್ಕಳು ಕುಣಿಯುತ್ತಾ ತಮ್ಮ ತಮ್ಮ ಅಳತೆಯದ್ದನ್ನು ಹುಡುಕಿ ತೆಗೆಯುತ್ತಿದ್ದರು. ಅಪ್ಪ ಬಂದು ಇದೇನು ಬಟ್ಟೆ ರಾಶಿ, ಎಲ್ಲಿಂದ ಬಂತು ಎಂದಾಗಲೇ ನಮಗೆಲ್ಲಾ ಅಕ್ಕನ ಕಿತಾಪತಿ ಗೊತ್ತಾಗಿದ್ದು.

೪ ದಿನದ ಮದುವೆ. ಮನೆ ಮುಂದಿನ ಚಪ್ಪರ ತುಂಬುವಷ್ಟು ನೆಂಟರೇ ಇದ್ದರು. ಮಳೆ ಬಾರದಿರಲಿ ಎಂದು ದೇವರಿಗೆ ಪ್ರಾರ್ಥನೆ ಸಲ್ಲಿಸಿದರು. ಅಮ್ಮ, ಅಕ್ಕ, ಅತ್ತೆಯಂದಿರು, ಅವರ ಮಕ್ಕಳು ಎಲ್ಲ ಸೇರಿ ಗೌಜೋ ಗೌಜು.ಮುಹೂರ್ತ ೧೦ ಗಂಟೆಗೆ. ದಿಬ್ಬಣ ಬೆಳಗ್ಗೆಯೇ ಬಂತು. ೪ ಗಂಟೆಗೆ ಹೊರಟು ೭ ಗಂಟೆಗೆಲ್ಲಾ ಬಂದು ತಲುಪಿದ್ದರು.ಹೆಂಗಸರು ಮಕ್ಕಳು ಮಾತ್ರ ಒಂದು ಗಾಡಿಯಲ್ಲಿ, ಉಳಿದವರು ನಡೆದುಕೊಂಡು ಬಂದಿದ್ದರು. ಮದುವೆಗೆ ಒಟ್ಟು ೧೦೦ ಜನ ಸೇರಿದ್ದರು. ಚತುರ್ಥಿ ಅದೂ ಇದೂ ಅಂತ ೪ ದಿನದ ಕಾರ್ಯಕ್ರಮ. ಗಂಡಿನ ಕಡೆಯ ಇಬ್ಬರು ಹೆಂಗಸರು ಉಳಿದುಕೊಂಡಿದ್ದರು. ಬಾಕಿಯವರೆಲ್ಲಾ ಉಂಡ ಕೂಡಲೇ ಗಾಡಿ ಕಟ್ಟಿದ್ದರು.

ಮತ್ತೇ ವರನ ಮನೆಗೆ ದಿಬ್ಬಣ. ನಮ್ಮಲ್ಲಿಂದಲೂ ಒಂದು ಗಾಡಿ ಹೊರಟಿತು. ಹೋಗಿದ್ದು ಕಾಡಿನ ನಡುವೆ ಸಾಗುವ ಒಂದು ದಾರಿಯಲ್ಲಿ. ಮಧ್ಯೆ ಸಣ್ಣ ತೋಡುಗಳು ಸುಮಾರಿದ್ದವು.

ಮನೆ ಏನೋ ಹೊಸದಾಗಿ, ದೊಡ್ಡದಾಗಿತ್ತು. ನೆಲಕ್ಕೆ ಹೊಸದಾಗಿ ಕೈಸಾರಣೆ ಮಾಡಿದ್ದರು. ಅಪ್ಪ ಅಮ್ಮನಿಗೆ ಸಮಾಧಾನವಿತ್ತು. ದಿಬ್ಬಣ, ಮರುವಾರಿ ಎಲ್ಲ ಗಮ್ಮತ್ತಾಗಿತ್ತು. ನಿಷೇಕದವರೆಗೂ ಇದ್ದ ಸಮಾಧಾನ ಪುನಃ ಗಂಡನ ಮನೆಗೆ ಹೊರಟಾಗ ಉಳಿಯಲಿಲ್ಲ. ಅಪ್ಪ, ಅಮ್ಮ, ತಮ್ಮ, ತಂಗಿಯರನ್ನು ಬಿಟ್ಟು ಹೊರಡುವ ಸಂಕಟ ಮಾತ್ರ ಉಳಿದಿತ್ತು. ಆದರೇನು ನಮ್ಮಿಷ್ಟದಂತೆ ಏನೂ ಇರಲಿಲ್ಲವಾಗಿ ಮೂಕ ಪ್ರಾಣಿಯಂತೆ ಗಂಡನ ಹಿಂದೆ ಬಂದೆ. ಅವರೂ ಹೆಚ್ಚು ಮಾತಾಡುತ್ತಿರಲಿಲ್ಲ. ಬೇಕು, ಬೇಡ, ಹೋಗು, ಬಾ ಇತ್ಯಾದಿಗಳಲ್ಲೇ ನಮ್ಮ ಸಲ್ಲಾಪಗಳೆಲ್ಲ ಮುಗಿಯುತ್ತಿತ್ತು.

ಅತ್ತೆಯವರು ಮೊದಲೇ ತೀರಿಕೊಂಡಿದ್ದರು. ಭಾವನವರ ಹೆಂಡತಿಯು ಅತ್ತೆಯವರ ಸ್ಥಾನದಲ್ಲಿದ್ದರು. ಅವರು ಹೇಳಿದ್ದನ್ನು ಮಾಡುತ್ತಿದ್ದೆ. ಗೊತ್ತಿಲ್ಲದ್ದನ್ನು ಕೇಳಿದರೆ ಹೇಳಿಕೊಡುತ್ತಿದ್ದರು. ಸ್ವಲ್ಪ ಸ್ವಲ್ಪವೇ ಕಲಿಯುತ್ತಿದ್ದೆ. ನಮ್ಮವರು ತಿಂಡಿ, ಊಟದ ಹೊತ್ತಿನಲ್ಲಿ ಮುಖ ತೋರಿಸುತ್ತಿದ್ದರು. ಉಳಿದಂತೆ ಅವರ ಸಮಯವೆಲ್ಲಾ ಆಚೀಚೆ ಮನೆಯವರಿಗೆ ನೆರವಾಗುವುದರಲ್ಲಿ ಕಳೆಯುತ್ತಿತ್ತು. ಗಂಡ ಏನು ಮಾಡಿದರೂ ವಿರೋಧಿಸಬಾರದು, ಹೊಂದಿಕೊಂಡು ಬಾಳಬೇಕು ಎಂದು ಅಮ್ಮ, ಅತ್ತೆ, ಅಕ್ಕ ಎಲ್ಲರೂ ಹೇಳಿ ಹೇಳಿ, ನಮ್ಮ ದಾಂಪತ್ಯ ಚೆನ್ನಾಗಿಯೇ ಸಾಗುತ್ತಿತ್ತು. ಯಾಕೆ, ಏನು ಎನ್ನುವ ಪ್ರಶ್ನೆಗಳೇ ಇರಲಿಲ್ಲ. ಮದುವೆಯಾದ ಹೊಸದರಲ್ಲಿ ಸಮ್ಮಾನಕ್ಕೆ ಅಜ್ಜನ ಮನೆಗೆ ಅತ್ತೆ ಮನೆಗೆ ಕರೆದವರ ಮನೆಗೆಲ್ಲಾ ಹೋಗಿಬಂದೆವು.ಪಾಯಸ ತಿಂದು ತಿಂದು ಸುಸ್ತಾಗಿದ್ದೆ. ಅಪ್ಪನ ಮನೆಗೆ ಹೋಗುವ ಆಸೆ ಅಗುತ್ತಿತ್ತು. ನಾನು ಕೇಳುವ ಮದಲೇ ಅಕ್ಕನ ಆದೇಶವಾಗಿತ್ತು. ಆಟಿ ಸಮ್ಮಾನಕ್ಕೆ ಅಪ್ಪನ ಮನೆಗೆ ಹೋಗಬಹುದೆಂದು. ನಮ್ಮೂರಿಗೆ ಬಸ್ಸು ಇರಲಿಲ್ಲ. ಆದರೆ ವಾರದಲ್ಲಿ ಒಂದು ದಿನ ಒಂದು ಲಾರಿ ಬರುತ್ತಿತ್ತು. 'ವೆಂಕಟ್ರಮಣ' ಅದರ ಹೆಸರು. ಶುಕ್ರವಾರ ಬರುತ್ತಿತ್ತೆಂದು ನೆನಪು. ಆ ದಿನ ಎಲ್ಲಿಗಾದರೂ ಹೋಗಬೇಕಾದರೆ ಲಾರಿಯನ್ನು ಕಾದು ಅದರಲ್ಲಿ ಹೋಗುತ್ತಿದ್ದರು. ಸುಬ್ರಹ್ಮಣ್ಯದಿಂದ ಪುತ್ತೂರಿಗೆ ಒಂದು ಬಸ್ಸು ಇತ್ತು. ಅದೂ ಬೇಸಿಗೆಯಲ್ಲಿ ಮಾತ್ರ.ಆಗ ಹೊಳೆಗೆ ಸಂಕಇರಲಿಲ್ಲ.ಒಂದು ದಾರಿಯಲ್ಲಿ ಮಾತ್ರ ಮಳೆಗಾಲವೂಬಸ್ಸು ಹೋಗುತ್ತಿತ್ತು. ಕಡಬ, ಉಪ್ಪಿನಂಗಡಿಯಾಗಿ, ಪುತ್ತೂರು, ಮಂಗಳೂರಿಗೆ ಹೋಗುತ್ತಿತ್ತು. ಅಲ್ಲಿನ ಸೇತುವೆಗಳನ್ನು ಬ್ರಿಟಿಷ್ ಸರಕಾರವೇ ಕಟ್ಟಿಸಿರಬೇಕು. ತಮ್ಮ ಅನುಕೂಲಕ್ಕಾಗಿ ನಮಗೆ ಆಟಿ ಸಮ್ಮಾನಕ್ಕೆ ಹೋಗಲು ಲಾರಿ ಬರುವ ದಿನವೇ ಹೊರಟೆವು. ಆದರೆ ಅದು ಬಂದದ್ದೇ ಸಾಯಂಕಾಲ ಹೋಗಿ ತಲುಪಿದಾಗ ರಾತ್ರಿಯಾಗಿತ್ತು. ಆದರೆ ನನಗೆ ಏಳು ಎಂಟು ಮೈಲು ನಡೆಯುವ ಪ್ರಸಂಗ ತಪ್ಪಿ ಹೋಗಿತ್ತು. ಆದರೆ ವಾಪಸ್ಸು ಬರುವಾಗ ಲಾರಿ ಸಿಗಲಿಲ್ಲ. ಅಂದರೆ ನಾವು ಬುಧವಾರವೇ ಹೊರಟಿದ್ದೆವು. ಶುಕ್ರವಾರದವ-ರೆಗೆ ಕಾಯುವುದು ಬೇಡವೆಂದಿದ್ದರು ಮನೆಯಲ್ಲಿ. ಅಪ್ಪ ಅಮ್ಮ ಮಕ್ಕಳನ್ನೆಲ್ಲಾ ಬಿಟ್ಟು ಹೊರಟ ಬೇಸರದ ಜೊತೆಗೆ ನಡೆದು ನಡೆದು ಸಾಕಾಗಿ ಹೋಗಿತ್ತು. ಎರಡು ದಿನ ತಂಗಿ ತಮ್ಮಂದಿರೊಡನೆ ಮೊದಲಿನಂತೆ ಹರಟೆ, ನಗು ಎಂದು ಹಾಯಾಗಿದ್ದೆ. ಯಜಮಾನರು ಮಕ್ಕಳೊಡನೆ ಸರಾಗವಾಗಿ ಬೆರೆಯುತ್ತಿದ್ದರು. ಅಳಿಯತನದ ಬಿಗುಮಾನವೇ ಇರಲಿಲ್ಲ. ಆದ್ದರಿಂದ ನನಗೂ ನಿರಾಳವಾಗಿತ್ತು.

ಮನೆಯಲ್ಲಿ ಮಾವನವರಿದ್ದರು. ಅತ್ತೆ ಬೇಗನೇ ತೀರಿಕೊಂಡಿದ್ದರು. ಮಕ್ಕಳನ್ನು ಮಾವನೇ ಸಾಕಿದ್ದಂತೆ. ಮೂರು ಗಂಡು ಮಕ್ಕಳ ಜೊತೆ ಒಂದು ಹೆಣ್ಣು ಮಗುವೂ ಇತ್ತಂತೆ. ಆದರೆ ಹೆಣ್ಣು ಮಗು ಬೇಗನೇ ಸತ್ತು ಹೋಗಿತ್ತು. ಅಷ್ಟು ಜನರನ್ನು ಮಾವನೇ ಸಾಕಿದ್ದರು. ಈಗ ವಯಸ್ಸಾಗಿ, ಕಣ್ಣು ಸ್ವಲ್ಪ ಮಂಜಾಗಿದ್ದರೂ ಆರೋಗ್ಯವಾಗಿದ್ದರು. ತಮ್ಮ ಪಾಡಿಗೆ ತಾವು ಇರುತ್ತಿದ್ದರು. ಒಂದು ದೊಣ್ಣೆ ಯಾವಾಗಲೂ ಕೈಯಲ್ಲಿ ಇರುತ್ತಿತ್ತು. ವ್ಯವಹಾರವೆಲ್ಲಾ ಭಾವನವರು ನೋಡಿಕೊಳ್ಳುತ್ತಿದ್ದರು. ನಮ್ಮವರು ಸ್ವಲ್ಪ ಆರಾಮದ ಜೀವನ ಬಯಸುತ್ತಿದ್ದರು. ಕಷ್ಟದ ದುಡಿಮೆ ಮಾಡುತ್ತಿರಲಿಲ್ಲ. ಹಾಗೆಂದು ತೀರ ಸೋಂಬೇರಿಯಲ್ಲ. ಊರಿಗೆಲ್ಲಾ ಬೇಕಾದವರಾಗಿದ್ದರು. ಯಾರು ಏನು ಕೆಲಸ ಹೇಳಿದರೂ ಮಾಡಿಕೊಡುತ್ತಿದ್ದರು. ತೀರ ಬೇಸರವಾದಾಗ ಹೇಳಿದರೆ ಅಪ್ಪನ ಮನೆಗೆ ಕರೆದುಕೊಂಡು ಹೋಗುತ್ತಿದ್ದರು. ಆದರೆ ಹತ್ತು ಮೈಲಿನಡೆಯಬೇಕಾಗಿತ್ತು. ಹೋಗುವಾಗ ನಡೆದೇ ಹೋಗುತ್ತಿದ್ದೆವು. ಅಪ್ಪನ ಮನೆಗೆ ಹೋಗುವ ಖುಷಿಯಲ್ಲಿ ದಾರಿ ಬೇಗ ಸವೆಯುತ್ತಿತ್ತು. ವಾಪಸ್ಸು ಬರುವಾಗ ಲಾರಿ ಬರುವ ದಿನವೇ ನೋಡಿ ಹೊರಡುತ್ತಿದ್ದೆವು. ಶಾಲೆಗೆ ರಜೆ ಸಿಕ್ಕಿದಾಗ ತಮ್ಮ ತಂಗಿ ಎಲ್ಲಾ ಒಂದೊಂದು ದಿನ ಬಂದು ಹೋಗುತ್ತಿದ್ದರು. ಆದರೂ ನಿಮ್ಮೂರಿಗೆ ನಡೆದೇ ಸಾಕಾಗುತ್ತದೆಯಪ್ಪಾ ಎಂಬ ಉದ್ಗಾರವಿರುತ್ತಿತ್ತು.

ಮೊದಲಸಲ ಬಸುರಿಯಾದಾಗ ಅಕ್ಕನ ಉಪದೇಶಗಳು ಜಾಸ್ತಿಯಾದವು. ಪಪ್ಪಾಯಿ ತಿನ್ನಬೇಡ, ನಿಧಾನವಾಗಿ ನಡೆ. ಅದೂ ಇದೂ ನನಗೆ ಹಿತವನ್ನೇ ಹೇಳುತ್ತಿದ್ದಳು. ಎಲ್ಲರಿಗೂ ಸಂತೋಷವಾಗಿತ್ತು. ೭ನೇ ತಿಂಗಳಲ್ಲಿ ಒಂದು ಸತ್ಯನಾರಾಯಣ ಪೂಜೆ ಮಾಡಿ ಹೊಸ ಸೀರೆ ಉಡಿಸಿ ಅಮ್ಮ, ಅಪ್ಪನೊಡನೆ ತವರಿಗೆ ಕಳಿಸಿಕೊಟ್ಟಿದ್ದರು. ಆಗಲೂ ನಡೆದೇ ಹೋಗಿದ್ದು. ಗಾಡಿಯಲ್ಲಿ ಕುಲುಕಾಟ ಹೆಚ್ಚು. ಲಾರಿಗೆ ಹೊತ್ತು ಗೊತ್ತಿಲ್ಲ. ನಿಧಾನವಾಗಿ ನಡೆಯುವುದೆಂದಾಯಿತು. ದಾರಿಯಲ್ಲಿ ತಿನ್ನಲು ಬಾಳೆಹಣ್ಣು, ಅವಲಕ್ಕಿ, ಬೆಲ್ಲ ಕಟ್ಟಿ ಕೊಟ್ಟರು. ನೀರು ತೆಗೆದುಕೊಂಡು ಹೋಗುವ ಕ್ರಮ ಇರಲಿಲ್ಲ. ದಾರಿಯುದ್ದಕ್ಕೂ ಸಣ್ಣ ಸಣ್ಣ ತೊರೆಗಳಿದ್ದವು. ಯಾವುದೋ ಒಂದು ತೊರೆಯಲ್ಲಿ ಕಲ್ಲಿನ ಮೇಲೆ ಕುಳಿತು ತಂದಿದ್ದನ್ನು ತಿಂದು ತೊರೆಯ ನೀರನ್ನೇ ಬೊಗಸೆಯಲ್ಲಿ ತೆಗೆದು ಬೇಕಾದಷ್ಟು ಕುಡಿದೆವು. ಆಗ ಹರಿಯುವ ನೀರು ಶುದ್ಧವೆಂದೇ ತಿಳಿದಿದ್ದರು. ಎಲ್ಲರೂ ಅದನ್ನೇ ಕುಡಿಯುತ್ತಿದ್ದರು. ಜ್ವರ ಬಂದವರಿಗೆ, ಬಾಣಂತಿಗೆ ಮಾತ್ರ ನೀರು ಕುದಿಸಿ ಕೊಡುತ್ತಿದ್ದರು. ಹಾಂ. ಬಾಣಂತಿಗೆ ನೀರು ಕೊಡುತ್ತಲೇ ಇರಲಿಲ್ಲ.ದಿನಕ್ಕೆ ಎರಡು ಗ್ಲಾಸು ಕಾಫಿಯೆಂಬ ಹೆಸರಿನ ಬಿಸಿನೀರನ್ನು ಮಾತ್ರ ಕೊಡುತ್ತಿದ್ದರು.

ಹೆಣ್ಣು ಮದುವೆಯಾಗಿ ಬಸಿರಾಗಿ ಹೆರಿಗೆ ಬಾಣಂತನಕ್ಕೆಂದು ಅಪ್ಪನ ಮನೆಗೆ ಬಂದಾಗ ಅಲ್ಲಿನ ಸುಖ, ಸಂತೋಷ ಹೇಳಲು ತಿಳಿಯುವುದಿಲ್ಲ. ಅನುಭವಿಸಿಯೇ ಅರಿಯಬೇಕು. ತಮ್ಮ ತಂಗಿಯರಿಗೆ, ಅಕ್ಕ ಬಂದಿರುವುದೇ ದೊಡ್ಡ ಖುಷಿ. ಹರಟೆ, ಚರ್ಚೆ ಜೊತೆಗೆ ಬಸುರಿಗೆ ಆಸೆಯೆಂದು ಏನಾದರೂ ತಿಂಡಿ ಮಾಡುತ್ತಿದ್ದರು. ಅದರಲ್ಲಿ ಪಾಲು ಪಡೆಯುವ ಗಲಾಟೆ ಮತ್ತೆ ಅಕ್ಕನಿಗೆ ಕೊಟ್ಟು ಉಳಿದುದರಲ್ಲಿ ತಮಗೆ ಸಾಕೆಂದು ಉದಾರ ಭಾವ. ಅಪ್ಪ ಮನೆಯಲ್ಲಿರುವಷ್ಟು ಹೊತ್ತು ಹೆಚ್ಚು ಗಲಾಟೆ ಇರುತ್ತಿರಲಿಲ್ಲ. ಅಪ್ಪ ದಾಟಿದ ಕೂಡಲೇ ಶುರುವಾಗುತ್ತಿತ್ತು ಪಂಚಪಾಂಡವರ ವಾಗ್ವಾದ ವಿವಾದಗಳು. ದೂರುಗಳೆಲ್ಲ ಅಮ್ಮನ ಬಳಿ

ನಡೆಯುತ್ತಿರಲಿಲ್ಲ. ತಿಂದದ್ದು ಜಾಸ್ತಿ ಆಯ್ತು, ಅದಕ್ಕೆ ಸೊಕ್ಕು ನಿಮಗೆ ಎಂದು ಬೈದು ಓಡಿಸುತ್ತಿದ್ದಳು. ನ್ಯಾಯ ತೀರ್ಮಾನಕ್ಕೆಂದು ಕುಳಿತು ಕೇಳುತ್ತಿದ್ದೆ. ದೂರುಗಳೆಂದರೆ ನನ್ನ ಪೆನ್ನು ಗಿರಿ ತೆಗೆದ ಎಂದೊ, ನನ್ನ ಪುಸ್ತಕ ಹರಿ ಹರಿದು ಹಾಕಿದ ಎಂದೊ ಇರುತ್ತಿತ್ತು. ಹತ್ತು ಗಂಟೆಗೆ ಅಮ್ಮ ಒಬ್ಬೊಬ್ಬರೇ ಸ್ನಾನ ಮಾಡಿ ಎಂದರೆ ೧೧ ೧/೨ ವರೆಗೆ ಯಾರೂ ಹೊರಡುತ್ತಿರಲಿಲ್ಲ. ದೊಡ್ಡ ತಮ್ಮ ಅಮ್ಮನಿಗೆ ಸಹಾಯವಾಗಿ ಗುಡಿಸಿ, ನೀರು ತುಂಬಿ ಸ್ನಾನಕ್ಕೆ ಹೊರಟ ಕೂಡಲೇ ಎಲ್ಲರೂ ನಾ ಮುಂದೆ ತಾ ಮುಂದೆ ಎಂದು ಹೊರಡುತ್ತಿದ್ದರು. ಗೌಜಿ ನೋಡಿದವರು ಈಗ ಹೊಡೆದಾಟವಾಗುತ್ತದೆ ಎಂದುಕೊಳ್ಳಬೇಕು ಹಾಗಿರುತ್ತದೆ ಜಗಳದ ಪರಿ. ಆದರೆ ಅಣ್ಣ ಸ್ವರ ತೆಗೆದರೆ ಎಲ್ಲ ತಣ್ಣಗಾಗುತ್ತಿದ್ದರು.

ಅಪ್ಪನೂ ಈಗ ನನ್ನ ಬಗ್ಗೆ ಹೆಚ್ಚು ಕಾಳಜಿ ವಹಿಸುತ್ತಿದ್ದರು. ಯಾರ ಕೈಲೋ ಕೇಳಿ ಬಾಳೆಗೊನೆ, ಬೊಂಡ ಎಲ್ಲ ತರಿಸುತ್ತಿದ್ದರು. ಒಳ್ಳೆ ನೆಟ್ಟಿಕಾಯಿ ಕಂಡರೆ ತಂದುಬಿಡುತ್ತಿದ್ದರು. ದೇವಕ್ಕಂಗೆ ಎಂತ ಬೇಕು ಕೇಳಿ ಮಾಡು ಎಂದು ಹೇಳುತ್ತಿದ್ದರು. ವಿಶೇಷವಾದ ತಿಂಡಿಗಳನ್ನು ಮಾಡಿಸುತ್ತಿದ್ದರು. ತಮ್ಮ ತಂಗಿಯರೂ ನನಗೆ ನೈವ್ಯೇದ್ಯ ಮಾಡಿಯೇ ಸ್ವಾಹಾ ಮಾಡುವಷ್ಟು ಉದಾರಿಗಳಾಗಿದ್ದರು. ಆದರೆ ದಿನವೂ ತಿಂಡಿ ಮಾಡಲು ಅಮ್ಮನ ಕೈಲಾಗುತ್ತಿರಲಿಲ್ಲ. ಮಾಡಿದ್ದರಲ್ಲಿ ನನಗೆ ನಾಳೆಗೆ ಸ್ವಲ್ಪ ಮುಚ್ಚಿಟ್ಟು ಉಳಿದುದ್ದನ್ನು ಹಂಚಿ ಬಿಡುತ್ತಿದ್ದರು.ಆಗಲೂ ಗಲಾಟೆ ನನಗೆ ಕಡಿಮೆ, ಅವನು ತುಂಬಾ ತೆಗೆದುಕೊಂಡ, ಅವಂದು ತಿಂದಾಯ್ತು ಪುನಃ ಕೊಡಬೇಡ ಇತ್ಯಾದಿ.

ಅಕ್ಕ ಭಾವನೂ, ಮಕ್ಕಳೂ ಬಂದು ಹೋಗಿದ್ದರು. ಅಕ್ಕ ಒಂದಷ್ಟು ತಿಂಡಿ ಮಾಡಿ ತಂದಿದ್ದಳು. ಆಗಿನ ತಿಂಡಿಗಳೆಂದರೆ ಚಕ್ಕುಲಿ, ತಂಬಿಟ್ಟು, ಹಪ್ಪಳ, ಸಂಡಿಗೆ, ರವೆಉಂಡೆ ಇತ್ಯಾದಿ. ಹೋಳಿಗೆ, ಲಾಡು ಎಲ್ಲ ದೊಡ್ಡವರ ಮದುವೆಗಳಲ್ಲಿ ಮಾತ್ರ ಕಾಣುವಂತಹುದಾಗಿತ್ತು. ಅದೂ ಎಲ್ಲರೂ ಒಟ್ಟಾಗಿರುವ ಮನೆಯಿಂದ ತಾನೇ ಮಾಡಿದರೂ ತರಲು ಅಕ್ಕನ, ಹಿರಿಯರ ಅನುಮತಿ ಬೇಕಾಗಿತ್ತು. ಅಕ್ಕ ಒಂದು ತಿಂಗಳಿದ್ದು ಅಮ್ಮನಿಗೆ ತುಂಬಾ ಸಹಾಯವಾಗುತ್ತಿತ್ತು. ತಂಗಿ ಸಣ್ಣವಳಾಗಿದ್ದುದರಿಂದ ಮಕ್ಕಳೊ-ಟ್ಟಿಗೆ ಆಟದಲ್ಲೇ ಇರುತ್ತಿದ್ದಳು. ಅಕ್ಕ ಅಮ್ಮ ಸೇರಿ ಮನೆಗೆಲಸ ಹಗುರ ಮಾಡಿಕೊಳ್ಳುತ್ತಿದ್ದರು. ಸಣ್ಣ ಪುಟ್ಟ ಕೆಲಸ ನಾನೂ ಮಾಡುತ್ತಿದ್ದೆ. ಮಾತುಕತೆ ಎಲ್ಲ ಇದ್ದು ತುಂಬಾ ಸಂತೋಷವಾಗಿದ್ದೆ.ಹೆರಿಗೆ ನೋವು ಬಂದಾಗ ಪೊನ್ನಕ್ಕ ಎಂಬ ಹೆಂಗಸನ್ನು ಅಪ್ಪ ಕರೆಸಿದ್ದರು. ಅಮ್ಮ,ಅಕ್ಕನಿಗೂ ಅವರೇ ಹೆರಿಗೆ ಬಾಣಂತನ ಎಲ್ಲ ಮಾಡಿಸಿದ್ದು.ಆಗ ಎಲ್ಲ ಮನೆಯಲ್ಲೇ ಹೆರಿಗೆಯಾಗುತ್ತಿತ್ತು. ನುರಿತ ಸೂಲಗಿತ್ತಿಯರು ಬಂದು ಹೆರಿಗೆ ಮಾಡಿಸುತ್ತಿದ್ದರು. ನಲವತ್ತು ದಿನಗಳ ಬಾಣಂತನವನ್ನೂ ಮಾಡುತ್ತಿದ್ದರು. ಅವರಿಗೆ ಸೀರೆ, ರವಿಕೆ ಬಟ್ಟೆ, ಅಕ್ಕಿಯೊ, ದುಡ್ಡೊ ಕೊಡುತ್ತಿದ್ದರು. ಬೇರೆ ಕೆಲವೆಡೆಗಳಲ್ಲಿ ಬಾಣಂತಿಗೆ ಮದ್ದು, ಲೇಹ್ಯಗಳನ್ನೂ ಅವರೇ ಮಾಡಿಕೊಡುತ್ತಿದ್ದುದು. ನಮ್ಮಲ್ಲಿ ಅಪ್ಪನೇ ವೈದ್ಯರಾದುದರಿಂದ ಮದ್ದು, ಲೇಹ್ಯ ಇತ್ಯಾದಿಗಳನ್ನು ಅವರೇತಂದು ಕೊಡುತ್ತಿದ್ದರು. ಸುಮಾರು ೧/೨ ದಿನ ನೋವು ತಿಂದು ಹೆಣ್ಣು ಮಗುವಿನ ತಾಯಾದೆ. ಮಗು ಬೆಳ್ಳಗೆ ಚೆಂದಾಗಿದೆ ಎಂದು ಪೊನ್ನಮ್ಮ ಹೇಳಿದರು. ಅಮ್ಮ ಬಟ್ಟೆಯಲ್ಲಿ ಸುತ್ತಿದ್ದ ಮಗುವನ್ನು ತಂದು ಹಾಲು ಕುಡಿಸಲು ಹೇಳಿದರು. ಬಸಿರಲ್ಲೇ ಹಾಲು ಕುಡಿಸುವ ಕ್ರಮ ತೆಗೆದುಕೊಳ್ಳಬೇಕಾದ

ಜಾಗ್ರತೆ ಎಲ್ಲ ಹೇಳಿದ್ದರು. ಆದರೂ ಒಂಥರಾ ನಾಚಿಕೆಯಾಗುತ್ತಿತ್ತು. ಅಮ್ಮ ಬಯ್ದರು, ಮಗು ಹೆತ್ತುದೇ ಉಂಟಂತೆ ಹಾಲು ಕುಡಿಸಲು ಎಂತ ನಾಚಿಕೆ ಎಂದು. ಮಗು ಹಾಲು ಹೀರಲಾರಂಭಿಸಿದ ಮೇಲೆ ಹಾಯೆನಿಸಿತು. ಹಾಲು ತುಂಬಿ ಸಣ್ಣಗೆ ನೋವಾಗುತ್ತಿತ್ತು. ಹಾಲು ಹೀರಿದಾಗ ಹಿತವಾದರೂ ಸಣ್ಣ ಮಗು ಕುಡಿಯುತ್ತಲೇ ನಿದ್ರೆಗೆ ಜಾರುತ್ತಿತ್ತು. ಅದೂ ಮಲಗಿಸಿ ಮಲಗಿಯಾಗುವಾಗ ಉಚ್ಚೆಮಾಡಿ ಎದ್ದು ಅಳುತ್ತಿತ್ತು. ಮತ್ತೆ ಹಾಲು ಕುಡಿಸುವುದು, ನಿದ್ದೆ ಮಾಡುವುದು ಇಡೀ ದಿನ ಇದೇ ದೊಡ್ಡ ಕೆಲಸವಾಗಿತ್ತು. ಪುಣ್ಯಕ್ಕೆ ಅಕ್ಕ ಇದ್ದುದರಿಂದ ಉಚ್ಚೆಬಟ್ಟೆ ಬದಲಿಸಿ ಮಲಗಿಸುವುದು, ಎತ್ತಿ ಕೊಡುವುದು ಮಾಡುವುದು ನನಗೆ ಸುಲಭವಾಯ್ತು. ಕುಳಿತೇ ಹಾಲು ಕೊಡಬೇಕು, ಮಲಗಿ ಕೊಡಬಾರದು ಎಂದು ಅಮ್ಮನ ಕಟ್ಟಾಜ್ಞೆ. ಮಲಗಿ ಕೊಡುವಾಗ ಮಗುವಿನ ಮೂಗು ಬಾಯಿ ಒತ್ತಿ ಹೋಗಬಹುದು ನಾನೂ ನಿದ್ದೆ ಮಾಡಿದರೆ ಮಗುವಿನ ಕತೆ ಏನು ಎಂದು ಅವ್ರ ಆತಂಕ. ಎಲ್ಲರಿಗೂ ಕೈತುಂಬಾ ಕೆಲಸ ಇರುತ್ತಿತ್ತು. ಸಾಧ್ಯವಾದಷ್ಟು ಹೊತ್ತು ಸೀತೆ ಮಗುವಿನ ಹತ್ತಿರವೇ ಇರಬೇಕೆಂದು ಹೇಳಿದ್ದರು.

ದೊಡ್ಡ ತಮ್ಮ ಓದು ಮುಗಿಸಿ ಕೆಲಸಕ್ಕೆ ಸೇರಿದ್ದ. ಪೇಟೆಯಲ್ಲಿ ಕೋಣೆ ಬಾಡಿಗೆಗೆ ಮಾಡಿಕೊಂಡು ಅತ್ತೆ ಮಗನೂ, ಇವನೂ ಇದ್ದರು. ಶನಿವಾರ ಮನೆಗೆ ಬಂದು ಆದಿತ್ಯವಾರ ಮಧ್ಯಾಹ್ನದ ನಂತರ ಹೋಗುತ್ತಿದ್ದರು. ಇನ್ನಿಬ್ಬರು ಡಿಗ್ರಿ ಕಾಲೇಜು ಓದುತ್ತಿದ್ದರು. ನೆಂಟರ ಮನೆಗಳಲ್ಲಿ ಇದ್ದುಕೊಂಡು ಓದುವುದು. ಸೀತೆ, ಇಬ್ಬರು ತಮ್ಮಂದಿರು ಊರ ಶಾಲೆಗೆ ಹೋಗುತ್ತಿದ್ದರು. ಬೆಳಿಗ್ಗೆ ಎದ್ದ ಕೂಡಲೇ ಒಮ್ಮೆ ಶಾಲೆಗೆ ಹೊರಡುವ ಮೊದಲೊಮ್ಮೆ ಮಗುವಿನ ದರ್ಶನ ಮಾಡಿ ಹೋಗುತ್ತಿದ್ದರು. ಶಾಲೆಯಿಂದ ಬಂದ ಕೂಡಲೇ ಚೀಲ ಅತ್ಲಾಗಿಬಿಸಾಕಿ, ಕೈಕಾಲು ಮುಖ ತೊಳೆದು (ಹಾಗೇ ಬಂದರೆ ಅಮ್ಮ ಸಹಸ್ರನಾಮಾರ್ಚನೆ ಮಾಡುತ್ತಿದ್ದರು) ಬಂದು ಮಗುವಿನ ಹತ್ತಿರ ಕುಳಿತರೆ ತಿಂಡಿ ತಿನ್ನುವುದೂ ಮುಖ್ಯವಾಗಿರಲಿಲ್ಲ.ಕೈ ನೋಡು, ಕಾಲು ನೋಡು, ಕಣ್ಣು ಪಿಳಿ-ಪಿಳಿ ಮಾಡುತ್ತೆ ಅಂತೆಲ್ಲಾ ಮಾತಾಡುತ್ತಾ ಹೊಟ್ಟೆ ಚುರುಗುಟ್ಟುವಾಗ ಎದ್ದು ಹೋಗುತ್ತಿದ್ದರು. ಮತ್ತೆ ಬರೆ ಓದು, ಮಾತು, ಜಗಳ, ಊಟ ಮುಗಿಸಿ ಮಲಗುವ ಮೊದಲೊಮ್ಮೆ ಬಂದು ಯೋಗಕ್ಷೇಮ ವಿಚಾರಿಸಿ ಹೋಗುತ್ತಿದ್ದರು.

ಹನ್ನೊಂದು ದಿನಗಳ ವೃದ್ಧಿ ಸೂತಕ ಇರುತ್ತದೆ. ಹನ್ನೊಂದನೇ ದಿನ,(ಗಂಡಾದರೆ ಹನ್ನೊಂದು) ಶುದ್ಧ ಪುಣ್ಯಾಹ ಮಾಡಿಸಿದರು. ಮನೆಯಿಂದ ಮಾವ, ಇವರು, ಮೈದುನ, ಅಕ್ಕ, ಮಕ್ಕಳು ಬಂದಿದ್ದರು. ಅವರ ಪುಣ್ಯಕ್ಕೆ ಗಾಡಿಗೆ ಪೇಟೆಯಿಂದ ಸಾಮಾನು ತರುವ ಕೆಲಸ ಇದ್ದುದರಿಂದ ಅದರಲ್ಲೇ ಹೇಗೋ ಸುಧಾರಿಸಿಕೊಂಡು ಎಲ್ಲರೂ ಬಂದಿದ್ದರು. ಭಾವನವರು ಮಾತ್ರ ನಡೆದೇ ಬಂದಿದ್ದರು. ಅವರು ಎಲ್ಲಿಗೆ ಹೋಗಬೇಕಾದರೂ ನಡೆದೇ ಹೋಗುತ್ತಿದ್ದರು. ಹೊಳೆಯನ್ನು ಈಜಿಯೇ ದಾಟುತ್ತಿದ್ದರು. ಆಗ ಊರಿನಲ್ಲಿ ಯಾವ ಹೊಳೆಗೂ ಸಂಕ ಇರಲಿಲ್ಲ. ಮಳೆಗಾಲದಲ್ಲಿ ತೆಪ್ಪ(ಪಿಂಡಿ) ಇರುತ್ತಿತ್ತು. ಅದನ್ನು ಆ ಕಡೆಯಿಂದ ಈ ಕಡೆಗೆ ನಡೆಸುವುದಕ್ಕೆ ಒಬ್ಬರು ಇರುತ್ತಿದ್ದರು.ಅವರಿಗೆ ಒಂದಾಣೆಯೋ ಎರಡಾಣೆಯೋ ಕೊಡುತ್ತಿದ್ದರು. ಬೇರೆ ಸಮಯದಲ್ಲಿ ಅವರೂ ತೋಟ, ಗದ್ದೆಕೆಲಸ, ಕೂಲಿಕೆಲಸ ಎಲ್ಲ ಮಾಡುವವರೇ.ಅವರ ಮನೆ ಹೊಳೆಯ ಹತ್ತಿರವೇ ಇರುತ್ತಿತ್ತು.ನಮ್ಮಲ್ಲಿಂದ ಸುಬ್ರಹ್ಮಣ್ಯಕ್ಕೆ ಹೋಗಬೇಕಾದರೆ ಒಂದು

ಹೊಳೆ ದಾಟಬೇಕಿತ್ತು.ಮಳೆಗಾಲದಲ್ಲಿ ಎಲ್ಲರೂ ತೆಪ್ಪದಲ್ಲಿ ದಾಟಿದರೆ, ಭಾವನವರು ಬಟ್ಟೆಯನ್ನೆಲ್ಲ ಗಂಟು ಕಟ್ಟಿ ತಲೆಯ ಮೇಲೆ ಇಟ್ಟುಕೊಂಡು ಈಜಿಯೇ ದಾಟುತ್ತಿದ್ದರು. ಮತ್ತೆ ರಾತ್ರಿಯಲ್ಲಿಯೂ ಯಾವ ಪ್ರಾಣಿಗೂ ಹೆದರದೆ ಕೈಯಲ್ಲಿ ಸೂಟೆ ಹಿಡಿದುಕೊಂಡು ನಡೆದು ಬರುತ್ತಿದ್ದರು ಅಡಿಕೆ ಮರದ ತಟ್ಟೆಗಳನ್ನು ಸಪೂರಕ್ಕೆ ಸಿಗಿದು ಅವನ್ನು ಒಟ್ಟು ಸೇರಿಸಿ ಕಟ್ಟಿ ಅದರ ತುದಿಗೆ ಬಟ್ಟೆ ಸುತ್ತಿ ಎಣ್ಣೆ ಹೊಯ್ದು ಸೂಟೆ ಮಾಡುತ್ತಾರೆ. ಅದನ್ನು ಹೊತ್ತಿಸಿ ಹಿಡಿದು ಕೊಂಡರೆ ಯಾವ ಪ್ರಾಣಿಯೂ ಹತ್ತಿರ ಬರುವುದಿಲ್ಲವಂತೆ.

ಭಾವನವರಿಗೆ ಗಂಡು ಮಕ್ಕಳೇ ಇದ್ದು ಸಹಜವಾಗಿ ಈ ಹೆಣ್ಣು ಮಗುವಿನ ಮೇಲೆ ಪ್ರೀತಿ ಉಂಟಾಗಿತ್ತು. ನೋಡಿ ಮಾತನಾಡಿಸಿ ಮಗುವಿನ ತಲೆಗೆ ಅಕ್ಷತೆ ಹಾಕಿ ಜೇನು ನೆಕ್ಕಿಸಿ ಆಶೀರ್ವಾದ ಮಾಡಿದರು. ಅಕ್ಕನೊ ಎತ್ತಿ ಮಾತಾಡಿಸಿ ಚೀ ಕಳ್ಳಿ ಎಂದು(ಬಹುಷಃ ಪ್ರೀತಿ ಕದ್ದವರೆಂದು ಮಕ್ಕಳಿಗೆ ಛೀ ಕಳ್ಳ, ಛೀ ಕಳ್ಳಿ ಎಂದು ಪ್ರೀತಿಯಿಂದ ಬಯ್ಯುವುದಿರಬೇಕು.) ಜೇನು ನೆಕ್ಕಿಸಿ ನೆಟಿಕೆ ಮುರಿದರು. ಮಗುವಿನ ಕೈಗೆ ಒಂದಾಣೆ ಇಟ್ಟು ಮುಷ್ಠಿಮಾಡಿದರು. ಅದನ್ನು ಮಗು ಮುಷ್ಠಿಯಿಂದ ತೆಗೆಯಲು ಬಿಡಲೇ ಇಲ್ಲ. ಹೂಂ, ಬಾರಿ ಜಾಗೃತೆ ಮಾಡುವವಳು ಇದ್ದಾಳೆ ಎಂದು ನಕ್ಕರು. ಎರಡು ತಿಂಗಳಾದ ಮೇಲೆ ಗಾಡಿ ಕಳಿಸುತ್ತೇವೆ ಎಂದು ಹೇಳಿ ಹೋದರು. ಅಮ್ಮ ಅವರೆಲ್ಲ ಹೋದ ಮೇಲೆ ಗೊಣಗಿಕೊಂಡರು, ಎರಡು ತಿಂಗಳ ಬೊಮ್ಮಟೆಯನ್ನು ಕರೆದುಕೊಂಡು ಹೋಗಿ ಇವಳು ಏನು ಮಾಡುತ್ತಾಳೋ? ನಾಲ್ಕು ತಿಂಗಳಾದರೂ ಇಲ್ಲಿ ಬಿಡಬಾರದೇ ಎಂದು. ಅಪ್ಪ ಹೇಳಿದರು, ಅಕ್ಕ ಹೇಳಿದ ಮೇಲೆ ಅವರೇ ಮಗುವನ್ನು ನೋಡಿಯಾರು. ಏನು ಮಾಡುವುದು? ಮದುವೆ ಮಾಡಿದ ಮೇಲೆ ಮಾತಾಡಲಿಕ್ಕುಂಟ? ನನಗೆ ಪಿಚ್ಚೆನಿಸಿತು. ಇನ್ನು ಒಂದು ತಿಂಗಳಾದರೂ ಇದೆಯಲ್ಲ, ಈಗಲೇ ಯಾಕೆ ತಲೆ ಕೆಡಿಸಿಕೊಳ್ಳಲಿ ಎಂದು ಮಗುವಿಗೆ ಹಾಲು ಕುಡಿಸಲು ಹೋದೆ.

ಎರಡು ತಿಂಗಳುಹೇಗೆ ಕಳೆಯಿತೆಂದೇ ಗೊತ್ತಾಗಲಿಲ್ಲ. ಮಧ್ಯೆ ಒಂದೆರಡು ಸಲ ಮಗುವಿನ ಅಪ್ಪ ಬಂದಿದ್ದರು, ಮಗುವನ್ನು ನೋಡಲೆಂದು. ಮಗುವನ್ನು ನೋಡಿ ಎಲ್ಲರನ್ನು ಮಾತಾಡಿಸಿ ಊಟ ಮಾಡಿ ನಿದ್ದೆ ಮಾಡಿ ಎದ್ದು ಕಾಫಿ ಕುಡಿದು ಹೊರಡುತ್ತಿದ್ದರು. ಎರಡನೇ ಸಲಬಂದಾಗ ಮುಂದಿನ ವಾರ ಗಾಡಿಯಲ್ಲಿ ಅಡಿಕೆ ತೆಗೆದುಕೊಂಡು ಹೋಗಿ ಹಾಕಿ ಬರುವಾಗ ಇಲ್ಲೇ ಬರುತ್ತೇನೆ. ನಿಮ್ಮನ್ನು ಕರೆದುಕೊಂಡು ಹೋಗುತ್ತೇನೆಂದು ಹೇಳಿ ಹೋದರು.

ಅಮ್ಮ ಮಗುವಿನ ಬಟ್ಟೆಗಳನ್ನು ಜೋಡಿಸಿ ಕೊಟ್ಟರು. ಅಜ್ಜನ ಹಳೆಪಂಚೆಗಳೆಲ್ಲ ಮೊಮ್ಮಗಳ ಹಾಸು ಹೊದೆಯುವ ಬಟ್ಟೆಗಳಾಗಿದ್ದವು. ನನಗೆ ಮನೆಯಲ್ಲಿ ಉಡುವುದಕ್ಕೆಂದು ಎರಡು ಸೀರೆ ತೆಗೆದುಕೊಟ್ಟರು. ನಮ್ಮಲ್ಲಿ ವರ್ಷಕ್ಕಾಗುವಷ್ಟು ಸಾಮಾನುಗಳೆಲ್ಲಾ ಮಳೆ ಹಿಡಿಯುವ ಮೊದಲೇ ಅಡಿಕೆ ಮಾರಿ ತರುವುದಿತ್ತು. ಮಳೆಗಾಲ ನಾಲ್ಕು ತಿಂಗಳು. ಎಲ್ಲಿಗೂ ಹೋಗುವಂತಿರಲಿಲ್ಲ. ಹಾಗೆ ಸಾಮಾನು ತರುವಾಗ ಎಲ್ಲರಿಗೂ ಜವಳಿಯೂ ಬರುತ್ತಿತ್ತು. ಜವಳಿಯೆಂದರೆ ನನಗೆ, ಅಕ್ಕನಿಗೆ ಎರಡೆರಡು ಮಗ್ಗದ, ಅಗ್ಗದ ಸೀರೆಗಳು. (ನನಗೆ ಮೊಣಕಾಲಿಂದ ಸ್ವಲ್ಪ ಕೆಳಗಿರುತ್ತಿತ್ತು. ಅಕ್ಕನಿಗೆ ಪಾದ ಮುಚ್ಚುತ್ತಿತ್ತು.) ಎರಡು ರವಿಕೆ ಕಣಗಳು, ಲಂಗ ಎಲ್ಲಾ ಕೇಳಲೇ ಬೇಡಿ. (ಆಗ ಎಲ್ಲ ದೊಡ್ಡವರ ಮನೆ ಪದ್ಧತಿಯೂ ಹಾಗೇ ಇತ್ತು). ಅವರದ್ದು ಸ್ವಲ್ಪ ಒಳ್ಳೆಯ ಅಗಲ ಉದ್ದ ಇರುವ ಸೀರೆಗಳು ಏನೋ ಅಷ್ಟೆ.

ನನ್ನ ಅಕ್ಕ ಹೇಳುತ್ತಿದ್ದಳು ಹೋದ ವರ್ಷದ ಸೀರೆಯಲ್ಲಿ ಎರಡು ಲಂಗ ಹೊಲಿದುಕೊಂಡರೆ ಸೀರೆ ಬಾಳಿಕೆ ಬರುತ್ತದೆಯೆಂದು. ಆದರೆ ನನಗೆ ಹೊಸ ಸೀರೆ ಬರುವಾಗ ಹಳೆಯದು ತೇಪೆ ಹಚ್ಚಲಾಗದಷ್ಟು ಜೀರ್ಣವಾಗಿರುತ್ತಿತ್ತು. ಮಾವನವರಿಗೆ, ಭಾವ, ಮೈದುನ ಇವರಿಗೆಲ್ಲಾ ಎರಡೆರಡು ಮುಂಡುಗಳು, ಚಡ್ಡಿ ತುಂಡುಗಳೂ ಬರುತ್ತಿದ್ದವು. ಅಪರೂಪಕ್ಕೆ ಷರ್ಟು ಹೊಲಿಸುತ್ತಿದ್ದರು. ಹೊರಗೆ ಹೋಗುವಾಗ ಹಾಕುತ್ತಿದ್ದರು. ಮಕ್ಕಳಿಗೂ ೨ ಜತೆ ಅಂಗಿ ಚಡ್ಡಿ ಬರುತ್ತಿತ್ತು.

ನಾನು ಹೊರಡುವ ಮೊದಲು ಅಕ್ಕ, ಭಾವ, ಮಕ್ಕಳು ಬಂದಿದ್ದರು. ಮಗುವನ್ನು ಭಾವನೂ ಎತ್ತಿ ಮಾತನಾಡಿಸಿ ಮಗುವಿನ ಕೈಗೆ ೧೦ ರುಪಾಯಿ ಇಟ್ಟರು. ಮಧ್ಯಾಹ್ನ ಅಪ್ಪ ಊಟಕ್ಕೆ ಬಂದಾಗ ಅಕ್ಕ, ಭಾವ ಇದ್ದರು. ಅವರಿಗೆ ಆಶ್ಚರ್ಯವಾಯಿತು. ಏನು ವಿಶೇಷ? ಎಂದರು. ಭಾವ "ಬಿಸಿಲು ಕಾಯ್ಲೆ ಶುರುವಾಯ್ದುನ್ನೇ ಮಾವ ಒಂದ್ಸಾರ್ತಿ ಹೋಗಿ ಬಪ್ಪ ಹೇಳಿ ಬಂದ್ಯೋ". ಅಪ್ಪ ಗೊಂದಲದಲ್ಲಿ ಬಿದ್ದರು. ಅದ್ಯಾವುದಪ್ಪಾ ಬಿಸಿಲು ಕಾಯ್ಲೆ? ನನಗೆ ಗೊತ್ತಿಲ್ಲದ್ದು, ಹೇಳಿ ಕೇಳಿಯೂ ಬಿಟ್ಟರು. ಭಾವ ಹಂಗಲ್ಲ ಮಾವ, ಬಿಸಿಲು ಕಾಯ್ಲೆ ಶರುವಾಯ್ದಲ್ದೋ ಹೇಳಿದರು. ಅಕ್ಕನಿಗೆ ಗೊತ್ತಾಯಿತು ನಮ್ಮ ಮೂಡ್ಲಾಗಿನ ಭಾಷೆ ಅಪ್ಪನಿಗೆ ಸರಿ ಅರ್ಥವಾಗಿಲ್ಲಂತ. ಅಪ್ಪಾ ಅದು ಬೆಶಿಲು ಬಪ್ಪಲೇ ಶುರುವಾಯಿದು ಹೇಳಿ." ಹೋ ಹೋ ಹೋ ಹೇಳಿ ನಕ್ಕರು. ಹಾಂಗೆಯೊ ಆನು ಇದ್ಯಾವ ಕಾಯ್ಲೆ ಹೇಳಿ ಗ್ರೇಶಿದೆ" ಹೇಳಿದ್ರು. ಇವತ್ತು ಇದ್ದು ನಾಳೆ ಹೋಗಿ ಎಂದು ಅಮ್ಮ ಹೇಳಿದ್ದಕ್ಕೆ ಆಯ್ತು ಎಂದು ಭಾವನೂ ಉಳಿದುಕೊಂಡರು. ರಾತ್ರಿ ಮಲಗುವಾಗ ಅವರಮಗ ಕೇಳಿದ. ಅಮ್ಮಾ, ಆನು ಯಾರ ಬುಡ ಅಮ್ಮಾ ಹೇಳಿ ಅಂದರೆ ಯಾರ ಹತ್ರ ಮಲಗಲಿ ಎಂದು ಅವನು ಕೇಳಿದ್ದು. ನನ್ನಪ್ಪ ಹೇಳಿದ್ದು, ನೀನು ಅಪ್ಪ ಅಮ್ಮ ಇಬ್ರೂ ಸೇರಿದ ಒಂದು ಬುಡ ಹೇಳಿ. ಎಲ್ಲರೂ ಒಂದು ಸಲ ಹೋ ಎಂದರು.

ಅಂತೂ ಹೊರಡುವ ದಿನ ಬಂತು. ಎಲ್ಲರೂ ಬೇಸರವನ್ನು ಮುಚ್ಚಿಟ್ಟುಕೊಂಡು ಬೀಳ್ಕೊಡುಗೆಯ ತಯಾರಿ ನಡೆಸಿದರು. ಸೀತೆ ಮಾತ್ರ ನೀನು ಹೋಗಬೇಡಕ್ಕ ಪಾಪು ಜತೆಗೆ ಇಲ್ಲೇ ಇರು, ಭಾವ ಬಂದು ಹೋಗಿ ಮಾಡಲಿ ಎಂದು ರಾಗ ತೆಗೆದಳು. ನಾನೇನು ತುಂಬಾ ದೂರ ಬೆಂಗ್ಳೂರಿಗಾ ಹೋಗುತ್ತೇನೆ? ಬೆಳಿಗ್ಗೆ ಹೊರಟರೆ ಮಧ್ಯಾಹ್ನ ಊಟಕ್ಕೆ ಹಾಜರಾಗಬಹುದು. ನೀವು ಶನಿವಾರ ಬಂದು ಇದ್ದು ಆದಿತ್ಯವಾರ ವಾಪಸ್ಸು ಬರಬಹುದು ಎಂದು ಸಮಾಧಾನ ಮಾಡಿದೆ. ಅಮ್ಮ ಮುಸುಮುಸು ಮಾಡುತ್ತಲೇ ಎಲ್ಲ ತಯಾರುಮಾಡಿ ಕಳಿಸಿಕೊಟ್ಟರು. ಆರು ತಿಂಗಳಾಗುವವರೆಗೆ ಜಾಗ್ರತೆಯಿರು ಎಂದೂ ಹೇಳಿದರು. ಸಂಪತ್ತು ಇಲ್ಲದಿದ್ದರೂ ಪ್ರೀತಿ, ಆತ್ಮೀಯತೆ ಇತ್ತು. ಎಲ್ಲರಿಗೂ ವಿದಾಯ ಹೇಳಿ ಗಾಡಿಯಲ್ಲಿ ಕುಳಿತೆ. ಅಷ್ಟೊತ್ತಿಗೆ ಇವರು ಇದ್ದಕ್ಕಿದ್ದಂತೆ ಸೀತೆಯಾದರೂ ಜತೆಗೆ ಬರಬಹುದಿತ್ತು ಎಂದರು. ಅದಕ್ಕೇ ಕಾದವಳಂತೆ ಬೇಗಬಂದು ಲಂಗ ರವಿಕೆ ಚೀಲಕ್ಕೆ ತುಂಬಿಕೊಂಡು ಸೀತೆ ಹೊರಟೇ ಬಿಟ್ಟಳು. ಅಮ್ಮ ಈಗ ಬೇಡವೆಂದರೂ ಕೇಳಲಿಲ್ಲ. ಗಾಡಿಯ ಕುಲುಕಾಟದಿಂದ ತುಂಬಾ ತೊಂದರೆಯಾಗದಂತೆ ಅಡಿಗೆ ಬೈಹುಲ್ಲು ಹಾಸಿ ಅದರ ಮೇಲೆ ಜಮಖಾನೆ ಹಾಸಿದ್ದರು. ಅವರ ಮಟ್ಟಿಗೆ ಅದು ರಾಜೋಪಚಾರವಾಗಿತ್ತು. ಸೀತೆಗೆ ಕುಲುಕಾಟಕ್ಕಿಂತ ನಿಂತುಕೊಂಡು ಆಚೀಚೆ ನೋಡುತ್ತಾ ಸಾಗುವುದೇ ಸಂತೋಷವಾಗಿತ್ತು. ನಡೆಯುವ ಕಷ್ಟವಿರಲಿಲ್ಲ. ಮಗುವಿಗೆ

ತೊಟ್ಟಿಲು ತೂಗಿದಂತಾಗುತ್ತಿತ್ತೊ ಏನೊ ಚೆನ್ನಾಗಿ ನಿದ್ದೆ ಮಾಡುತ್ತಿತ್ತು. ಇವರೂ ಗಾಡಿಯನ್ನು ಆದಷ್ಟು ನಿಧಾನವಾಗಿ ಜಾಗ್ರತೆಯಿಂದ ಓಡಿಸುತ್ತಿದ್ದರು. ಎತ್ತುಗಳು ಅಭ್ಯಾಸವಾದ ದಾರಿಯಲ್ಲಿ ಅವರ ಪಾಡಿಗೆ ಸಾಗುತ್ತಿದ್ದವು. ನೀರು ಕಂಡಲ್ಲಿ ಒಮ್ಮೊಮ್ಮೆ ನಿಲ್ಲುತ್ತಿದ್ದವು. ಆಗ ಇವರು ಇಳಿದು ಅವುಗಳ ಭಾರ ಇಳಿಸಿ ನೀರು ಕುಡಿಯಲು ಬಿಡುತ್ತಿದ್ದರು. ನಾವು ಗಾಡಿಯಿಂದ ಇಳಿಯುತ್ತಿರಲಿಲ್ಲ. ಅಮ್ಮ ಕೊಟ್ಟ ತಿಂಡಿಯನ್ನು ತಿಂದು ಮಗುವಿಗೆ ಹಾಲು ಕುಡಿಸಿ ಆಗುವಾಗ ಗಾಡಿ ಪುನಃ ಹೊರಡುತ್ತಿತ್ತು.

ಅಂತೂ ಮನೆಗೆ ತಲುಪಿದೆವು. ರಾತ್ರಿ ಊಟ ಮಾಡಿ ಮಲಗಿದವಳಿಗೆ ಮಗು ಎದ್ದು ಕೂಗಿದರೂ ಗೊತ್ತಾಗಲಿಲ್ಲ. ಮನೆಯಲ್ಲಿ ಬಾಣಂತಿಗೆ ಸಹಾಯಕ್ಕೆಂದು ಒಬ್ಬಳು ಹೆಂಗಸನ್ನು ಗೊತ್ತು ಮಾಡಿದ್ದರು. ರಾತ್ರಿ ಅವಳು ಬಾಣಂತಿ ಕೋಣೆಯಲ್ಲೇ ಮಲಗುತ್ತಿದ್ದಳು. ರಾತ್ರಿ ಮಗುವಿನ ಬಟ್ಟೆ ಬದಲಿಸಿ ನನ್ನನ್ನು ಎಬ್ಬಿಸಿ ನನ್ನ ಕೈಗೆ ಕೊಟ್ಟಳು. ಕಷ್ಟದಿಂದ ಹಾಲು ಕುಡಿಸಿ ಮತ್ತೆ ಬಿದ್ದುಕೊಂಡೆ. ಮರುದಿನವಿಡೀ ಮೈಕೈ ನೋವಿತ್ತು. ಅಕ್ಕ ಏನೋ ಕಷಾಯ ಮಾಡಿಕೊಟ್ಟರು. ಅದನ್ನು ಕುಡಿದ ಮೇಲೆ ಏನೋ ಹಾಯೆನಿಸಿತ್ತು. ಮನೆಯಲ್ಲಾದರೂ ಒಂದು ತಿಂಗಳ ಬಾಣಂತನ ನಡೆಯಿತು. ಅಷ್ಟೊತ್ತಿಗೆ ನಾನೂ ಸ್ವಲ್ಪ ಗಟ್ಟಿಯಾಗಿದ್ದೆ. ಆ ಮೇಲೆ ರಾತ್ರಿ ಆ ಹೆಂಗಸು ಬರುವುದು ಬೇಡವೆಂದರು. ಒಳಗಿನ ಕೆಲಸ ಮಾಡಲು ಶುರುಮಾಡಿದೆ. ಬೆಳಗ್ಗಿನ ತಿಂಡಿ ನಾನೇ ಮಾಡುತ್ತಿದ್ದೆ. ದೋಸೆ ಇತ್ಯಾದಿಗಳಿಗೆ ಇವರು ಮನೆಯಲ್ಲಿದ್ದಾಗ ಹೇಳಿದರೆ ಕಡೆದು ಕೊಡುತ್ತಿದ್ದರು, ನೀರು ತಂದುಕೊಡುತ್ತಿದ್ದರು. ಬೆಳಿಗ್ಗೆ ಬೇಗ ಹಸಿವಾಗುತ್ತಿತ್ತು. ಏಳೆಂಟು ಜನರಿಗೆ ತಿಂಡಿ ಮಾಡುವಾಗ ತುಂಬಾ ಹೊತ್ತಾಗುತ್ತಿತ್ತು. ನಾನೇ ಒಂದು ಪರಿಹಾರ ಕಂಡುಕೊಂಡೆ. ಎಲ್ಲರೂ ಹೊರಗೆ ಏನಾದರೂ ಕೆಲಸದಲ್ಲಿರುತ್ತಿದ್ದರು. ಅಕ್ಕನಂತೂ ಬಚ್ಚಲಲ್ಲಿ, ಹಟ್ಟಿಯಲ್ಲಿ ಸುಮಾರು ಹೊತ್ತು ಇರುತ್ತಿದ್ದರು. ನಾನು ಮಾವನವರಿಗೆ, ಮಕ್ಕಳಿಗೆ ತಿಂಡಿ ಕೊಡುತ್ತಲೇ ಒಂದು ಲೋಟ ಕಾಫಿ ಇಟ್ಟು ಕೊಂಡು ದೋಸೆ ಮಾಡುತ್ತಲೇ ನನ್ನ ತಿಂಡಿ ಮುಗಿಸುತ್ತಿದ್ದೆ. ಶುರುವಿನಲ್ಲಿ ಅಕ್ಕನ ಜತೆಗೂ ಒಂದೆರಡು ದೋಸೆ ತಿನ್ನುತ್ತಿದ್ದೆ, ಅವರಿಗೆ ಕೊನೇಗೆ ಎಂದು ಬೇಸರವಾಗುತ್ತಲ್ಲ ಎಂದು. ಆದರೆ ಕೊನೆ ಕೊನೆಗೆ ನಾನು ನನ್ನ ಕೆಲಸ ಮುಗಿಸಿ ಅವರಿಗೆ ತಿಂಡಿ ಮಾಡಿಟ್ಟು ನಾನು ತಿಂದು ಮುಂದಿನ ಕೆಲಸಕ್ಕೆ (ಮಗುವಿಗೆ ಎಣ್ಣೆ, ಸ್ನಾನ, ನಿದ್ದೆ ಇತ್ಯಾದಿ) ತೊಡಗುತ್ತಿದ್ದೆ. ಮಾವನವರು ಹೆಚ್ಚಾಗಿ ಹಜಾರದ ಮಂಚದಲ್ಲಿ ಕುಳಿತು ಮಲಗಿ ಇರುತ್ತಿದ್ದರು. ಅಲ್ಲಿ ಚಾಪೆ ಮೇಲೆ ಬಟ್ಟೆ ಹಾಸಿ ಮಲಗಿಸಿದರೆಮಗುವನ್ನು ಮಾತಾಡಿಸುತ್ತಿದ್ದರು. ಉಚ್ಚೆ ಮಾಡಿದಾಗ ಕರೆಯುತ್ತಿದ್ದರು. ನನಗೆ ಸ್ವಲ್ಪ ಸುಲಭವಾಗುತ್ತಿತ್ತು.

ನಮ್ಮ ಊರು ಘಟ್ಟದ ಬುಡದಲ್ಲಿದೆ. ಅಂದ್ರೆ ನಮ್ಮ ಊರಿನ ಪಶ್ಚಿಮಕ್ಕೆ ಕಾಣುವ ಕಾಡು ಗುಡ್ಡವನ್ನು ಹತ್ತಿದರೆ ಸಿಗುವುದೇ ಮಡಿಕೇರಿ, ಕೊಡಗಿನ ರಾಜಧಾನಿ. ಸ್ವಾತಂತ್ರ್ಯ ಪೂರ್ವದಲ್ಲಿ ಕೊಡಗಿನಲ್ಲಿ ಲಿಂಗರಾಜರು ಆಳುತ್ತಿದ್ದರು. ನಮ್ಮ ಊರು ಕೂಡ ಕೊಡಗು ರಾಜರ ಅಧೀನದಲ್ಲಿತ್ತು ಎಂದು ಮಾವ ಹೇಳುತ್ತಿದ್ದರು. ಮಾವ ಕೆಲವು ಕಾಲ ಕೊಡಗಲ್ಲಿದ್ದು ಬಂದವರು. ಅತ್ತೆಯವರೂ ಕೊಡಗಿನವರೇ .ಕೊಡಗಿನ ಪ್ರಕೃತಿ ಸೌಂದರ್ಯ, ಕೊಡಗರ ಸಾಹಸದ ಬದುಕು, ಅಲ್ಲಿನ ಹಬ್ಬಗಳನ್ನು ವರ್ಣಿಸುವಾಗ ಮಾವನವರು ತುಂಬಾ ಉತ್ಸಾಹಿತರಾಗಿರುತ್ತಿದ್ದರು. ಮಾವನವರ ತಮ್ಮನೂ ಕೊಡಗಿನಲ್ಲಿದ್ದು ಬಂದವರು. ನಮ್ಮ

ಊರಿನಲ್ಲಿ ಇದ್ದವರು ದೊಡ್ಡ ಮಾವನವರು ಮಾತ್ರ. ಕೊಡಗಿನ ರಾಜರು ಸುಬ್ರಹ್ಮಣ್ಯಕ್ಕೆ ಚಂಪಾಷಷ್ಠಿಗೆ ಬರುವುದಿತ್ತಂತೆ. ಹಾಗೆ ಬರುವಾಗ ಮೇನೆ ಕುದುರೆಗಳು ಮತ್ತು ಕಾಲಾಳುಗಳು ಮಾತ್ರ ಬರಬಹುದಾದ ದಾರಿ ಮಾಡಿದ್ದರಂತೆ. ಘಟ್ಟದ ಕೆಳಗೆ ಬಂದ ಮೇಲೆ ಎತ್ತಿನ ಗಾಡಿಯಲ್ಲಿ ಹೋಗುತ್ತಿದ್ದರಂತೆ. ನಡೆಯ ಬಲ್ಲವರು ನಡೆದೇ ಹೋಗುತ್ತಿದ್ದರು. ಹಾಗೆ ಬಂದವರಲ್ಲಿ ಕೆಲವರು ಇಲ್ಲಿನ ನೀರಿನ ಒರತೆಗಳನ್ನು ಗಮನಿಸಿಇಲ್ಲಿಯೇ ನೆಲೆಸಿ ಜೀವನಕ್ಕೆ ನೆಲೆಕಂಡುಕೊಂಡರು. ಅದರಲ್ಲಿ ನಮ್ಮ ಕುಟುಂಬದವರೂ ಒಬ್ಬರು. ಬಹುಷಃ ಐದಾರು ತಲೆಮಾರು ಹಿಂದಿನವರಿರಬೇಕು. ನಾನು ಬಂದಾಗ ಇಲ್ಲಿ ಐದಾರು ಮನೆಗಳಿದ್ದವು. ಎಲ್ಲ ಅಣ್ಣ ತಮ್ಮಂದಿರ ಮನೆಗಳು ಒಂದು ದೇವಸ್ಥಾನ. ದೇವರಪೂಜೆ ಮಾಡುವುದಕ್ಕೆಂದೇ ನಮ್ಮ ಮಾವನವರ ಮುತ್ತಜ್ಜ ಇಲ್ಲಿಗೆ ಬಂದಿದ್ದರೂ ಅವರ ಕುಟುಂಬ ಬೆಳೆದಂತೆ ವೃದ್ಧಿ, ಸೂತಕಗಳು ಹೆಚ್ಚಾಗಿ ಇನ್ನೊಂದು ಮನೆತನದವರು ಪೂಜೆಗೆಂದೇ ಬಂದು ಊರವರೇ ಆಗಿದ್ದರು. ಮತ್ತೆ ಕೆಲವರು ಸ್ವಲ್ಪ ದೂರದಲ್ಲಿ ಗದ್ದೆಇತ್ಯಾದಿ ಮಾಡಿಕೊಂಡಿದ್ದರು. ಗದ್ದೆ ತೋಟಗಳಲ್ಲಿ ದುಡಿಯಲು ಬಂದವರದೂ ನಾಲ್ಕಾರು ಮನೆಗಳಿದ್ದವು. ಆದರೆ ಇಲ್ಲಿನ ವಿಪರಿತ ಮಳೆ, ಚಳಿ, ಜಿಗಣೆಕಾಟಕ್ಕೆ ಹೆದರಿ ಬಾರದವರೇ ಹೆಚ್ಚು. ಈ ಊರಿಗೆ ಹೆಣ್ಣು ಕೊಡುವುದೆಂದರೆ ಅಂಡಮಾನಿಗೆ ಕಳಿಸಿದಂತೆ ಎಂದು ಹೇಳುತ್ತಿದ್ದರು. ನಾವೆಲ್ಲಾ ಇಲ್ಲಿನ ಪ್ರಕೃತಿಗೆ ಹೊಂದಿಕೊಂಡಿದ್ದೆವು. ಮಕ್ಕಳನ್ನು ಕರೆದುಕೊಂಡು ನಡೆದುಕೊಂಡೇ ಅಪ್ಪನ ಮನೆಗೆ ಹೋಗಿ ಬರುವಷ್ಟು ತಯಾರಾಗಿ ಬಿಟ್ಟಿದ್ದೆ. ಹಾಗಾಗಿ ಅಪ್ಪನ ಮನೆಗೆ ಹೋಗಿ ಬರುವುದಕ್ಕೆ ಯಾವ ಅಡ್ಡಿಯೂ ಇರಲಿಲ್ಲ.

ನಮಗೆ ಊಟಕ್ಕೆ, ಬಟ್ಟೆಗೆ ತೊಂದರೆ ಇರಲಿಲ್ಲ. ಇರಲು ಮನೆಯೂ ಇತ್ತು. ಬೇಸರ ಕಳೆಯಲು ಯಾರಾದರೂ ಬರುತ್ತಿರುತ್ತಿದ್ದರು. ಮಕ್ಕಳು, ಅಜ್ಜಂದಿರು, ಗಂಡಸರೆಲ್ಲ ಹೊತ್ತುಗೊತ್ತಿಲ್ಲದೆ ಯಾರ ಮನೆಗಾದರೂ ನುಗ್ಗುತ್ತಿದ್ದರು. ಊಟದ ಹೊತ್ತಾದರೆ ಊಟ, ಕಾಫಿ ಎಂದು ಯಾರಾದರೂ ಇರುತ್ತಿದ್ದರು. ನಾವು ಹೆಂಗಸರು ತಿಂಗಳ ಮೂರು ದಿನಗಳ ರಜದಲ್ಲಿ ಸುತ್ತು ಕೆಲಸ ಮುಗಿಸಿ ಒಮ್ಮೊಮ್ಮೆ ಒಂದೊಂದು ಮನೆಗೆಭೇಟಿ ಕೊಟ್ಟು ಮಾತಿನ ಹೊಳೆ ಹರಿಸಿ ಅಲ್ಲೇನಾದರೂ ವಿಶೇಷ ತಿಂಡಿ ಇದ್ದರೆ ತಿಂದು ಬರುವುದಿತ್ತು. ಎಲ್ಲ ಮನೆಗಳಲ್ಲಿಯೂ ಅದು ಮಾಮೂಲಿ ಅಭ್ಯಾಸವಾಗಿತ್ತು.

ಅಪ್ಪನ ಮನೆಗೆ ಹೋದರೆ ನಡೆದ ಆಯಾಸ ಇದ್ದರೂ ಮಧ್ಯಾಹ್ನ ಊಟ ಮುಗಿಸಿ ಮಲಗುತ್ತಿರಲಿಲ್ಲ. ಯಾವುದಾದರೂ ಪುಸ್ತಕ ಹಿಡಿದು ಕೂರುತ್ತಿದ್ದೆ. ಅಪ್ಪ ತರುತ್ತಿದ್ದ ಪೇಪರಿನ ಅಟ್ಟಿಯನ್ನೇ ಮಗುಚಿ ಹಾಕುತ್ತಿದ್ದೆ. ಅಲ್ಲಿಂದ ಬರುವವರೆಗೂ ಅಮ್ಮ ಹೇಳಿದ ಕೆಲಸ ಮಾಡಿದ ಮೇಲೆ ಪುಸ್ತಕದ ಹುಳುವಾಗುತ್ತಿದ್ದೆ. ಯಾಕೆಂದರೆ ಅಪ್ಪ ಅಮ್ಮ,ಪರಿಸ್ಥಿತಿಯಿಂದಾಗಿ ಶಾಲೆ ಬಿಡಿಸಿದ್ದರೇ ಹೊರತು ನನ್ನ ಓದುವ ಚಟವನ್ನು (ಗೀಳು) ಬಿಡಿಸಿರಲಿಲ್ಲ. ಅಲ್ಲದೆ ಅಪ್ಪ ಅಮ್ಮನೂ ಸಮಯವಿದ್ದಾಗಲೆಲ್ಲಾ ಓದುತ್ತಿದ್ದರು. ತಮ್ಮ ತಂಗಿಯರೂ ಓದುತ್ತಿದ್ದರು. ಆದರೆ ನಮ್ಮಲ್ಲಿ ಯಾರಿಗೂ ಓದುವ ಅಭ್ಯಾಸವಿರಲಿಲ್ಲ. ಪೇಪರು ಪುಸ್ತಕ ಎಲ್ಲ ಅಗತ್ಯದ ವಸ್ತುಗಳಾಗಿರಲಿಲ್ಲ. ಸಾಮಾನು ಕಟ್ಟಿ ತಂದ ಪೇಪರುಗಳನ್ನೇ ಜೋಪಾನವಾಗಿ ಬಿಡಿಸಿ ಓದಿಕೊಳ್ಳುತ್ತಿದ್ದೆ. ರೇಡಿಯೋ ಎಲ್ಲ ದೊಡ್ಡವರ ಮನೆಯ ವಸ್ತುಗಳಾಗಿದ್ದವು. ನಮ್ಮೂರಿನಲ್ಲಿ

ಎರಡು ಮನೆಗಳಲ್ಲಿ ಮಾತ್ರ ರೇಡಿಯೋ ಇತ್ತು. ಅವರ ಮನೆಗಳಿಗೆ ಜಂಬರಕ್ಕೆ (ವಿಶೇಷ ಪೂಜೆ, ತಿಥಿ ಇತ್ಯಾದಿ) ಮಾತ್ರ ಹೋಗುವುದಿತ್ತು. ಹೆಚ್ಚಿನ ಬಳಕೆ ಇರಲಿಲ್ಲ.

ಮಕ್ಕಳಾದ ಮೇಲೆ ಮನೆಯ ಖರ್ಚು ಹೆಚ್ಚಾಗುತ್ತಿತ್ತು. ಅಣ್ಣ-ತಮ್ಮಂದಿರಲ್ಲಿ ಪಾಲಾಯ್ತು. ಹೊಸಮನೆ ನಮ್ಮ ಪಾಲಿಗೆ ಬಂತು. ಭಾವನವರಿಗೂ ಹೊಸಮನೆಯಾಯ್ತು. ಮಾವನವರು ನಮ್ಮ ಜತೆಗೇ ಉಳಿದರು. ಅವರಿಗೆ ಕುಚಲಕ್ಕಿ ಅನ್ನ ಆಗುತ್ತಿರಲಿಲ್ಲ. ಮಡಿಕೇರಿಯಲ್ಲಿ ಇದ್ದು ಬಂದವರಲ್ಲವೇ? ಅತ್ತೆಯೂ ಅಲ್ಲಿಯವರೇ ಅಂತೆ. ಒಂದು ಬೆಳ್ತಿಗೆ ಅನ್ನ, ಒಂದು ಚಪ್ಪೆಯಾದ ತಿಮರೆ (ಒಂದೆಲಗ) ತಂಬುಳಿ ಇದ್ದರೆ ಅವರ ಊಟ ಆಯ್ತು. ಒಂದು ಚೆಂಬು ಬಿಸಿನೀರು ಬೇಕಿತ್ತು. ಅವರ ಅವಶ್ಯಕತೆಗಳು ಅಷ್ಟೇ ಇದ್ದವು. ಒಂದು ದೊಣ್ಣೆ ಕೈಯಲ್ಲಿರುತ್ತಿತ್ತು. ಓಡಾಡಿಕೊಂಡಿರುತ್ತಿದ್ದರು. ಬಿ.ಪಿ., ಶುಗರು ಎಲ್ಲ ಏನೂ ಇರಲಿಲ್ಲ. ಕ್ಷೀಣಕಾಯರಾಗಿ ಆರೋಗ್ಯವಾಗಿದ್ದರು. ನನ್ನ ಮಕ್ಕಳ ಅಪ್ಪ ಮಾತ್ರ ಕಾಯಿಲೆಯಿಂದ ಅರ್ಧಾಯುಷ್ಯದಲ್ಲೇ ತೀರಿಕೊಂಡರು. ಹೋದವರ ಜತೆಗೆ ಹೋಗುವ ಪದ್ಧತಿ ಮೊದಲಿಗೆ ಇತ್ತು. ಹೋಗುವುದಿಲ್ಲ ಎಂದರೆ ಚಿತೆಗೆ ಎತ್ತಿಹಾಕುತ್ತಿದ್ದರೊ ಏನೊ. ಸತಿ ಸಹಗಮನ ಎಂಬ ದೊಡ್ಡ ಹೆಸರಿತ್ತು ಅದಕ್ಕೆ, ಬ್ರಿಟಿಷರಿದ್ದಾಗ ಅದನ್ನು ನಿಷೇಧಿಸಿ ಕಾನೂನು ತಂದರು. ಅದರಿಂದಾಗಿ ಯಾರನ್ನೂ ಬಲವಂತವಾಗಿ ತಳ್ಳುವ ಅವಕಾಶವಿಲ್ಲದಾಯ್ತು. ಆದರೂ ತಲೆ ಬೋಳಿಸಿ ಕೆಂಪು ಸೀರೆ ಉಡಿಸಿ, ಜೀವಮಾನವಿಡೀ ಕತ್ತಲಲ್ಲೇ ಬದುಕು ಕಳೆಯುವಂತೆ ಮಾಡುತ್ತಿದ್ದರು. ನಮಗಾದರೆ ಪ್ರಾಯ ಬಂದ ಮೇಲೆ ಮದುವೆ ಮಾಡುತ್ತಾರೆ. ಆಗ ಎಂಟು ವರ್ಷಕ್ಕೆ ಮದುವೆ ಮಾಡಿ, ಒಂಭತ್ತಕ್ಕೆ ಗಂಡ ಸತ್ತರೆ ಅವಳಿಗೆ ಸನ್ಯಾಸವನ್ನು ಕೊಡಿಸುತ್ತಿದ್ದರು. ಆದರೆ ಮನೆಯೊಳಗೆ ಕತ್ತಲಲ್ಲಿ ಏನು ನಡೆದರೂ ಯಾರಿಗೂ ತಿಳಿಯದಂತೆ ಎಲ್ಲವೂ ನಿವಾರಣೆಯಾಗುತ್ತಿತ್ತು ಅಥವಾ ಜೀವವೇ ಬಲಿಯಾಗುತ್ತಿತ್ತು. ನಾವೆಲ್ಲಾ ಈಗ ಮದುವೆಯ ಮಂಟಪಕ್ಕೆ ಬಂದು ಅಕ್ಷತೆ ಹಾಕುವಷ್ಟು ಬದಲಾವಣೆ ಆಗಿದೆ.

ನಮ್ಮ ಊರು ಘಟ್ಟದ ಬುಡದಲ್ಲಿತ್ತು. ಮನೆಯ ಹಿಂದುಗಡೆ ದೊಡ್ಡ ಕಾಡು, ಅದನ್ನು ದಾಟಿ ಗುಡ್ಡ ಹತ್ತಿದ್ದರೆ ಮಡಿಕೇರಿಗೆ ಹೋಗಬಹುದು ಎಂದು ಹೇಳುತ್ತಾರೆ. ನಾವೆಲ್ಲಾ ಆ ಕಾಡಿನೊಳಗೆ ಹೋಗಲೇ ಇಲ್ಲ. ಅಲ್ಲಿ ಮೊದಲು ಹುಲಿಗಳಿದ್ದುವಂತೆ. ಮನೆಯ ಹಟ್ಟಿಯಿಂದಲೇ ಕರುಗಳನ್ನು ಕಚ್ಚಿಕೊಂಡು ಹೋಗಿದ್ದು ಉಂಟಂತೆ. ಹೀಗಾಗಿ ದನದ ಕೊಟ್ಟಿಗೆಯೂ ಮನೆಯಷ್ಟೇ ಭದ್ರವಾಗಿ ಇರಬೇಕಾಗಿತ್ತು. ಕರುಗಳಿಗೆ ಪ್ರತ್ಯೇಕವಾಗಿ ಸಣ್ಣ ಕೋಣೆ (ಕಂಚಲು) ಇರುತ್ತಿತ್ತು. ಹೋರಿಗಳನ್ನೂ ಸಾಕುತ್ತಿದ್ದರು. ಬೇಸಾಯಕ್ಕೆ, ಗದ್ದೆ ಉಳುವುದಕ್ಕೆ ಮತ್ತು ಗಾಡಿಗೆ ಕಟ್ಟಿ ಗಾಡಿ ಎಳೆಸುವುದಕ್ಕೆ ಬೇಕಾಗಿತ್ತು. ಜಾನುವಾರುಗಳನ್ನು ಮಾರುವುದಕ್ಕೂ, ಕೊಳ್ಳುವುದಕ್ಕೂ ಸುಬ್ರಹ್ಮಣ್ಯ ಸಮೀಪದ ಕುಲ್ಕುಂದದಲ್ಲಿ ಚಂಪಾಷಷ್ಠಿಗೆ ಮೊದಲು ದನಗಳ ಜಾತ್ರೆ ನಡೆಯುತ್ತಿತ್ತು. ಘಟ್ಟದ ಮೇಲಿಂದ ದನಗಳು, ಎತ್ತುಗಳು ಅವುಗಳ ಜೊತೆಗೆ ಕಂಬಳಿಗಳು ಎಲ್ಲ ಬರುತ್ತಿದ್ದವು.

ನಮ್ಮ ಕರಾವಳಿ ಜಿಲ್ಲೆಗಳಲ್ಲಿ ತೆಂಗು, ಅಡಿಕೆ, ಕಾಳುಮೆಣಸು ಗದ್ದೆಗಳಲ್ಲಿ ಭತ್ತ, ಬೇಸಗೆಯಲ್ಲಿ ಒಂದಷ್ಟು ತರಕಾರಿಗಳು ಬಿಟ್ಟರೆ ಬೇರೇನೂ ಬೆಳೆಯುವುದಿಲ್ಲ. ತರಕಾರಿಗಳಲ್ಲೂ ಸೌತೆ, ತೊಂಡೆ, ಬದನೆ ಅಲಸಂಡೆ, ಕುಂಬಳ, ಚೀನಿಕಾಯಿ, ಹೀರೆ,

ಬೀಟ್ರೋಟ್, ಕೋಸುಗಳು, ಬಟಾಟೆ ಎಲ್ಲವೂ ಘಟ್ಟದ ಮೇಲೆ ಮಾತ್ರ ಬೆಳೆಯುವಂಥವು. ನಾವೆಲ್ಲ ಅವುಗಳನ್ನೆಲ್ಲ ನೋಡಿದ್ದೇ ಇತ್ತೀಚೆಗೆ. ಟೋಮೆಟೋ ಕೂಡಾ ನೋಡಿ ಗೊತ್ತಿರಲಿಲ್ಲ. ತೊಗರಿ, ಕಡಲೆ, ಉದ್ದು ಮುಂತಾದ ಧಾನ್ಯಗಳು ಕೂಡ ಅಲ್ಲಿಂದಲೇ ಬರುತ್ತಿದ್ದವು.

ನಮ್ಮ ಊರಿನ ಕಾಡುಗಳಲ್ಲಿ ಹುಲಿಗಳಲ್ಲದೆ ಕಾಟಿಗಳು ಆನೆಗಳೂ ಇದ್ದುವಂತೆ. ಆನೆಗಳು ಈಗಲೂ ವರ್ಷದಲ್ಲಿ ಒಂದೆರಡು ಸಲ ಊರೊಳಗೆ ನುಗ್ಗಿ ತೋಟದಲ್ಲಿ ದಾಂಧಲೆ ಮಾಡಿ ಹೋಗುತ್ತವೆ. ಹಲಸಿನಕಾಯಿ ಇರುವ ಸಮಯದಲ್ಲಿ ಹೆಚ್ಚಾಗಿ ಬರುತ್ತವೆ. ಆನೆಗೆ ಬೈನೆ ಮರದ ತಿರುಳು ಬಹಳ ಪ್ರಿಯವಂತೆ. ಆ ಮರವನ್ನೇ ಬೀಳಿಸಿ ಕಾಲಲ್ಲಿ ತುಳಿದು ಒಳಗಿನ ತಿರುಳನ್ನು ತಿನ್ನುತ್ತದೆ. ಹೋಗುವ ದಾರಿಯಲ್ಲಿ ಸಿಕ್ಕಿದ ಅಡಿಕೆ ಮರ, ಬಾಳೆ ಇತ್ಯಾದಿಗಳನ್ನೆಲ್ಲ ಲಗಾಡಿ ತೆಗೆಯುತ್ತವೆ. ಕಾಟಿಗಳು ಮಾತ್ರ ಊರೊಳಗೆ ಬರುವುದಿಲ್ಲ. ಕಾಟಿ ಎಂದರೆ ಕಾಡುಕೋಣ, ಕಾಡೆಮ್ಮೆಗಳು. ಅವು ಹಿಂಡಾಗಿ ಸಂಚರಿಸುತ್ತವೆ. ಮನುಷ್ಯರ ಸುದ್ದಿಗೆ ಬರುವುದಿಲ್ಲ. ಒಂಟಿಯಾಗಿ ಸಿಕ್ಕಿದರೆ ಮಾತ್ರ ಅಪಾಯಕಾರಿಯಾಗಿರುತ್ತದೆ.

ನಮ್ಮಲ್ಲಿ ಮಳೆ ಜಾಸ್ತಿ. ವರ್ಷದಲ್ಲಿ ಆರು ತಿಂಗಳೂ ಮಳೆಯ ಕಾಲವಾಗಿತ್ತು. ಮೂರು ತಿಂಗಳಂತೂ ತಲೆ ಹೊರಗೆ ಹಾಕುವಂತೆಯೇ ಇರಲಿಲ್ಲ. ಆಗ ಕೊಡೆ ಎನ್ನುವುದು ಕೂಡ ಅಪರೂಪದ ವಸ್ತುವಾಗಿತ್ತು. ಮನೆಗೊಂದು ಕೊಡೆ ಇದ್ದರೆ ಹೆಚ್ಚು. ಅದು ಯಜಮಾನರಿಗೆ ಹೊರಗಿನ ವ್ಯವಹಾರಕ್ಕೆ ಹೋಗಿ ಬರಲಿಕ್ಕೆ ಮಾತ್ರ ಉಪಯೋಗವಾಗುತ್ತಿತ್ತು. ಉಳಿದಂತೆ ಕಿಡಿಂಜೋಳು (ತೆಂಗಿನಗರಿಗಳನ್ನು ಸೇರಿಸಿ ಹೆಣೆದು ತಯಾರಿಸುತ್ತಾರೆ). ಇಲ್ಲ ಗೊರಬೆ (ಕಾಡಿನ ಮರದ ಎಲೆಗಳು ಮತ್ತು ಬೆತ್ತ ಅಥವಾ ಬಿದಿರಿನ ಸೀಳುಗಳನ್ನು ಸೇರಿಸಿ ಹೆಣೆದು ಮಾಡುವುದು) ಅದನ್ನು ತಲೆಯ ಮೇಲೆ ಹಾಕಿಕೊಂಡರೆ ಮೊಣಕಾಲಿನವರೆಗೆ ನೀರು ತಾಗದಂತೆ ಹಿಂಭಾಗಕ್ಕೆ ರಕ್ಷಣೆ ಕೊಡುತ್ತದೆ. ಗೊರಬೆಯನ್ನು ಗದ್ದೆ ಕೆಲಸ ಮಾಡುವಾಗ, ಬಗ್ಗಿ ನೇಜಿ ತೆಗೆದು ನೆಟ್ಟು ಮಾಡುವಾಗ ಉಪಯೋಗಿಸುತ್ತಾರೆ. ಕಿಡಿಂಜೋಳು ಸಾಮಾನ್ಯವಾಗಿ ಮನೆಯ ಹೊರಗಿನ ಎಲ್ಲ ಕೆಲಸಗಳಿಗೆ ಹೋಗುವಾಗ ಹಾಕಬಹುದು. ಪ್ಲಾಸ್ಟಿಕ್ಕಿನ ಕವರುಗಳು ಸೃಷ್ಟಿಯಾದ ಮೇಲೆ ಈ ಕಿಡಿಂಜೋಳು, ಗೊರಬೆ ಎಲ್ಲ ಮಾಯವಾಗಿ ಹೋದವು. ಮೇಲಿನ ಮನೆಯ ಮಾವನವರಲ್ಲಿ ಒಂದು ಪನೆ ಕೊಡೆ ಇತ್ತು. ಅದು ಮಹಾರಾಜರ ಛತ್ರಿಯಂತೆ ಬಿಡಿಸಿಯೇ ಇರುವಂತದ್ದು ಅದನ್ನು ಮಡಿಸಲಿಕ್ಕೆ ಬರುವುದಿಲ್ಲ. ಅವರು ಅದನ್ನು ಹಿಡಿದುಕೊಂಡು ರಾಜಗಂಭೀರ್ಯದಿಂದಲೇ ಓಡಾಡುತ್ತಿದ್ದರು. ಪೇಟೆಗೆ ಮಾತ್ರ ಒಯ್ಯುತ್ತಿರಲಿಲ್ಲ. ಆಗ ದೊಡ್ಡ ಕಪ್ಪು ಕೊಡೆ ಅವರ ಕೈಯನ್ನು ಅಲಂಕರಿಸುತ್ತಿತ್ತು.

ಸಾಮಾನ್ಯವಾಗಿ ಜೂನ್ ನಲ್ಲಿ ಮಳೆಗಾಲ ಶುರುವಾಗುತ್ತದೆ. ಆದರೆ ಅದಕ್ಕೆ ಮೊದಲೇ ಮೇ ತಿಂಗಳಲ್ಲಿ ಒಂದೆರಡು ಮಳೆ ಬಂದು ಸೆಖೆಯನ್ನು ಇನ್ನಷ್ಟು ಜಾಸ್ತಿ ಮಾಡಿ ಹೋಗಿರುತ್ತದೆ. ಜೂನಿನಲ್ಲಿ ಹನಿಹನಿಯಾಗಿ ಬಂದ ಮಳೆ ಜುಲಾಯಿಯಲ್ಲಿ ಸೋ ಎಂದು ಇಡೀ ದಿನ ರಾತ್ರಿ ಸುರಿಯುತ್ತಲೇ ಇರುತ್ತದೆ. ತೀರ ಅಗತ್ಯವಿದ್ದರೂ ಯಾರೂ ಮನೆಯಿಂದ ಹೊರಗೆ ಹೊರಡುವುದಿಲ್ಲ. ಊಟ, ತಿಂಡಿ, ಏನಾದರೂ ಆಟಗಳು (ಕವಡೆ ಚೆನ್ನೆಮಣೆ, ಕಲ್ಲಾಟ ಇತ್ಯಾದಿ) ಹಪ್ಪಳ, ಹಲಸಿನ ಬೀಜ ಸುಟ್ಟು ತಿನ್ನುವುದು ಇವುಗಳಿಂದಲೇ ಹೊತ್ತು ಕಳೆಯುವುದಿತ್ತು. ಗದ್ದೆ ಇದ್ದಾಗ ನೇಜಿ ಕೆಲಸದವರಿಗೆ ಊಟ, ತಿಂಡಿ ಮಾಡುವುದು ಸೇರಿ

ಹೆಂಗಸರಿಗೆ ಹೆಚ್ಚು ಬಿಡುವೇನೋ ಇರುತ್ತಿರಲಿಲ್ಲ. ಆದರೂ ಮನೆಯೊಳಗೆ ಬೆಚ್ಚಗೆ ಇರಬಹುದಾಗಿತ್ತು. ಆಗೋಸ್ತಿನಲ್ಲಿ ರವಿ ಸ್ವಲ್ಪ ಸ್ವಲ್ಪ ಮುಖ ತೋರಿಸಿದರೂ ಮರುಕ್ಷಣ ಮೋಡಗಳು ಅವನನ್ನು ಅಡಗಿಸಿ ತಮ್ಮಲ್ಲಿರುವ ನೀರನ್ನೆಲ್ಲಾ ಒಮ್ಮೆಗೆ ಸುರಿದು ಬಿಡುತ್ತಿದ್ದವು. ನಮ್ಮೂರಿನ ತೋಡು ತುಂಬಿ ಹರಿದು ಅಕ್ಕ-ಪಕ್ಕದ ಗದ್ದೆ, ತೋಟಗಳನ್ನು ಆವರಿಸಿಕೊಳ್ಳುತ್ತಿತ್ತು. ಜೊತೆಯಲ್ಲಿ ಗುಡುಗು, ಮಿಂಚು, ಸಿಡಿಲುಗಳ ಆರ್ಭಟವೂ ಜೋರಾಗಿರುತ್ತಿತ್ತು. ನಾಲ್ಕನೇ ಕ್ಲಾಸಿನವರೆಗಿದ್ದ ಶಾಲೆಗೆ ಮಕ್ಕಳು ಎರಡು ತೋಡುಗಳನ್ನು ದಾಟಿಕೊಂಡು ಹೋಗಬೇಕಿತ್ತು. ಅದು ಗುಡ್ಡ ಹತ್ತಿ ತೋಡಿಗಿಳಿದು ದಾಟಿ ಹೋಗಬೇಕಿತ್ತು. ಮಳೆ ಜೋರಾಗಿ ತೋಡಿನಲ್ಲಿ ನೀರು ಬಂದರೆ ಮಕ್ಕಳನ್ನು ಶಾಲೆಗೆ ಕಳಿಸುತ್ತಿರಲಿಲ್ಲ. ಹೆಚ್ಚಾಗಿ ಸಾಯಂಕಾಲವೇ ತೋಡು ತುಂಬಿ ಹರಿಯುವುದರಿಂದ ಶಾಲೆ ಬಿಡುವ ಹೊತ್ತಿಗೆ ದೊಡ್ಡವರು ಯಾರಾದರೂ ಹೋಗಿ ತೋಡು ದಾಟಿಸುತ್ತಿದ್ದರು. ಮತ್ತೆ ಪಾಲ ಇರುತ್ತಿತ್ತು. ಅಡಿಕೆ ದಬ್ಬೆಗಳನ್ನು ಹೆಣೆದು ಎರಡು ದಡಗಳಲ್ಲಿ ಕೂರಿಸಿ ಹಿಡಿದುಕೊಳ್ಳಲು ಕೈತಾಂಗು ಇರುತ್ತಿತ್ತು. ಇಷ್ಟೆಲ್ಲಾ ಪಜೀತಿಗಳ ನಡುವೆಯೂ ಮಕ್ಕಳು ಶಾಲೆಗೆ ಹೋಗುವುದನ್ನು ತಪ್ಪಿಸುತ್ತಿರಲಿಲ್ಲ. ಮನೆಗೆ ಬರುವಾಗ ಎಲ್ಲ ಚಂಡಿಯಾಗಿದ್ದರೂ ಖುಷಿಯಾಗಿರುತ್ತಿದ್ದರು.

ಕಾಡು ಪ್ರಾಣಿಗಳು, ಸಿಕ್ಕಾಪಟ್ಟೆ ಮಳೆ, ಜೊತೆಯಲ್ಲಿ (ಜಿಗಣೆ) ಇಂಬಳಗಳ ಕಾಟ (ಇಂಬಳವು ಒಂದು ಸಣ್ಣ ಹುಳ). ಮಳೆ ಬಿದ್ದೊಡನೆ ಅದಕ್ಕೆ ಜೀವ ಬರುತ್ತದೆ. ಮನುಷ್ಯರ, ಪ್ರಾಣಿಗಳ ರಕ್ತವೇ ಅದಕ್ಕೆ ಆಹಾರ. ಯಾವ ಮಾಯದಲ್ಲಿ ಮೈಯ ರಕ್ತ ಹೀರುತ್ತದೆಂದರೆ ಅದು ಹೊಟ್ಟೆ ತುಂಬಿಸಿಕೊಂಡು ನಮ್ಮ ಮೈಯಿಂದ ಬಿದ್ದಮೇಲೆ ಅಲ್ಲಿ ರಕ್ತ ಜಿನುಗಿದಾಗಲೇ ಗೊತ್ತು ನಮಗೆ ಇಂಬಳ ಕಚ್ಚಿತೆಂದು. ಕೆಲವು ಸಲ ತುರಿಸುತ್ತದೆ, ವಿಷ ಏನಾದರೂ ಅದಕ್ಕೆ ತಾಗಿದ್ದರೆ ಮಾತ್ರ ನಮಗೆ ನಂಜಾಗುತ್ತದೆ. ಕೆಲವೊಮ್ಮೆ ನಮ್ಮಲ್ಲಿದ್ದ ಕೆಟ್ಟ ರಕ್ತ ಹೋಗಿ ಸಣ್ಣ ಕಜ್ಜಿ ಇತ್ಯಾದಿಗಳು ಗುಣವಾಗುವುದೂ ಇದೆ. ಕಾಡಿನೊಳಗೆ ಗೇಣುದ್ದದ ಇಂಬಳದ ಹುಳಗಳಿವೆ. ಅವನ್ನು ಆಯುರ್ವೇದ ಚಿಕಿತ್ಸೆಯಲ್ಲೂ ಬಳಸುತ್ತಾರೆ. ಬೇರೆ ಊರಿಂದ ಬಂದವರು ಮೊದಲು ಬೆಚ್ಚಿಬಿದ್ದು ಅಸಹ್ಯ ಪಟ್ಟುಕೊಂಡು ಆಮೇಲೆ ಅದಕ್ಕೇ ಹೊಂದಿಕೊಳ್ಳುತ್ತಾರೆ. ಹಾಗೆಂದು ನಮ್ಮೂರಿನವರಲ್ಲಿ ಜೀವನ ಪ್ರೀತಿಯೇನೂ ಕಡಿಮೆಯಾಗಿಲ್ಲ. ಎಲ್ಲವನ್ನೂ ಅನುಭವಿಸಿ ಎದುರಿಸಿ ಬದುಕುವ ಛಲವಿದೆ. ಕುತ್ತಿಗೆಯುದ್ದದ ನೀರು ಹೊಳೆಯಲ್ಲಿ ಹರಿಯುವಾಗ ಮಗುವನ್ನು ಹೆಗಲ ಮೇಲೆ ಕೂರಿಸಿಕೊಂಡು ಹೊಳೆ ದಾಟಿದವರಿದ್ದಾರೆ. ರಾತ್ರಿ ಹೊತ್ತಲ್ಲಿ ಸೂಟೆ (ಅಡಿಕೆಯ ಸಲಿಕೆಯಿಂದ ಮಾಡಿದ್ದು) ಬೀಸಿಕೊಂಡು ಸುಬ್ರಹ್ಮಣ್ಯದಿಂದ ನಡೆದು ಬರುತ್ತಾರೆ. ಹೆಣ್ಣು ಮಕ್ಕಳು ಹಲಸಿನ ಮರಗಳಿಗೆ ಹತ್ತಿ ಹಲಸಿನಕಾಯಿ ಹಣ್ಣು ಎಲ್ಲಾ ಕೊಯ್ಯುತ್ತಾರೆ. ಪೇರಳೆ, ನೇರಳೆ, ಅಬ್ಬಕ, ಕೊಟ್ಟೆಮುಳ್ಳಣ್ಣು ಇತ್ಯಾದಿಗಳನ್ನು ಮಕ್ಕಳ ಸೈನ್ಯವೇ ಹೋಗಿ ಸಂಗ್ರಹಿಸಿಕೊಂಡು ಬರುತ್ತದೆ.

3
ವಿದೇಶದಲ್ಲಿ...

ನಿನ್ನೆ ಪ್ರಸನ್ನ ಸಾಯಂಕಾಲ ಬೇಗ ಬಂದಿದ್ದ. ಅರ್ಧದಿನ ರಜೆ ಹಾಕಿದ್ದ. ಮೈಕೈ ನೋವು, ಗಂಟಲು ನೋವು ಎಲ್ಲ ಇತ್ತು. ಬಂದು ಸ್ವಲ್ಪ ಹೊತ್ತು ಮಲಗಿ ನಿದ್ದೆ ಮಾಡಿದ ಮೇಲೆ ಸ್ವಲ್ಪ ಆರಾಮ ಎನಿಸಿತು. ನಾಳೆ ಎಲ್ಲಿಗೂ ಹೋಗುವುದು ಬೇಡ. ರಜೆ ಅಲ್ಲವಾ ಮನೆಯಲ್ಲೇ ಇರುವ ಎಂದೆ. ರಾತ್ರಿ ತ್ರಿಶೂನ್ ತೆಗೆದುಕೊಂಡ. ರಾತ್ರಿ ಜ್ವರ ಇತ್ತು. ಇವತ್ತು ಬೆಳಿಗ್ಗೆ ಸ್ವಲ್ಪ ಆಯಾಸ ಇತ್ತು ಮಲಗಿಯೇ ಇದ್ದ. ೧೧ ಗಂಟೆಯ ಮೇಲೆ ಹುಶಾರಾದ. ಬೇಂಕಿಗೆ ಎಂದ. ಅಕ್ಕಿ, ಸಕ್ಕರೆ ಎಲ್ಲ ತಂದು ಅನ್ನ ಮಾಡಿ ಪುಳಿಯೋಗರೆ ಕಲಸಿ ತಿಂದು ಹೊರಟೆವು. ಹೊರಟಾಗ ೧.೦೦.

ರಣಬಿಸಿಲು. ಟ್ಯಾಕ್ಸಿಯಲ್ಲಿ ಎ.ಸಿ.ಇತ್ತು ಪರವಾಗಿರಲಿಲ್ಲ. ಬೇಂಕಿಗೆ ಹೋಗಿ ಕೆಲಸ ಮುಗಿಸಿ ಪೋಸ್ಟಾಫೀಸಿಗೆ ಟುಕ್-ಟುಕ್ ನಲ್ಲಿ ಹೋದೆವು. (ನಮ್ಮ ರಿಕ್ಷಾ) ದೊಡ್ಡದಾದ ಕಟ್ಟಡ ಳನೇ ರಾಮ ಕಟ್ಟಿಸಿದಂತೆ, ಮುಂದುಗಡೆ ಆತನ ವಿಗ್ರಹವಿತ್ತು. ಬ್ರಿಟಿಷರು ಟೆಲಿಗ್ರಾಫ್ ಸೌಕರ್ಯ ಮಾಡಿಕೊಡುತ್ತೇವೆ, ಭೂಮಿ ಕೊಡಿ ಎಂದು ಸುಮಾರು ಸಲ ಕೇಳಿದ್ದರಂತೆ. ಕೊಡುವುದಿಲ್ಲ ಎಂದು ಹೇಳಿ ತಾನೇ ಸ್ವಂತ ಪರಿಶ್ರಮದಿಂದ ಮಾಡಿಸಿದ್ದಂತೆ. ಒಳಗೂ ಚೆನ್ನಾಗಿದೆ. ಅಲ್ಲಿಂದ ವ್ಯಾಪಾರ ಮಳಿಗೆಗೆ ಬಂದೆವು. ಅಲ್ಲೇ ಸುಮಾರು ಸುತ್ತಾಡಿದೆವು. ೬ ಗಂಟೆಯ ಮೇಲೆ ಅಲ್ಲಿಂದ ಆಕಾಶ ರೈಲಲ್ಲಿ ಸುಕುಂವಿತ್ತಿಗೆ ಬಂದೆವು. ಸ್ವಲ್ಪ ದೂರ ರೈಲಿನ ಕೆಳಗಿನ ದಾರಿಯಲ್ಲಿ (ಸ್ಕೈ ಪಾಥ್) ನಡೆಯುತ್ತಾ ಬಂದೆವು. ನಮ್ಮ ಕೆಳಗೆ ರಸ್ತೆ ಅಲ್ಲಿಯ ವಾಹನಗಳ ಸಾಲು ಎಲ್ಲಾ ನೋಡಲು ಚೆನ್ನಾಗಿತ್ತು.

ಒಂದು ಕಡೆ ಬ್ರಹ್ಮನ ದೇವಸ್ಥಾನವಿತ್ತು. ದೇವಸ್ಥಾನದ ಹತ್ತಿರ ಹೋಗಲಿಲ್ಲ. ಮೇಲಿನಿಂದಲೇ ಫೋಟೊ ತೆಗೆದ. ಅಲ್ಲಿಂದ ದೋಸೆಕಿಂಗ್ ಹೋಟೆಲಿಗೆ ಹೋದೆವು. ಉಜಿರೆಯ ಮುರುಗನ್ ಎಂಬವರ ಹೋಟೆಲ್ಲು. ನಮ್ಮನ್ನು ನೋಡಿ ಅಷ್ಟೇನೂ ಖುಷಿಯಾದ ಹಾಗೆ ಕಾಣಲಿಲ್ಲ. ಆದರೂ ಮಾತನಾಡಿಸಿದರು. ಅವರ ಹೆಂಡತಿಯೂ, ತಮ್ಮನೂ ಇದ್ದರು. ಅಲ್ಲಿ ದೋಸೆ, ಇಡ್ಲಿ ತಿಂದು ಟೀ ಕುಡಿದು ಹೊರಟೆವು. ಮತ್ತೆ ಆಕಾಶ ರೈಲು ೨ಸಲ ಬದಲಾಯಿಸಿ ಕೊನೆಯ ಸ್ಟೇಷನ್ ನಲ್ಲಿಳಿದು ದೋಣಿಯಲ್ಲಿ ಚಾವೊಪ್ರಾಯ ನದಿ ದಾಟಿ ಈಚೆ ನಡೆಯುತ್ತಾ ಬಂದೆವು. ಒಂದು ಗೊಂಬೆ ಅಂಗಡಿಯಲ್ಲಿ ೨ ಮಕ್ಕಳೂ ಇದ್ದವು. ಅವರ ಫೋಟೊ ತೆಗೆಯಲು ಹೊರಟ. ಅವರು ನಗುತ್ತಾ ತೆಗೆದುಕೊಳ್ಳಿ ಎಂದರು. ಮತ್ತೆ ೨ ಗೊಂಬೆ ೧೦೦/- ಬಾತಿಗೆ ಕೊಂಡೆವು. ತುಂಬಾ ಖುಷಿಪಟ್ಟರು. "ಕಪುನ್ ಕಾ" ಎಂದರು. ಅಲ್ಲಿಂದ ಬಂದು ಜೆರಾಕ್ಸ್, ಫಾಕ್ಸ್ ಕೆಲಸ ಮುಗಿಸಿ ಬರುವಾಗ ದಾರಿ ಬದಿಯಲ್ಲಿ ಒಂದು ಅಂಗಡಿಯವರು ಮಾತನಾಡಿಸಿದರು. ಗಂಡ, ಹೆಂಡತಿ ಮಗು ಇದ್ದರು. ಗಂಡನಿಗೆ ಇಂಗ್ಲೀಷ್ ಬರುತ್ತಿತ್ತು. ಅಮ್ಮ ಎಂದು ಪರಿಚಯಿಸಿದ. ತುಂಬಾ ಸಂತಸ ಪಟ್ಟರು. ಅವರು ಬುದ್ಧಗಯಕ್ಕೆ ಹೋಗುತ್ತಿರುತ್ತಾರಂತೆ, ಇಂಡಿಯಾ ಎಂದರೆ ಇಷ್ಟ. ನಿಮಗೆ ಬೇಕಾದ್ದು ತೆಗೆದುಕೊಳ್ಳಿ ಎಂದರು. ಮೊಟ್ಟೆ ಏನೂ ಹಾಕದ ಬ್ರೆಡ್ ತೆಗೆದುಕೊಂಡೆ. ದುಡ್ಡು ಬೇಡ ಎಂದರು ಚೌಕಾಸಿ ಮಾಡಿ ಹಣ ಕೊಡಬೇಕಾಯ್ತು. ಅಲ್ಲಿಂದ ಬಂದು ಮನೆ ಸೇರಿದೆವು.

ಮೊನ್ನೆ ಸುಮಾರು ೭ ಗಂಟೆಯ ಹೊತ್ತಿನಲ್ಲಿ ಜೋರಾಗಿ ಸೈರನ್ ಕೇಳಿಸಿತು. ಸುಮಾರು ಹೊತ್ತು ಕೇಳುತ್ತಲೇ ಇದ್ದುದರಿಂದ ಬಾಲ್ಕನಿಗೆ ಹೋಗಿ ನೋಡಿದೆ. ಅಲ್ಲೇ ಕೆಳಗಡೆ ಒಂದು ಮನೆಗೆ ಬೆಳಕು ಬಿಟ್ಟುಕೊಂಡು ಪೈಪೆಳೆದು ನೀರು ಹಾಯಿಸುತ್ತಿದ್ದರು. ಪಕ್ಕದ ಬಾಲ್ಕನಿಯವರೂ ನೋಡುತ್ತಿದ್ದರು. ಬೆಂಕಿ ನಂದಿಸುವ ಯಂತ್ರ ಎಂದು ಹೇಳಿದರು. ಅಲ್ಲಿಬಂದು ಸಣ್ಣ ರಸ್ತೆ (ಒಳರಸ್ತೆ) ಇದೆ. ಅದರ ಎರಡೂ ಬದಿಗೆ ಸಾಲಾಗಿ ಶೀಟಿನ ಮನೆಗಳಿವೆ. ನಮ್ಮಲ್ಲಿಯ ವಠಾರಗಳಂತೆ. ಅಲ್ಲಿ ಮನೆಗಳು, ಅಂಗಡಿಗಳು, ಹೊಟೆಲ್ಲು, ಗುಜರಿ ಅಂಗಡಿಯೂ ಕಾಣಿಸುತ್ತದೆ. ಇಲ್ಲಿಯೂ ಶ್ರೀಮಂತ, ಮಧ್ಯಮ, ಬಡ ವರ್ಗಗಳಿವೆ. ಅವರವರ ಶಕ್ತಿಗನುಗುಣವಾಗಿ ಮನೆಗಳಿರುತ್ತವೆ. ಆದರೆ ಎಲ್ಲರಿಗೂ ಶುದ್ಧ ಕುಡಿಯುವ ನೀರು, ವಿದ್ಯುತ್ ಸಿಗುತ್ತದೆ. ಹಾಗೇ ರಸ್ತೆಗಳೂ ಚೆನ್ನಾಗಿವೆ. ಎಲ್ಲಿಯೂ ಗುಂಡಿ, ಗೊಟರುಗಳಿಲ್ಲ. ಒಳಚರಂಡಿ

ವ್ಯವಸ್ಥೆ ಚೆನ್ನಾಗಿದೆ.

ಇವತ್ತು ಪ್ರಸನ್ನನಿಗೆ ರಜ. ಸ್ನಾನ, ತಿಂಡಿ ಮುಗಿಸಿ ೧ ಗಂಟೆಗೆ ಮನೆಯಿಂದ ಹೊರಟೆವು. ಟ್ಯಾಕ್ಸಿಯಲ್ಲಿ ಬೇಂಕಿಗೆ ಹೋಗಿ ಅಲ್ಲಿನ ಕೆಲಸ ಮುಗಿಸಿ ಚೈನಾ ಬಜಾರ್ ಗೆ ಹೊರಟೆವು. ಅಲ್ಲಿ ಚಿನ್ನದ ಅಂಗಡಿಗಳು ತುಂಬಾ ಇದ್ದವು. ಅವರು ಚೈನೀಸ್ ಥಾಯ್ ಗಳಂತಲ್ಲ. ನೋಡಲು ಹಾಗೇ ಇದ್ದರೂ ಮುಖದಲ್ಲಿ ನಗುವಿಲ್ಲ. ಒಂದು ಅಂಗಡಿಯಲ್ಲಿ ನಮಗೆ ಏನು ಬೇಕೆಂದೂ ಕೇಳಲಿಲ್ಲ. ಇನ್ನೊಂದರಲ್ಲಿ ಹೆಂಗಸರು ಹುಡುಗಿಯರು ಇದ್ದರು. ನೋಡಿ, ಕೊಳ್ಳಲು ಎ.ಟಿ.ಎಮ್ ನಲ್ಲಿ ದುಡ್ಡು ತರಲು ಆಗದೇ ನಮ್ಮ ವ್ಯಾಪಾರ ಉಳಿಯಿತು. ಮತ್ತೆ ಎಲ್ಲೂ ತಿರುಗಾಡಲೂ ಹೋಗಲಿಲ್ಲ. ಎ.ಸಿ.ಯಿಂದ ಹೊರಗೆ ಬಂದರೆ ಬೆವರಿಳಿಯುತ್ತಿತ್ತು. ಎಲ್ಲೂ ಹೋಗಬೇಕೆನಿಸಲಿಲ್ಲ.

ಸೀದಾ ಉದಯ- ವಿದ್ಯಾರ ಮನೆಗೆ ಬಂದೆವು. ಅಲ್ಲಿ ದೋಸೆ ಮಾಡಿಕೊಟ್ಟರು. ನಾವು ಬರುತ್ತೇವೆಂದು ಫೋನಿಸಿದ್ದ. ಪ್ರಸನ್ನ ಸ್ವಲ್ಪ ಹೊತ್ತು ಇದ್ದು ಮನೆಗೆ ಬಂದ. ನಾನು ಅಲ್ಲೇ ಉಳಿದೆ. ವಿದ್ಯಾ ಸೀದಾ-ಸಾದಾ ಹೆಣ್ಣು, ಜಂಭವಿಲ್ಲ. ತನ್ನ ಅಸೌಖ್ಯದ ಬಗ್ಗೆ ಹೇಳಿದರು. ಪ್ರಸನ್ನನಲ್ಲಿ ಸಲಹೆ ಕೇಳಬೇಕಿತ್ತು ಎಂದಾಗ ಆಗಲೇ ಹೇಳಬಹುದಿತ್ತು ಎಂದೆ. ಆಮೇಲೆ ನಾಲ್ಕೈದು ದಿವಸ ಅಲ್ಲೇ ಇದ್ದೆ. ಅವರೊಂದಿಗೆ ಒಂದು ಉದ್ಯಾನಕ್ಕೆ ಭೇಟಿಕೊಟ್ಟೆ. ಅಲ್ಲಿ ಒಂದು ಕೊಳವಿತ್ತು. ಅದರ ಮೆಟ್ಟಿಲಲ್ಲಿ ಕುಳಿತಾಗ ಅಲ್ಲೇ ಪಾರಿವಾಳಗಳು ಇದ್ದವು. ನೀರಲ್ಲಿಆಮೆಗಳಿದ್ದವು. ಅಲ್ಲೇ ಪಕ್ಕದಲ್ಲಿ ವ್ಯಾಯಾಮವೂ ನಡೆಯುತ್ತಿತ್ತು. ನಡೆದುಕೊಂಡು ಮನೆಗೆ ಬಂದೆವು. ಹೋಗಿದ್ದು ರೈಲಲ್ಲಿ.

ಒಂದು ದಿನ ಅವರ ಸಂಗೀತ ಕ್ಲಾಸಿಗೂ ಹೋಗಿದ್ದೆ. ತಮಿಳಿನವರಾದ ಜಾನಕಿ, ಪುರಂದರದಾಸರ ಕೀರ್ತನೆಗಳನ್ನು ಹೇಳಿಕೊಟ್ಟರು. ಕೇಳುತ್ತಾ ಕುಳಿತಿದ್ದೆ. ಗರ್ಭಿಣಿಯಾಗಿದ್ದ ಅವರು ಸಂತೋಷವಾಗಿ ಚೆನ್ನಾಗಿ ಮಾತಾಡುತ್ತಿದ್ದರು. ಇನ್ನಿಬ್ಬರು ಶೋಭಾ(ಮಂಗಳೂರಿನವರು), ಶ್ರೀದೇವಿಯೂ (ತೆಲುಗು) ಮಾತನಾಡಿಸಿದರು. ಅಲ್ಲಿಂದ ಬಂಗಾಳಿಗಳ ಮನೆಗೆ ಹೋದೆವು. ಅಲ್ಲಿ ತುಂಬಾ ಹೊತ್ತು ಇದ್ದೆವು. ಬೋಂಡಾ, ಟೀ ಎಲ್ಲ ಇತ್ತುಎರಡೂ ಮನೆಗಳಲ್ಲಿ ಶೋಪೀಸುಗಳೇ ತುಂಬಿದ್ದವು. ಭಾನುವಾರ ಸ್ವರ್ಣಮಯ ಬುದ್ಧನನ್ನು ನೋಡಲು ಹೋದೆವು. ವಾಟ್ ತ್ರಿಮೆಟ್ರಿ ಎಂದು ಅಲ್ಲಿಯ ಹೆಸರು. ೫ ಟನ್ ತೂಕದ ಬಂಗಾರದ ಬುದ್ಧ. ಅಲ್ಲಿ ಉದಯ ನಮ್ಮ ಫೋಟೊ ತೆಗೆದರು. ತುಂಬಾ ಜನ ಫೋಟೊ ತೆಗೆಸಿಕೊಳ್ಳುತ್ತಿದ್ದರು. ಮತ್ತೆ ಸಾಯಂಕಾಲ ಗಣೇಶ ಹೋಟೆಲಲ್ಲಿ ಊಟ. ಮತ್ತೆ ರಾತ್ರಿ ಮನೆಗೆ ಕರೆದುಕೊಂಡು ಬಂದು ಬಿಟ್ಟುಹೋದರು.

ಏಪ್ರಿಲ್ ೧, ಇವತ್ತು ಪ್ರಸನ್ನನಿಗೆ ರಜೆ. ಮಧ್ಯಾಹ್ನವರೆಗೆ ಮನೆಯಲ್ಲೇ ಇರುವುದು, ಊಟ ನಿದ್ದೆ ಮುಗಿಸಿ ಸಾಯಂಕಾಲ ಹೊರಗಡೆ ಹೋಗುವುದೆಂದು ಮಾತನಾಡಿದೆವು. ಅಷ್ಟರಲ್ಲಿ ನೀಲಂ, ಆಂಟಿ ಅಡುಗೆ ಮಾಡುತ್ತಾರಾ ಬಾಂಡ್ಲಿ ಸಿಗುತ್ತಾ ಸಮೋಸ ಮಾಡಲು ಎಂದು ಫೋನಿಸಿದ್ದಳು. ನಾನು ಬಾಂಡ್ಲಿ ತೆಗೆದುಕೊಂಡು ಹೋಗುತ್ತಾಳೆಂದುಕೊಂಡು, ೧/೨ ಗಂಟೆ ಬಿಟ್ಟು ಅಡುಗೆ ಮಾಡಿದರಾಯ್ತೆಂದು ಹೂಂ ಅಂದೆ. ಆದರೆ ಅವಳು ಇಲ್ಲೇ ಒಕ್ಕರಿಸಿದಳು ೧/ ೨ ಗಂಟೆ ಇಲ್ಲೇ ರಂಪ ಮಾಡಿ ಸಮೋಸ ಮಾಡಿ ನಮಗೂ ಕೊಟ್ಟು ತಾನೂ ತಿಂದು ಒತ್ತರೆ

ಮಾಡಿ ಹೋದಳು. ಆದರೆ ಪುನಃ ನಾನು ಎಲ್ಲ ಮಾಡಬೇಕಾಯ್ತು.ಸಮೋಸ ಏನೋ ಚೆನ್ನಾಗಿಯೇ ಇತ್ತು. ಆದರೆ ಹಾಗೇ ಮಧ್ಯೆ ಯಾರಾದರೂ ನುಗ್ಗಿದರೆ ನನಗೆ ಕಿರಿಕಿರಿ. ಅಂತೂ ಮತ್ತೆ ಅಡುಗೆ, ಊಟ ಆಗುವಾಗ ಗಂಟೆ ೩.

ಸಾಯಂಕಾಲ ಒಂದಿಷ್ಟು ತರಕಾರಿ, ಬಾಳೆ ಹಣ್ಣು ತಂದಿಟ್ಟು ಓಷನ್ ವರ್ಲ್ಡನ್ನು ನೋಡಲು ಹೊರಟೆವು. ಕಳೆದ ಬಾರಿ ಹೋದಾಗ ಸಮಯ ಮೀರಿತ್ತು, ಬೇರೆ ಸಿನೆಮಾ ನೋಡಿ ಬಂದಿದ್ದೆವು. ಹಾಗೆ ಈ ಬಾರಿ ಒಂದು ಸಿನೆಮಾ ಎಂದುಕೊಂಡೆ. ಅಲ್ಲಿ ಟಕೇಟು ಕೊಂಡು ಒಳಗೆ ಹೋದ ಮೇಲೆ ಹೊಳೆಯಿತು, ಓಷನ್ ವರ್ಲ್ಡ್ ಅಂದರೆ ಸಾಗರದ ಜಗತ್ತು ಎಂದು. ಆಗ ಎನಿಸಿತು ಛೇ ಕೆಮರಾ ತರಬೇಕಿತ್ತು ಅಂತ. ಏನು ಮಾಡುವಂತೆಯೂ ಇರಲಿಲ್ಲ. ಹೋಗಲಿ ಎಂದು ಅಲ್ಲಿನ ಅದ್ಭುತ ಜಗತ್ತನ್ನು ನೋಡತೊಡಗಿದೆವು. ರಾಷ್ಟ್ರೀಯ ಛಾನೆಲ್ ನಲ್ಲಿ ತೋರಿಸುವ ಸಮುದ್ರದೊಳಗಿನ ಜಗತ್ತು ಅಲ್ಲಿ ಸಾಕ್ಷಾತ್ಕಾರಗೊಂಡಿತ್ತು. ಬಣ್ಣಬಣ್ಣದ, ವಿವಿಧ ರೂಪ, ಆಕಾರ, ಗಾತ್ರಗಳ ಮೀನುಗಳು, ಏಡಿಗಳು, ಆಮೆಗಳು, ಬೇರೆ ಪ್ರಾಣಿಗಳು, ಶಾರ್ಕ್ ಗಳು, ಅಲ್ಲಿನ ಗಿಡಗಳು, ಬಂಡೆಗಳು ಎಲ್ಲ ಸಹಜವಾಗಿ ನೋಡಬಹುದಿತ್ತು. ಕೆಲವು ಸಣ್ಣ ಸಣ್ಣ ಗಾಜಿನ ಕೊಳಗಳಲ್ಲಿ ಕೆಲವು ಸ್ವಲ್ಪ ದೊಡ್ಡ ಕೊಳಗಳಲ್ಲಿ ಇಟ್ಟಿದ್ದರು. ಅಲ್ಲಿಂದ ಮುಂದೆ ಒಂದು ದೊಡ್ಡ ಕೊಳದಲ್ಲಿ ಸಣ್ಣ ದೋಣಿಯಲ್ಲಿ ಕೂರಿಸಿ ಎಲ್ಲವನ್ನೂ ವಿವರಿಸುತ್ತಾ ಮೀನುಗಳನ್ನು, ಶಾರ್ಕ್ ಗಳನ್ನೂ ತೋರಿಸಿದರು. ಆಮೇಲೆ ಇನ್ನೊಂದು ಬದಿಯಲ್ಲಿ ಮಳೆ, ಕಾಡು, ಗುಹೆ ಎಲ್ಲ ನೋಡುತ್ತಾ ಬಂದದ್ದು ಒಂದು ಕಮಾನಿನಾಕಾರದ ಗಾಜಿನ ಛಾವಣಿಯಡಿಗೆ, ಮೇಲೆ ಪಕ್ಕದಲ್ಲಿ ಎಲ್ಲ ನೀರು, ನಾವು ಅದರ ಕೆಳಗೆ. ನೀರಿನಲ್ಲಿ ದೊಡ್ಡ ದೊಡ್ಡ ಶಾರ್ಕ್ ಗಳು, ಆಮೆ, ಮೀನುಗಳು ಓಡಾಡುತ್ತಿದ್ದವು. ತುಂಬಾ ರೋಚಕವಾಗಿತ್ತು. ಅಲ್ಲಿಂದ ಬರುವಾಗ ಒಂದು ಮಳಿಗೆಯಲ್ಲಿ ಮೀನು ಇತ್ಯಾದಿ ಅಲ್ಲಿನ ಪ್ರಾಣಿಗಳ, ಗೊಂಬೆಗಳ ಟೊಪ್ಪಿಗಳನ್ನು ನೋಡಿ, ೪ಡಿ ಸಿನೆಮಾ ನೋಡಿದೆವು. ಅಂದರೆ ನೀರಿನಲ್ಲಿ ಶಾರ್ಕ್, ಮೊಸಳೆ, ಆಮೆಗಳ ಕಾದಾಟ, ಹಾವುಗಳ ಹೋರಾಟ ಇತ್ಯಾದಿ ನಮ್ಮ ಪಕ್ಕದಲ್ಲೇ ಆಗುವಂತೆ ಕಾಣುತ್ತಿತ್ತು. ನಮ್ಮ ಕುರ್ಚಿ ಅಲುಗಾಡುತ್ತಿತ್ತು. ಅದು ಇದ್ದುದು ಮಾತ್ರ ೧೦ ನಿಮಿಷ. ಅಲ್ಲಿಂದ ಹೊರಗೆ ಬಂದು ಆಕಾಶ ರೈಲಿನಲ್ಲಿ ಮನೆಗೆ ಬಂದೆವು.

ಈ ಸಲ ನಾನು ಬ್ಯಾಂಕಾಕಿಗೆ ಬಂದಿದ್ದು ಸೆಪ್ಟೆಂಬರ್ ೨೬ರಂದು ಬೆಳಿಗ್ಗೆ. ಹೊರಡುವ ಮೊದಲೇ ವೀಸಾದ್ದು ರಗಳೆಯಾಗಿತ್ತು. ೩ ತಿಂಗಳ ವೀಸಾ ಎಂದು ಹೇಳಿ ಕೊಟ್ಟಿದ್ದರು. ಇಲ್ಲಿ ಬಂದು ಪ್ರಸನ್ನ ನೋಡಿದ ಮೇಲೆ ಗೊತ್ತಾಗಿದ್ದು, ಒಂದೇ ತಿಂಗಳಿನ ವೀಸಾ ಎಂದು. ಬೆಂಗಳೂರಲ್ಲಿ ಒಂದು ದಿನ ಇದ್ದೆ. ಧನು ಜತೆಯಲ್ಲಿ ಪುಷ್ಪಕ ಬಸ್ಸಿನಲ್ಲಿ ದೇವನಹಳ್ಳಿ ವಿಮಾನ ನಿಲ್ದಾಣಕ್ಕೆ ಬಂದೆ. ಬಸ್ಸಿನಲ್ಲಿ ನಾವಿಬ್ಬರು, ಚಾಲಕ, ನಿರ್ವಾಹಕ ಮಾತ್ರ ಇದ್ದುದು. ಮಧ್ಯೆ ಎಲ್ಲೊ ಒಬ್ಬರು ಮಾತ್ರ ಹತ್ತಿದ್ದರು. ವಿಮಾನಕ್ಕೆ ಹೋಗುವವರಿಗಾಗಿ ಮಾತ್ರ ಇರುವುದಂತೆ ಆ ಬಸ್ಸು. ಕೇವಲ ೪ ಜನರಿಗಾಗಿ ಅಂತ ಬಸ್ಸನ್ನು ಓಡಿಸುತ್ತಾರಲ್ಲಾ ಎನಿಸಿತು. ಶಿವಮೊಗ್ಗದಲ್ಲಿ ಹಳ್ಳಿ ಕಡೆ ಹೋಗುವ ಬಸ್ಸಿನಲ್ಲಿ ಛಾವಣಿಯಲ್ಲಿ ಕುಳಿತು ಹೋಗುವ ಜನರ ನೆನಪಾಯಿತು.

ನಿಲ್ದಾಣದಲ್ಲಿ ಧನುವಿಗೆ ಟಾಟಾ ಹೇಳಿ ಒಳಗಡೆ ಹೋದೆ. ಈಗ ಹೆದರಿಕೆ ಇರಲಿಲ್ಲ, ಗೊತ್ತಿತ್ತಲ್ಲ. ಲಗೇಜು ಕೊಟ್ಟು ತಪಾಸಣೆ ಪೂರೈಸಿ ಒಳಗೆ ಹೋಗಿ ಕುಳಿತೆ. ೧೧.೩೦ ಗಂಟೆಗೆ

ವಿಮಾನಹಾರಿತು. ಈ ಸಲ ಕಿಟಕಿ ಹತ್ತಿರದ ಸೀಟು ಸಿಗಲಿಲ್ಲ. ದೂರದಿಂದ ದೀಪದ ಸಾಲನ್ನು ನೋಡಿದೆ. ನಿದ್ದೆ ಬರಲಿಲ್ಲ. ಕುಳಿತುಕೊಳ್ಳಲು ತುಂಬಾ ತೊಂದರೆಯಾಗುತ್ತಿತ್ತು. ಬಲಗಾಲು ನೋವಿತ್ತು. ಎದ್ದು ಶೌಚಕ್ಕೆ ಹೋಗಿ ಬಂದೆ. ಅಂತೂ ಬೆಳಿಗ್ಗೆ ೫ ಗಂಟೆಗೆ ಇಲ್ಲಿಗೆ ತಲುಪಿದೆ. ನನ್ನ ಸೂಟ್ಕೇಸ್ ಕೊನೆಗೂ ಬಂತು. ಹೊರಗೆ ಬಂದಾಗ ೬.೩೦ ಆಗಿತ್ತು. ಪ್ರಸನ್ನ ಬಂದ ಟಾಕ್ಸಿಯಲ್ಲಿ ಮನೆಗೆ ಬಂದೆವು. ಶುಕ್ರವಾರ ಪ್ರಸನ್ನನಿಗೆ ರಜೆ. ವಿದ್ಯಾ- ಉದಯ ಬೇರೆ ಕಡೆಗೆ ಹೋಗುತ್ತಾರೆ. ಇಲ್ಲಿಂದ ಒಂದುವರೆ ಗಂಟೆ ದಾರಿ ಬಸ್ಸಿನಲ್ಲಿ ಹೋಗಬೇಕು. ಆದ್ದರಿಂದ ಈ ಮನೆಗೆ ಇವತ್ತೇ ಹೋಗಿ ಬರುವ ಎಂದು ಸಾಯಂಕಾಲ ಹೋಗಿ ಮಾತನಾಡಿಸಿ ಊಟ ಮಾಡಿ ಬಂದೆವು. ಮತ್ತೆ ಭಾನುವಾರ ಅವರು ಭ್ಞಾನ್ ಚಾಂಗ್ ಎಂಬಲ್ಲಿಗೆ ಹೋಗುತ್ತಾರಂತೆ ಕಂಪನಿಯವರ ಆಶಯದಂತೆ. ಅಜಯನಿಗೆ ಒಂದು ಕೋಣೆ ಬಾಡಿಗೆಗೆ ಪಡೆದು ಅಲ್ಲಿಗೆ ಅವನ ಸಾಮಾನುಗಳನ್ನೆಲ್ಲ ಸಾಗಿಸಿದ್ದರು. ವಾರವಾರ ಹೋಗಿಬರಲು ಇದ್ದ ಒಂದು ಮನೆ ದೂರವಾದಂತಾಯ್ತು.

ಈ ಬಾರಿ ಮನೆ ಸಾಮಾನು ಸಿಗುವ ಅಂಗಡಿ ಪರಿಚಯವಾಗಿತ್ತು. ಎಲ್ಲಾ ಸಾಮಾನುಗಳೂ, ತರಕಾರಿ ಕೂಡ ಅಲ್ಲೇ ಸಿಗುತ್ತದೆ. ಶುಕ್ರವಾರ ಹೋಗಿ ಒಂದು ವಾರಕ್ಕಾಗುವ ತರಕಾರಿ ಎಲ್ಲ ತಂದು ಶೀತಕದಲ್ಲಿಡುವುದು. ಅಂತೂ ನಮ್ಮ ಸಂಸಾರ ಚೆನ್ನಾಗಿ ನಡೆಯಲಾರಂಭಿಸಿತು. ಪ್ರಸನ್ನ ಬೆಳಿಗ್ಗೆ ಸ್ನಾನ, ಊಟ ಮುಗಿಸಿ ೧೨ ಗಂಟೆಗೆ ಹೊರಡುತ್ತಿದ್ದ. ಆಮೇಲೆ ಸ್ವಲ್ಪ ಹೊತ್ತು ಪ್ರಜಾವಾಣಿ ಓದಿ ಸ್ವಲ್ಪ ನಿದ್ದೆ ಮಾಡಿ, ಬರುವಾಗ ತಂದ ತರಂಗ, ವಿದ್ಯಾ ಕೊಟ್ಟಿದ್ದ ಗೃಹಶೋಭಾ ಎಲ್ಲ ಓದುತ್ತಾ ಇರುತ್ತಿದ್ದೆ. ಆಮೇಲೆ ಸಾಯಂಕಾಲ ಹತ್ತಿರದ ಉದ್ಯಾನಕ್ಕೆ ವಾಯುವಿಹಾರಕ್ಕೆ ಹೋಗಿ ಬರುತ್ತಿದ್ದೆ. ಮುಂದಿನ ವಾರ ಉದಯ ವಿದ್ಯಾ ಬಂದವರು ನನ್ನನ್ನು ಭ್ಞಾನ್ ಚಾಂಗ್ ಗೆ ಕರೆದುಕೊಂಡು ಹೋದರು. ಅವರ ಮನೆ ಇರುವುದು ಪೇಟೆಯಲ್ಲಿ. ಹೊಸ ಬಡಾವಣೆಯಲ್ಲಿ ಒಂದು ಮನೆ, ನೀರು, ವಿದ್ಯುತ್ ಎಲ್ಲ ಚೆನ್ನಾಗಿದೆ. ಆದರೆ ಅಂಗಡಿ ಇತ್ಯಾದಿಗಳಿಗೆಲ್ಲ ದೂರದ ಪೇಟೆಗೆ ಹೋಗಬೇಕು. ಕಾರು, ಟುಕ್ ಟುಕ್ ಬರಮಾಡಿ ಅಥವಾ ಸ್ವಂತಕಾರಲ್ಲಿ ಹೋಗಿ ಬರುತ್ತಾರೆ. ಹೆಚ್ಚಿನವರ ಮನೆಗಳಲ್ಲಿ ಒಂದಾದರೂ ಕಾರಿದೆ. ಕೆಲವರಿಗೆ ಎರಡೆರಡು ಕಾರುಗಳಿವೆ. ಎಲ್ಲ ಬೇರೆ ಬೇರೆ ಕಂಪನಿಗಳ ಕೆಲಸಗಾರರ ಮನೆಗಳಂತೆ. ಅಲ್ಲಿ ಒಂದುವಾರ ಇದ್ದೆ. ಹೋದ ಸಲ ಸಿಕ್ಕಿದ್ದ ಶುಭ ಕೂಡ ಅಲ್ಲೇ ಇದ್ದರು. ಅವರ ಮನೆಗೆ ಊಟಕ್ಕೆ ಕರೆದಿದ್ದರು, ಹೋಗಿದ್ದೆ. ಅಲ್ಲಿಯೂ ದಿನಾ ತಿರುಗಾಡಲೂ ಹೋಗುತ್ತಿದ್ದೆವು. ಬೇರೆಲ್ಲಿಗೂ ಹೋಗಲಿಲ್ಲ. ಉದಯ ಪರೀಕ್ಷೆ ಬರೆಯುವ, ಓದುವ ಒತ್ತಡದಲ್ಲಿದ್ದರು. ಎಂ.ಬಿ.ಎ. ಮಾಡದಿದ್ದರೆ ಕಂಪನಿಯಲ್ಲಿ ಇರುವಿಕೆ ಕಷ್ಟವಾಗುತ್ತದೆಂದು ಪೇಚಾಡುತ್ತಿದ್ದರು. ಅಂತೂ ವಿದ್ಯಾಳ ಒತ್ತಾಯಕ್ಕೆ ಒಂದು ದಿನ ಹತ್ತಿರದಲ್ಲೇ ಇದ್ದ ಸಮುದ್ರ ತೀರಕ್ಕೆ ಕರೆದುಕೊಂಡು ಹೋದರು. ಉದಯ ಅಲ್ಲೂ ಓದುತ್ತಾ ಕುಳಿತಿದ್ದು, ನಾನು ವಿದ್ಯಾ ತೀರದಲ್ಲಿಉದ್ದಕ್ಕೂ ಓಡಾಡಿ ಸೂರ್ಯಾಸ್ತ ನೋಡಿ ಮತ್ತೆಮನೆಗೆ ಬಂದೆವು. ಸಮುದ್ರ ತೀರದಲ್ಲಿ ಹೆಚ್ಚು ಜನ ಇರಲಿಲ್ಲ. ಸಮುದ್ರವೂ ಶಾಂತವಾಗಿತ್ತು.

ಮತ್ತಿನ ಶುಕ್ರವಾರ ಪ್ರಸನ್ನ ಭ್ಞಾನ್ ಚಾಂಗ್ ಗೆ ಬಂದ ಮಧ್ಯಾಹ್ನ ಊಟ ಮುಗಿಸಿ ನಂಗ್ ನುಚ್ ವಿಲೇಜ್ ಎಂಬಲ್ಲಿಗೆ ಕರೆದುಕೊಂಡು ಹೋದರು. ಒಳಗೆ ಹೋಗಲು ಒಬ್ಬರಿಗೆ

ನಾನೂರು ಬಾಟು ಶುಲ್ಕ ಒಳಗೆ ನೋಡಲು ತುಂಬಾ ಇತ್ತು. ಮಣ್ಣಿನ ಕುಡಿಕೆಗಳಿಂದಲೇ ಮಾಡಿದ ಕಮಾನು ದ್ವಾರ ಮನೆ, ಟುಕ್ ಟುಕ್ ಮೇಜು, ಕುರ್ಚಿ ಎಲ್ಲ ಇತ್ತು. ಒಬ್ಬ ಹುಲಿಯನ್ನು ಹಿಡಿದುಕೊಂಡು ಕುಳಿತಿದ್ದ. ಆನೆ ಇತ್ತು, ಒರಾಂಗುಟಾನ್, ವಿವಿಧ ಬಣ್ಣಗಳ, ಜಾತಿಯ ಪಕ್ಷಿಗಳು ಎಲ್ಲ ನೋಡಿ ಮುಂದೆ ಆರ್ಕಿಡ್ ಉದ್ಯಾನ (ಕಳ್ಳಿಗಿಡಗಳು) ವಾಹ್ ಎಂತೆಂತ ಹೂಗಳು! ಎಲ್ಲಾ ಕಡೆ ಹೂಗಳು, ಗಿಡಗಳು ನೋಡಿ ತಣಿಯದಾದೆವು. ಮತ್ತೆ ಅಲ್ಲಿ ಒಂದು ಪ್ರದರ್ಶನ ಇತ್ತು. ಅದರಲ್ಲಿ ಥಾಯ್ ಸಂಸ್ಕೃತಿಯನ್ನು ಬಿಂಬಿಸುವ ನೃತ್ಯಗಳಿದ್ದವು. ಆನೆಯ ಮೇಲೆ ರಾಜರಾಣಿ ಬರುವುದು, ಮಲ್ಲಯುದ್ಧ ಎಲ್ಲ ನೋಡಿದ ಮೇಲೆ ಹೊರಗಿನ ಬಯಲಲ್ಲಿ ಆನೆಗಳಿಂದ ವಿವಿಧ ಆಟಗಳನ್ನು ಆಡಿಸುತ್ತಾರೆ. ಆನೆಗಳು ಬಾಸ್ಕೆಟ್ ಬಾಲ್ ಆಡುತ್ತವೆ. ಜೀಪು ಓಡಿಸುವುದು, ಎದೆಯ ಮೇಲೆ ನಿಲ್ಲುವುದು ಎಲ್ಲ ಮಾಡಿದವು. ಪ್ರಾಣಿಗಳನ್ನುಸಾಕುವುದಕ್ಕೆ, ಆಟ ಆಡಿಸುವುದಕ್ಕೆ ಯಾವುದೇ ನಿರ್ಬಂಧವಿಲ್ಲ. ಆದರೆ ಅವುಗಳ ಪಾಡು ನೋಡಿ ಅಯ್ಯೋ ಅನಿಸಿತು. ಆದರೆ ಪ್ರಾಣಿಗಳು ಬಡಕಲಾಗಿರುವುದಿಲ್ಲ, ಆಹಾರ ಸರೀ ಕೊಡುತ್ತಾರೇನೊ. ಅದಾದ ಮೇಲೆ ಹೊರಗಡೆ ತೋಟ, ಕೆರೆ, ಬಾತುಕೋಳಿಗಳು ಎಲ್ಲ ನೋಡಿ ಅದೇ ದಿನ ಮನೆಗೆ ಬಂದೆವು. ಇದರೆಡೆಯಲ್ಲಿ ನನ್ನ ವೀಸಾ ಅವಧಿ ಮುಗಿಯುತ್ತಿತ್ತು. ಅದಕ್ಕಾಗಿ ವಿದೇಶಾಂಗ, ಮಂತ್ರಾಲಯ, ಭಾರತೀಯ ರಾಯಭಾರ ಕಛೇರಿ ಎಲ್ಲಅಲೆದು ಅಂತೂ ನಾನಿಮಿಗ್ರೆಂಟ್ ವೀಸಾ ಪಡೆದಂತಾಯ್ತು. ಭಾರತದಲ್ಲಿ ಏಜೆಂಟರಿಂದ ೬ ಸಾವಿರದಲ್ಲಿ ಆಗುವ ಕೆಲಸಕ್ಕೆ ಇಲ್ಲಿ ಸುಮಾರು ಹತ್ತುಸಾವಿರ ಖರ್ಚಾಯ್ತು. ಏನು ಮಾಡುವುದು ನನ್ನ ಪೆದ್ದುತನಕ್ಕೆ ದಂಡಕಟ್ಟಿದಾಯ್ತು.

ಮುಂದಿನ ವಾರ ಸಿಯಾಮ್ ಮಿರಾಮಿತ್ ಗೆ ಭೇಟಿ ಎಂದು ನಿಶ್ಚಯವಾಗಿತ್ತು. ಹೋಗಿದ್ದು ನಾನು, ಪ್ರಸನ್ನ ಮತ್ತು ನೀಲಂ. ಅದರ ಮೊದಲು ನವೆಂಬರ್ ೧೨ಕ್ಕೆ ಲ್ಯಾಕೃತ್ಲಾಂಗ್ ಉತ್ಸವ ಇತ್ತು. ಥಾಯ್ ಗಳು ಪ್ರಕೃತಿಗೆ ಸಲ್ಲಿಸುವ ಕೃತಜ್ಞತೆಯ ಉತ್ಸವ. ಯಾಕೆಂದರೆ ಮಳೆ ಬಂದು ಛಾವೊಪ್ರಾಯ ನದಿ ಉಕ್ಕಿ ಹರಿಯುತ್ತಿತ್ತು. ಅಂದರೆ ಇಲ್ಲಿ ನದಿ ಉಕ್ಕಿದ್ದು ದೋಣಿಯಲ್ಲಿ ಹೋಗುವಾಗ ದಡದಲ್ಲಿ ಏರಿದ ನೀರಿನ ಗುರುತಿನಿಂದಷ್ಟೇ ತಿಳಿಯುತ್ತದೆ. ಉದ್ದಕ್ಕೂ ೨ ದಂಡೆಗಳನ್ನು ಕಟ್ಟಿ ಎಲ್ಲಾ ಕಡೆ ಕಟ್ಟಡಗಳಿವೆ. ನಮ್ಮಲ್ಲಿಯಂತೆ ಬಯಲಿಲ್ಲ. ನೆರೆ ಜನರನ್ನು ಕಾಡುವುದಿಲ್ಲ. ದೋಣಿಯಿಂದ ಇಳಿಯುವಲ್ಲಿ ಹಾಕಿರುವ ತೇಲುವ ಹಲಗೆಗಳು ಮೇಲಕ್ಕೆದ್ದಿರುತ್ತವೆ. ಅದರಿಂದ ನೀರು ಹೆಚ್ಚಾಗಿದೆ ಎಂದು ತಿಳಿಯುತ್ತದೆ. ಇರಲಿ, ಲ್ಯಾಕೃತ್ಲಾಂಗ್ ನೋಡಲುನಾನು ಕುತೂಹಲಿಯಾಗಿದ್ದೆ. ವಿದ್ಯಾ ನಮ್ಮಲ್ಲಿಗೆ ಬಂದಿದ್ದಳು. ಸಾಯಂಕಾಲ (ಕತ್ತಲಾದ ಮೇಲೆ) ಹೊಳೆಯ ಹತ್ತಿರ ಹೋದೆವು. ಜನರ ಜಾತ್ರೆಯೇ ಇತ್ತು. ಹೂವು ಸೊಪ್ಪುಗಳಿಂದ ಅಲಂಕರಿಸಿದ ಬುಟ್ಟಿಯಲ್ಲಿ ಮೇಣದ ಬತ್ತಿಯನ್ನು ಹಚ್ಚಿಟ್ಟು ನೀರ ಮೇಲೆ ತೇಲಿಬಿಡುತ್ತಾರೆ. ಸಹಸ್ರಾರು ಬುಟ್ಟಿಗಳು ಬೆಳಕಿನೊಡನೆ ನೀರ ಮೇಲೆ ಪಯಣಿಸುವುದನ್ನು ನೋಡುವುದೇ ಚೆಂದ. ವಿದ್ಯಾ ಕೂಡ ಒಂದು ಬುಟ್ಟಿ ತೆಗೆದುಕೊಂಡು (ಅದಕ್ಕೆಂದೇ ಆದಿನ ರಸ್ತೆ ಬದಿಯಲ್ಲಿ ಅದನ್ನು ಮಾರಾಟಕ್ಕೆ ಇಟ್ಟಿರುತ್ತಾರೆ) ನೀರಲ್ಲಿ ಬಿಟ್ಟಳು. ಅಂದರೆ ನಾವೇ ನೀರ ಬದಿಗೆ ಇಳಿಯುವುದಿಲ್ಲ. ಅಲ್ಲಿ ಕೆಲವರು ಹುಡುಗರು ಕುಳಿತಿರುತ್ತಾರೆ. ನಮ್ಮ ಕೈಯಿಂದ ಬುಟ್ಟಿಯನ್ನು ತೆಗೆದುಕೊಂಡು ನೀರಿನಲ್ಲಿ ತೇಲಿ ಬಿಡುತ್ತಾರೆ. ಹೀಗಾಗಿ ಅಷ್ಟು

ಜನರಿದ್ದರೂ ಅಲ್ಲಿ ಒಂದೇ ಒಂದು ಅವಘಡವಾಗುವುದಿಲ್ಲ. ಜನರೂ ಅಷ್ಟೇ ಸಾಲಾಗಿ ಹೋಗಿ ಕೊಟ್ಟು ಬರುತ್ತಾರೆ. ಎಷ್ಟೇ ಜನರಿದ್ದರೂ ಮೈಮೇಲೆ ಬೀಳುವುದಿಲ್ಲ. ಸಿಡಿ ಮದ್ದಿನ ಪ್ರದರ್ಶನ ನೋಡಲು ಸೇತುವೆ ಮೇಲೆ ಹೋಗಿ ನಿಂತೆವು. ಅಲ್ಲೂ ಜನತುಂಬಿದ್ದರು. ಬಾನಿನಲ್ಲಿ ಬರೆದ ಬೆಳಕಿನ ಚಿತ್ತಾರಗಳು ಮೋಹಕವಾಗಿದ್ದವು. ಅಲ್ಲಿಂದ ವಿದ್ಯಾ ಅವರ ಮನೆಗೆ, ನಾವು ನಮ್ಮ ಮನೆಗೆ ವಾಪಸಾದೆವು.

ನವೆಂಬರ್ ೧೯ ರಂದು ಸಿಯಾಮ್ ಮಿರಾಮಿತ್ ಗೆ ಹೊರಟೆವು. ಸಫಾನ್ ಟಾಕ್ಸಿನ್ ನಿಂದ (ರೈಲು ನಿಲ್ದಾಣದ ಹೆಸರು) ಸಾಲಾಡೆಂಗ್ಎಂಬಲ್ಲಿಗೆ ಹೋಗಿ ಅಲ್ಲಿಂದ ಎಮ್.ಆರ್.ಟಿ. (ಭೂಗತ ರೈಲು) ಯಲ್ಲಿ ಹೋದೆವು. ನೀಲಂ ೧೦ ನಿಮಿಷ ತಡವಾಗಿ ಬಂದು (ಅವಳ ಕೆಲಸ ಮುಗಿಸಿ) ನಮ್ಮನ್ನು ಸೇರಿದಳು. ಅಲ್ಲಿಂದ ನಮ್ಮನ್ನು ಸಿಯಾಮ್ ಮಿರಾಮಿತ್ ಗೆ ಒಯ್ಯಲು ಟಾಕ್ಸಿಗಳು ಬರುತ್ತಾ ಇರುತ್ತವೆ. ಪುಕ್ಕಟೆಯಾಗಿ ಕರೆದುಕೊಂಡು ಹೋದರು. ಆದರೆ ಬರುವಾಗ ಈ ಸೌಕರ್ಯ ಇರುವುದಿಲ್ಲ. ನಾವೇ ಬಾಡಿಗೆ ಟಾಕ್ಸಿಯಲ್ಲಿ ಬರಬೇಕು. ಇರಲಿ, ಅಲ್ಲಿ ಟಕೇಟು ತೆಗೆದುಕೊಂಡು ಒಳಗೆ ಹೋದೆವು. ಅಲ್ಲಿಯೂ ವಿಧವಿಧ ಸಾಮಾನು ಕಲಾಕೃತಿಗಳ ಅಂಗಡಿಗಳಿದ್ದವು. ಒಳಗೆ ಕಾರಂಜಿ ವಿಗ್ರಹಗಳು, ಒಂದುಕಡೆ ನಾಲ್ಕೈದು ಜನ ಕುಳಿತುಕೊಂಡು ವಿವಿಧ ವಾದ್ಯಗಳನ್ನು ನುಡಿಸುತ್ತಿದ್ದರು. ನಮ್ಮ ತಬಲವನ್ನು ಹೋಲುವ ಒಂದು ತಾಳವಾದ್ಯ ಮತ್ತೆ ಬೇರೆ ಬೇರೆ ವಾದ್ಯಗಳು.

ಅಲ್ಲಿಂದ ಮುಂದೆ ಹೋಗಿ ದೊಡ್ಡದಾದ ಥಿಯೇಟರ್ ನಲ್ಲಿ ಕುಳಿತೆವು. ಅಲ್ಲಿನ ಪ್ರದರ್ಶನ ಅದ್ಭುತವಾಗಿತ್ತು. ಅಪ್ಸರೆಯರು, ಕಿನ್ನರರು ಆಕಾಶದಿಂದ ಇಳಿದು ಬರುತ್ತಿದ್ದರು. ರಾಜರಾಣಿಯರು ಅಂಬಾರಿಯಲ್ಲಿ ಬರುತ್ತಿದ್ದರು. ಸೈನಿಕರು ಯುದ್ಧ ಮಾಡುತ್ತಿದ್ದರು. ೧೬ನೇ ಶತಮಾನದಲ್ಲಿ ಪರಕೀಯರು ಸಮುದ್ರದಲ್ಲಿ, ದೋಣಿಯಲ್ಲಿ ಬಂದರು. ಅಲ್ಲಿ ಸಮುದ್ರವೇ ಇರುವಂತೆ ಕಾಣುತ್ತಿತ್ತು. ನಿಜವಾಗಿ ಚಲಿಸುತ್ತಿತ್ತು ಮತ್ತು ಜನರು ಅದರಿಂದಲೇ ಇಳಿದು ಬಂದರು. ಬಹುಷಃ ಚೀನಿಯರಿರಬೇಕು. ತಾವು ತಂದ ವಸ್ತುಗಳನ್ನು ಜೋಡಿಸಿ ಮಾರಾಟಕ್ಕಿಟ್ಟಂತೆ ಇಲ್ಲಿನ ವಸ್ತುಗಳನ್ನು ಕೊಂಡರು. ಇಲ್ಲಿನ ಹೆಣ್ಣೊಬ್ಬಳು ಒಬ್ಬನನ್ನು ಪ್ರೀತಿಸಿಯೂ ಇದ್ದಳು. ಆದರೆ ಅವರ ಎಲ್ಲ ಸರಂಜಾಮು ಕಟ್ಟಿಕೊಂಡು ಅವಳನ್ನು ಅಲ್ಲೇ ಬಿಟ್ಟು ಹೊರಟು ಹೋದರು.

ಮತ್ತೊಂದು ದೃಶ್ಯದಲ್ಲಿ ಒಬ್ಬ ಬಂದು ಸ್ನಾನಕ್ಕೆ ಹೊರಡುತ್ತಾನೆ. ನಿಜವಾಗಿ ಅಲ್ಲಿನದಿ ಇತ್ತು. ಮುಳುಗಿ ಮಿಂದು ಪೂಜೆ ಎಲ್ಲ ಮಾಡಿದ. ನಾವು ಅಷ್ಟು ಹೊತ್ತು ಅಲ್ಲಿನೀರಿದೆ ಅಂದುಕೊಂಡಿರಲೇ ಇಲ್ಲ. ರಂಗಸಜ್ಜಿಕೆ ಎನ್ನುವುದು ಇದನ್ನೇ ಇರಬೇಕು ಅಂದುಕೊಂಡೆ. ಆಮೇಲೆ ಆ ನದಿಯಲ್ಲಿಯೂ ಹೂಬುಟ್ಟಿ ದೀಪಗಳನ್ನು ತೇಲಿಬಿಟ್ಟರು. ಕೆಲವು ಪ್ರೇಕ್ಷಕರನ್ನೂ ಕರೆದುಕೊಂಡು ಹೋಗಿ ಅವರೇ ಬುಟ್ಟಿ ಬಿಡುವಂತೆ ಮಾಡಿದರು. ಅವರ ಸಾಂಸ್ಕೃತಿಕ ಪರಂಪರೆಯ ನೃತ್ಯವು ಚೆನ್ನಾಗಿತ್ತು. ನಮ್ಮಲ್ಲಿಯ ಯಾವುದೇ ನೃತ್ಯ ಪ್ರಕಾರಗಳ ಹೆಜ್ಜೆಗಳಾಗಲೀ, ಅಭಿನಯವಾಗಲೀ ಇರಲಿಲ್ಲ. ಆದರೆ ಆ ಹುಡುಗಿಯರು ತಮ್ಮ ಉಡುಗೆ-ತೊಡುಗೆ, ವೇಷ-ಭೂಷಣಗಳಿಂದ ಅಪ್ಸರೆಯರಂತೆ ಕಂಗೊಳಿಸುತ್ತಿದ್ದರು ಮತ್ತು ನೃತ್ಯ ಲಾಸ್ಯ ಪ್ರಧಾನವಾದುದರಿಂದ ರಂಜಿಸಿತು. ಆಮೇಲೆ ಸ್ವರ್ಗದಂತೆಯೇ ನರಕದರ್ಶನವನ್ನೂ

ಮಾಡಿಸಿದರು. ನಮ್ಮ ಪುರಾಣಗಳಲ್ಲಿ ಬರುವ ಕಥೆಯಂತೆಯೇ ಇಲ್ಲಿಯ ನರಕದಲ್ಲಿಯೂ ಕುದಿಯುವ ಎಣ್ಣೆಯ ಕೊಪ್ಪರಿಗೆ, ಅದರಲ್ಲಿ ಪಾಪಿಯನ್ನು ಬಿಸಾಕುವುದು ಎಲ್ಲ ಇತ್ತು. ಅಂತೂ ಭಾರತದ ಪುರಾಣ ಪುಣ್ಯಕಥೆಗಳಿಗೆ ಥಾಯ್ಲೆಂಡಿನಲ್ಲಿ ತುಂಬಾ ಹೋಲಿಕೆಗಳು ಸಿಗುತ್ತವೆ. ಇಲ್ಲಿಯ ರಾಜನ ಹೆಸರೂ ರಾಮ ಎಂದು. ಅಯೋಧ್ಯಾ (ಅಯುಥಯಾ) ಕೂಡಇದೆ. ಲುಂಬಿನೀ ನಗರವೂ ಇದೆ.

ಈ ಸಲದ ದೀಪಾವಳಿ ಥಾಯ್ಲೆಂಡಿನಲ್ಲಾಯ್ತು. ಅಂದರೆ ಇಲ್ಲಿ ದೀಪಾವಳಿ ಇಲ್ಲ. ಆದರೆ ನೀಲಂ ಇದ್ದಾಳಲ್ಲ ಹಣತೆ ಹಚ್ಚಿಟ್ಟಳು. ಮರುದಿನ ಅವಳ ಸ್ನೇಹಿತೆ ದಿವ್ಯಾ ಅವರ ಮನೆಗೆ ಊಟಕ್ಕೆ ಕರೆದಿದ್ದರು. ಅವರೂ ಹಿಂದಿಯವರು. ವಿನೀತ್, ದಿವ್ಯಾ ಇಬ್ಬರು ಮಕ್ಕಳು ನಾವು ಹೋಗುವ ಹೊತ್ತಿಗಾಗಲೇ ಮಕ್ಕಳು ಊಟ ಮುಗಿಸಿ ಮಲಗಿದ್ದರು. ಊಟ ಚೆನ್ನಾಗಿತ್ತು. ರೋಟಿ, ದಾಲ್, ಪಲಾವ್ ಮತ್ತು ಖಿಡಿ (ಮಜ್ಜಿಗೆ ಹುಳಿ ತರಹ) ಇತ್ತು. ಊಟ ಆದ ಮೇಲೆ ಸುರುಸುರು ಬತ್ತಿ ಹಚ್ಚಿದ್ದರು. ಸರಳದಂಪತಿಗಳು ಹಾಯಾಗಿ ಇರುತ್ತಾರೆ. ನಮಗೂ ಸಂಕೋಚವಾಗುವುದಿಲ್ಲ. ನಮ್ಮಲ್ಲಿನ ದೀಪಾವಳಿಯನ್ನು ಇಲ್ಲಿನ ಕನ್ನಡ ಬಳಗದವರು ಆಚರಿಸುತ್ತಾರೆ. ಒಂದು ಭಾನುವಾರ ಕಾರ್ಯಕ್ರಮವಿತ್ತು. ಆದರೆ ಪ್ರಸನ್ನನಿಗೆ ಪುರುಸೊತ್ತಿಲ್ಲದೆ ನಾವು ಹೋಗಲಾಗಲಿಲ್ಲ. ಮತ್ತೆ ವಿದ್ಯಾ ಮನೆಯಲ್ಲಿ ಪ್ರಾಣೇಶ್ ಅವರ ನಗೆ ಚಟಾಕಿಗಳ ಸಿ.ಡಿ. ನೋಡಿದೆವು. ಎಲ್ಲರಿಗೂ ಅಂತರ್ಜಾಲದಲ್ಲಿ ಆಮಂತ್ರಣ ಕಳಿಸುತ್ತಾರಂತೆ. ನಾವು ಯುಗಾದಿಗೆ ಹೋಗಿದ್ದೆವು. ಆದರೆ ಈ ಸಲ ಸುದ್ದಿಯೇ ಇಲ್ಲ, ವಿದ್ಯಾ ಹೇಳಿ ಮಾತ್ರ ಗೊತ್ತಿತ್ತು. ಕಾರ್ಯಕ್ರಮ ಮುಗಿದ ಮೇಲೆ ಚೆನ್ನಾಗಿತ್ತೆಂದು ಗೊತ್ತಾಯ್ತು ಅಷ್ಟೇ.

ನವೆಂಬರ್ ೨೨ ರಂದು ವಿಮಾನ ನಿಲ್ದಾಣ ಬಂದ್ ಆಯ್ತು. ಕಾರಣ ಇಲ್ಲಿನ ರಾಜಕೀಯ ಬೆಳವಣಿಗೆಗಳು. ಅಧಿಕಾರದಲ್ಲಿರುವ ಪ್ರಧಾನಿ ಭ್ರಷ್ಟಾಚಾರದ ಆರೋಪಿಯಾಗಿದ್ದ, ಒಬ್ಬ ದೇಶ ಬಿಟ್ಟುಹೋಗಿದ್ದ. ಇನ್ನೊಬ್ಬನನ್ನು ನೇಮಿಸಿದ್ದರು. ವಿರೋಧಪಕ್ಷದವರು ಚುನಾವಣೆಯೇ ನಡೆಯಬೇಕೆಂದು ಹಠ ಹಿಡಿದು ನಿಲ್ದಾಣದಲ್ಲಿ ಧರಣಿ ಕುಳಿತುದರಿಂದ ವಿಮಾನಯಾನ ರದ್ದಾಗಿತ್ತು. ಪ್ರಧಾನಿಗೆ ೫ ವರ್ಷ ರಾಜಕೀಯ ನಿರ್ಬಂಧ, ನ್ಯಾಯಾಲಯದಿಂದ ವಿಧಿಸಲ್ಪಟ್ಟಿತ್ತು. ಆದರೂ ಧರಣಿ ಮುಂದುವರಿದಿತ್ತು. ಕೊನೆಗೆ ಹೇಗೊ ಏನೊ ನಿಲ್ದಾಣ ತೆರವಾಯ್ತು. ಅಭಿಸಿತ್ ವೆಜ್ಜ ಜೀವ ಎಂಬ ತರುಣ ಪ್ರಧಾನಿಯಾಗಿ ಆಯ್ಕೆಯಾದ. ಆದರೆ ಅಷ್ಟೊತ್ತಿಗಾಗಲೇ ಪ್ರವಾಸಿಗಳು ಥಾಯ್ಲೆಂಡಿಗೆ ಬರುವ ಕನಸನ್ನೇ ಕೈಬಿಟ್ಟಿದ್ದರು. ಇಲ್ಲಿನ ಹೆಚ್ಚಿನ ಆದಾಯಗಳೆಲ್ಲಾ ವಿದೇಶಿಯರಿಂದ ಬರುತ್ತದೆ. ವಿದೇಶಿ ಹೋಟೆಲುಗಳಿವೆ. ಹೆಚ್ಚಿನ ಕಂಪನಿಗಳೂ ವಿದೇಶಿಯವು. ಅಲ್ಲಿ ದುಡಿಯುವವರು ಮಾತ್ರ ಥಾಯ್ ಪ್ರಜೆಗಳು. ವಿಮಾನಗಳಿಲ್ಲದೆ ಯಾರೂ ಬರಲಾಗಲಿಲ್ಲ. ಮತ್ತೆ ಏನು ಗಂಡಾಂತರವೊ ಎಂದು ಕೆಲವರು ಬರಲಿಲ್ಲ. ಹೀಗಾಗಿ ಕೋಟ್ಯಾಂತರ ಬಾತುಗಳು ನಷ್ಟವಾಯಿತು. ಅದರ ಮೇಲೆ ಅಮೆರಿಕಾದ ಬೇಂಕುಗಳೆಲ್ಲಾ ಸಾಲ-ದಿವಾಳಿ ಎಂದು ಜನ ಪರದಾಡುವಂತಾಯಿತು. ಷೇರು ದಲ್ಲಾಳಿಗಳು ಆತ್ಮಹತ್ಯೆ ಮಾಡಿಕೊಂಡರು. ಇವುಗಳೆಲ್ಲದರ ಪರಿಣಾಮ ಭಾರತದಲ್ಲೂ ಕಾಣಿಸಿತು. ಮಾಹಿತಿ ತಂತ್ರಜ್ಞಾನ ಇತ್ಯಾದಿ ಕಂಪನಿಗಳು ನಷ್ಟಕ್ಕೊಳಗಾದವು. ಸಾವಿರಾರು ಮಂದಿ ನೌಕರಿ ಕಳೆದುಕೊಂಡರು. ವಿಶ್ವವೇ ಒಂದು ಎಂಬ ತತ್ವ ಇಲ್ಲಿ ಸಾಕಾರವಾಯ್ತು. ಎಲ್ಲೋ

ಯಾರೊ ಮಾಡಿದ ಮೋಸಕ್ಕೆ ಎಲ್ಲಾ ದೇಶಗಳ ಜನರೂ ಒದ್ದಾಡುತ್ತಿದ್ದಾರೆ.

ನವೆಂಬರ್ ೨೬, ೨೦೦೮-

ಪ್ರಜಾವಾಣಿ ಓದುತ್ತಿದ್ದೆವಲ್ಲ. ೨೭ರ ಬೆಳಿಗ್ಗೆ ತಿಳಿಯಿತು ಮುಂಬೈನಲ್ಲಿ ಉಗ್ರರ ದಾಳಿ. ಹೋಟೆಲ್ ತಾಜ್, ಒಬೆರಾಯ್, ನಾರಿಮನ್ ಹೌಸ್ ಮತ್ತು ರೈಲ್ವೆ ನಿಲ್ದಾಣದಲ್ಲಿ ಎ.ಕೆ. ೪೭ ನಿಂದ ಗುಂಡಿನ ಸುರಿಮಳೆ ಬಾಂಬುಗಳು. ದೋಣಿಯಲ್ಲಿ ತೀರಕ್ಕೆ ಬಂದ ೧೧ ಮಂದಿಯನ್ನು ಒಬ್ಬ ಮಹಿಳೆ ವಿಚಾರಿಸಿದ್ದಳಂತೆ. ನೀವು ಯಾರು, ಎಲ್ಲಿಯವರು ಎಂದು. ನಿನ್ನ ಕೆಲಸ ಏನು ನೋಡಿಕೊ ನಮ್ಮ ಸುದ್ದಿ ನಿನಗೆ ಬೇಡ ಎಂದು ಹೇಳಿ ಅವರು ಒಳಗೆ ಬಂದಿದ್ದಾರೆ. ಅವಳೂ ಹೆಚ್ಚು ಯೋಚಿಸುವ ಗೊಡವೆಗೆ ಹೋಗಲಿಲ್ಲ. ಇವರು ಬೇರೆ ಬೇರೆಯಾಗಿ ಹೋಗಿ ಹೋಟೆಲುಗಳಿಗೆ ನುಗ್ಗಿ ಮನಬಂದಂತೆ ಗುಂಡುಹಾರಿಸಿ ಸುಮಾರು ಜನರನ್ನು ಕೊಂದಿದ್ದಾರೆ. ಅದರಲ್ಲೂ ಅಮೆರಿಕಾ, ಇಂಗ್ಲೆಂಡ್, ಅರಬರನ್ನು ಕೇಳಿ ಕೇಳಿ ಕೊಂದರಂತೆ. ಅಷ್ಟರಲ್ಲಿ ನಮ್ಮ ಪೋಲಿಸರು, ಕಮಾಂಡೊಗಳು ಎಲ್ಲ ಸೇರಿ ಕೆಲವರನ್ನು ಉಳಿಸಿದರು. ಕೆಲವರು ಪೋಲಿಸರು, ಆಫೀಸರು ಬಲಿಯಾದರು. ಹೇಮಂತ್ ಕರ್ಕರೆ, ಪಾಲಸ್ಕರ್, ಕಾಮ್ಟೆ ಬಲಿಯಾದರು. ಅಂತೂ ೨ ದಿನಗಳ ಕಾರ್ಯಾಚರಣೆಯಿಂದ ೧೦ ಜನ ಉಗ್ರರನ್ನು ಕೊಂದು ಒಬ್ಬನನ್ನು ಜೀವಂತ ಹಿಡಿದರು.

ನಾವಿರುವುದು ಕಿಂಗ್ ರಾಯಲ್ ೨ ಕಟ್ಟಡದ ೯ನೇ ಅಂತಸ್ತಿನ ೯೦೫ನೇ ನಂಬರಿನ ಮನೆಯಲ್ಲಿ. ಲಿಫ್ಟ್ ನಲ್ಲಿ ಮೇಲೆ ಬರುತ್ತೇವೆ. ಮನೆಯ ಹಿಂಭಾಗಕ್ಕೆ ಒಂದು ವೆರಾಂಡ ಇದೆ. ಅದಕ್ಕೆ ಹೋಗಲು ಬಾಗಿಲು ಇಲ್ಲ. ಗಾಜಿನ ಕಿಟಕಿಗಳಿವೆ. ಅದನ್ನು ಸರಿಸಿದರೆ ವಾಹನಗಳ ಶಬ್ಧ ಅಪ್ಪಳಿಸುತ್ತದೆ. ಪಾಡ್ಯದಿಂದ ಸುಮಾರು ಅಷ್ಟಮಿವರೆಗಿನ ಚಂದ್ರ ಇಲ್ಲಿಂದ ಕಾಣಿಸುತ್ತಾನೆ. ವರಾಂಡ ದಕ್ಷಿಣ ದಿಕ್ಕಿಗಿದೆ. ೧ನೇ ತಾರೀಕು (ಡಿಸೆಂಬರ್) ಚಂದ್ರನ ತೀರ ಸಮೀಪದಲ್ಲಿ ಗುರು ಮತ್ತು ಶುಕ್ರ ಗ್ರಹಗಳು ಇದ್ದು ಚಂದ್ರನ ೨ ಕಣ್ಣುಗಳಂತೆ ಭಾಸವಾಗುತ್ತಿತ್ತು. ಇಲ್ಲಿಂದ ಸೂರ್ಯೋದಯ ಮತ್ತು ಸೂರ್ಯಾಸ್ತ ಚೆನ್ನಾಗಿ ಕಾಣಿಸುತ್ತದೆ. ಯಾವುದೇ ಗುಡ್ಡ ಬೆಟ್ಟಗಳಲ್ಲಿ ನೇರ ಸಮುದ್ರದಿಂದ ಎದ್ದು ಬರುವ ಕೆಂಪಗಿನ ಸೂರ್ಯ ಮತ್ತು ಸಮುದ್ರದಲ್ಲಿ ಮುಳುಗುವ ಕೆಂಪಗಿನ ಸೂರ್ಯನನ್ನು ನೋಡಬಹುದು. ನಮ್ಮ ಕನ್ಯಾಕುಮಾರಿಯಲ್ಲಿ ಹೀಗೇ ಎಂದು ಕೇಳಿದ್ದೇನೆ. ಅದು ಇನ್ನೂ ಸಮೀಪದಲ್ಲಿ ಇನ್ನೂ ಚೆನ್ನಾಗಿರಬಹುದು. ಇಲ್ಲಿನ ರಾಜಕೀಯ ಬೆಳವಣಿಗೆಯಲ್ಲಿ ಪ್ರಧಾನಿಗೆ ಕೋರ್ಟಿನಿಂದ ೫ ವರ್ಷಗಳ ರಾಜಕೀಯ ನಿರ್ಬಂಧ ವಿಧಿಸಲ್ಪಟ್ಟಿದೆ. ಆದರೆ ಈ ಪ್ರತಿಪಕ್ಷಗಳು ಯಾತಕ್ಕಾಗಿ ಧರಣಿ ಮಾಡುತ್ತವೆ ಎಂದು ಮಾತ್ರ ತಿಳಿಯಲಿಲ್ಲ. ಈ ಸಮಯದಲ್ಲಿ ಹೊರಗೆ ತಿರುಗಾಡಲು ಹೆಚ್ಚು ಹೋಗಬೇಡಿ ಎಂದು ಉದಯ್ ಹೇಳಿದ್ದಾರೆ. ಆದರೆ ಎಲ್ಲಿಯೂ ಗಲಾಟೆ ಆದಹಾಗೆ ಕಾಣಲಿಲ್ಲ. ಆದರೆ ದೊಡ್ಡ ಮಳಿಗೆಗಳಲ್ಲಿ ವ್ಯಾಪಾರ ಕುಸಿದ ಹಾಗೆ ಇತ್ತು. ಎಲ್ಲಾ ರಿಯಾಯಿತಿ ಮಾರಾಟದ ಘೋಷಣಾ ಫಲಕ ಕಾಣುತ್ತಿತ್ತು. ಜನರು ಕಡಿಮೆ ಇರುತ್ತಿದ್ದರು.

ಡಿಸೆಂಬರ್ ೫ ರಂದು ರಾಜನ ಹುಟ್ಟುಹಬ್ಬ. ಈ ದಿನ ಪಟಾಕಿ ಹೊಡೆಯುತ್ತಾರೆಂದು ಸಾಯಂಕಾಲ ಸೇತುವೆ ಮೇಲೆ ಹೋಗಿ ನಿಂತೆವು. ಪ್ರಸನ್ನ ಹೊಸ ಕ್ಯಾಮರಾ ತೆಗೆದುಕೊಂಡಿದ್ದ. ಆದರೆ ಅಲ್ಲಿ ಜನರ ಓಡಾಟ ಇರಲಿಲ್ಲ. ದೂರದಲ್ಲಿ ಕೆಲವು ಕಡೆ ಮಾತ್ರ

ಪಟಾಕಿ ಸಿಡಿದದ್ದು ಕಾಣಿಸಿತು. ಮತ್ತೆ ವಾರ್ತೆಯಲ್ಲಿ ತಿಳಿಯಿತು ರಾಜನಿಗೆ ಜ್ವರ ಇದ್ದುದರಿಂದ ಸಮಾರಂಭ ನೀರಸವಾಗಿತ್ತು ಎಂದು.

೭ರಂದು ವಿದ್ಯಾ ಉದಯ ಬಂದಿದ್ದರು. ಉದಯ ಭಾರತದಿಂದ ತಂದ ಹೋಳಿಗೆ, ತೊಂಡೆಕಾಯಿ ಕೊಟ್ಟುಹೋದರು. ಉದಯ ಊರಿಗೆ ಹೋದವರು ವಾಪಾಸ್ ಬಂದ ದಿನದಿಂದಲೇ ವಿಮಾನ ನಿಲ್ದಾಣಬಂದಾಗಿತ್ತು. ಅವರು ಅಲ್ಲಿ ಓದಲಾಗುವುದಿಲ್ಲ ಎಂದು ಬೇಗನೇ ಬಂದಿದ್ದರು. ಮೊದಲಿನ ರಜೆಯಂತೆ ಆದರೆ ಮತ್ತೆ ೧೦ ದಿನ ಬರಲಾಗುತ್ತಿರಲಿಲ್ಲ.

ವಿದ್ಯಾಜತೆ ಬಾಂಗ್ಡಾ ಸಂತೆಯಿಂದ ಜಾರ್ಜೆಟ್ ಬಟ್ಟೆ, ಫೆವಿಕಾಲ್ ಎಲ್ಲ ತಂದೆ ಗುಲಾಬಿ ಹೂ ಮಾಡಲೆಂದು. ಒಂದು ಸಿನೆಮಾ ನೋಡಿದೆವು ಅದರ ಹೆಸರು ನೆನಪಿಲ್ಲ ಇಂಗ್ಲೀಷ್ ಸಿನೆಮಾ. ಇಲ್ಲಿನ ಜನ ಹಸನ್ಮುಖಿಗಳು. ಹಿರಿಯರಿಗೆ ಗೌರವ ಕೊಡುತ್ತಾರೆ. ವಿದೇಶಿ ವಿನಿಮಯದಿಂದ ಹೆಚ್ಚಿನ ಆದಾಯ ಬರುವುದರಿಂದಲೋ ಏನೋ ವಿದೇಶಿಯರಿಗೆ ಎಲ್ಲಾ ಸೌಲಭ್ಯ ಸಿಗುತ್ತವೆ. ಆದರೆ ಭಾಷೆಯ ಕಷ್ಟ ಥಾಯ್ ಬಿಟ್ಟು ಬೇರೆ ಭಾಷೆ ಬರದು. ಕೆಲವರಿಗೆ ಇಂಗ್ಲೀಷ್ ಗೊತ್ತು ಆದರೆ ಅವರ ಉಚ್ಚಾರ ಬೇರೆ ತರಹ. ನಾವು ಯಾವ ರೀತಿ ಹೇಳಿದರು ಅವರಿಗೆ ಅರ್ಥವಾಗುವುದು ಕಷ್ಟ. ಉದಾ ಇಲ್ಲಿಯ ಎತ್ತರದ ಕಟ್ಟಡ ಸ್ಟೇಟ್ ಟವರ್ ಅಂತ ಇದೆ. ಸ್ಟೇಟ್ ಟವರ್ ಎಂದರೆ ಅವರಿಗೆ ಗೊತ್ತಾಗದು. ಅವರು ಹೇಳುವುದು ಸಟೇ ಟವರ ಎಂದು.

ನಮ್ಮ ಫ್ಲಾಟಿನಲ್ಲಿ ಒಂದು ಅಂಗಡಿ ಇದೆ. ೨೪ ಗಂಟೆ ತೆರೆದಿರುತ್ತದೆ. ಅಕ್ಕಿ, ಸಕ್ಕರೆ, ಎಣ್ಣೆ, ಉಪ್ಪು, ಸೋಪು ಇತ್ಯಾದಿಗಳಿವೆ. ಹಾಲು, ನೀರು ಕೂಡ ಇವೆ. ತರಕಾರಿ, ತೆಂಗಿನಕಾಯಿ, ಬೆಲ್ಲ, ಬೇಳೆ ಎಲ್ಲ ಇಲ್ಲ. ಆದರೆ ನಾವೇ ಹುಡುಕಿ ತೆಗೆದುಕೊಳ್ಳಬೇಕು. ಕೇಳಿದರೆ ಅವರಿಗೆ ಗೊತ್ತಾಗುವುದಿಲ್ಲ. ಮೊದಲು ಇದ್ದ ಒಬ್ಬಳಿಗೆ ಸ್ವಲ್ಪ ಇಂಗ್ಲೀಷ್ ಬರುತ್ತಿತ್ತು. ಈಗ ಇರುವವರಿಗೆ ಸ್ವಲ್ಪವೂ ಗೊತ್ತಾಗದು. ನಮಗೆ ಓದಿ ನೋಡಿ ತೆಗೆದುಕೊಳ್ಳಲು ಬಂದರೆ ಅಡ್ಡಿಯಿಲ್ಲ. ಒಮ್ಮೆ ಐಸ್ಕ್ರೀಮ್ ಕೇಳಿದೆ. ಯಾವುದೆಂದು ಕೇಳಿದರೆ ದೊಡ್ಡ ಡಬ್ಬಿ ತೋರಿಸಿದೆ. ಅದನ್ನು ತೆಗೆದು ಓವನ್ ನಲ್ಲಿ ಇಡಲು ಹೋದಳು. ನಾನು ಅನುಮಾನದಿಂದ ಅದನ್ನು ತಂದು ಸ್ವಾಗತಕಾರಿಣಿಯಲ್ಲಿ ಕೇಳಿದೆ. ಇದು ಐಸ್ ಕ್ರೀಮ? ಎಂದು. ಮತ್ತೆ ಅವಳು ವಾಪಾಸ್ ಕೊಟ್ಟು ಅವಳಿಗೆ ಏನೋ ಹೇಳಿ ಬೇರೆ ಕೊಡಿಸಿದಳು. ಮೊದಲು ಕೊಟ್ಟಿದ್ದು ಏನೋ ಮಾಂಸದ್ದಿರಬೇಕು. ಸದ್ಯ ನಾನು ತರಲಿಲ್ಲ. ಹತ್ತಿರದಲ್ಲೇ ಒಂದು ಸಂತೆ ಇದೆ. ಅಂದರೆ ಒಂದುವಾರದ ಸಂತೆಯಲ್ಲ, ದಿನಾ ಇರುವುದು. ಭಾನು, ಸೋಮವಾರ ಮಾತ್ರ ಇರುವುದಿಲ್ಲ. ಯಾಕೆಂದು ಗೊತ್ತಿಲ್ಲ. ಇಲ್ಲಿ ಸೋಮವಾರ ಸಂತೆ ಇರುವುದಿಲ್ಲ. ದಾರಿ ಬದಿಯಲ್ಲಿ ಹಣ್ಣು, ಜೋಳ, ಬಟ್ಟೆ ಮಾರುವವರು ಯಾರೂ ಇರುವುದಿಲ್ಲ. ಹೋಗಲಿ ಎಂದರೆ ದಿನಾ ರಸ್ತೆ ಬದಿಯಲ್ಲಿರುವ ಊಟದ ದರ್ಶಿನಿಗಳು ಕೂಡ ಸೋಮವಾರ ರಜಾ.

ಇಲ್ಲಿ ದೊಡ್ಡ ದೊಡ್ಡ ಮಾಲ್ ಗಳಿವೆ. ಹಾಗೆಯೇ ಇವುಗಳ ಪಕ್ಕದಲ್ಲಿ ರಸ್ತೆಬದಿಯಲ್ಲಿ ಬಟ್ಟೆ, ತರಕಾರಿ, ಹೂವು, ಹಣ್ಣು ಮಾರುವವರು ಇರುತ್ತಾರೆ. ಕಾಲುದಾರಿಯ ಉದ್ದಕ್ಕೂ ಅಲ್ಲಲ್ಲಿ ಊಟದ ಮೇಜುಗಳು ಒಂದು ಗೂಡಂಗಡಿ ತರಹ ಇರುತ್ತವೆ. ಅನ್ನ, ಸೋಂತಾಮ್ ಇನ್ನೇನು ಎಂದು ನಾನು ನೋಡಲಿಲ್ಲ. ಅಂತೂ ನಮ್ಮಲ್ಲಿ ದರ್ಶಿನಿಗಳಿರುವಂತೆ ಎಲ್ಲೂ ದಾರಿಬದಿಯಲ್ಲಿ

ತಿನ್ನಲು ಸಿಗುತ್ತದೆ. ಆದರೆ ನೀವು ಸಸ್ಯಾಹಾರಿಗಳಾದರೆ ಮಾತ್ರ ಏನೂ ಸಿಗದು. ಏಕೆಂದರೆ ಥಾಯ್ ಗಳು ಬೌದ್ಧರಾದರೂ ಮಾಂಸಾಹಾರಿಗಳು. ಅವರಿಗೆ ಬರೀ ಸಸ್ಯಾಹಾರ ವರ್ಷದಲ್ಲಿ ಹತ್ತುದಿನ ಮಾತ್ರ ಇರುತ್ತದೆ. ಆ ದಿನಗಳಲ್ಲಿ ಹಳದಿ ಧ್ವಜ ಹಾಕಿರುವ ಟೆಂಟುಗಳಲ್ಲಿ ಬರೀ ಸಸ್ಯಾಹಾರವೇ ಇರುತ್ತದೆ. ಇಲ್ಲವಾದರೆ ಪ್ರತಿಯೊಂದು ಪದಾರ್ಥಕ್ಕೂ ಮೀನಿನ ಸಾಸ್ ಅಥವಾ ಏಡಿಯ ಪುಡಿ, ಮೊಟ್ಟೆ ಹೀಗೆ ಏನನ್ನಾದರೂ ಹಾಕಿರುತ್ತಾರೆ. ದಿನಾ ಮಾಂಸಾಹಾರವೇ ತಿನ್ನುತ್ತಾರೆ. ನಾವು ವೆಜಿಟೇರಿಯನ್ ಅಂದರೂ ಅವರಿಗೆ ಗೊತ್ತಾಗುವುದು ಕಷ್ಟ ಸಾಧ್ಯ. ಒಂದು ಮೊಟ್ಟೆ, ಇಲ್ಲ ಏಡಿಪುಡಿ ಹಾಕುತ್ತಾರೆ. ಇಲ್ಲ ಹಾಲು, ಸಸ್ಯಾಹಾರವೇ ಎಂದು ಕೇಳುತ್ತಾರೆ. ನೀವು ಬರೀ ಸಸ್ಯಾಹಾರದಿಂದ ಹೇಗೆ ಬದುಕುತ್ತೀರಿ ಎಂದು ಕೇಳುತ್ತಾರಂತೆ. ನನಗೆ ಅವರ ಭಾಷೆಯಲ್ಲಿ ಹೇಳಲು ಬಾರದು. ಇಲ್ಲವಾದರೆ ಹೇಳಬಹುದಿತ್ತು, ಆನೆ ಮಾಂಸ ತಿನ್ನದೆ ಅಷ್ಟು ಚೆನ್ನಾಗಿ ಇದೆಯಲ್ಲಾ ಎಂದು. ಇಲ್ಲಿಯೂ ರಸ್ತೆ ಬದಿಯಲ್ಲಿ ಎಲ್ಲಾ ತಿನ್ನುತ್ತಾರೆ. ಕುಡಿಯುತ್ತಾರೆ. ಕೆಲವು ಕಡೆ ಬಾಟಲಿ ಇಟ್ಟುಕೊಂಡು, ಸಿಗರೇಟು ಸೇದುತ್ತಾ ಕುಳಿತ್ತಿರುತ್ತಾರೆ. ಆದರೆ ಎಲ್ಲಿಯೂ ಪ್ಲಾಸ್ಟಿಕ್ ಕಸ ಕಾಣುವುದಿಲ್ಲ. ಅಲ್ಲಲ್ಲಿ ಕಸದ ತೊಟ್ಟಿಗಳಿರುತ್ತದೆ. ಜನ ತಮ್ಮ ಪ್ಲಾಸ್ಟಿಕ್ ಕಸಗಳನ್ನೆಲ್ಲಾ ಆ ತೊಟ್ಟಿಗಳಿಗೆ ಹಾಕುತ್ತಾರೆ. ಮತ್ತೆ ಇಲ್ಲಿ ಗುಟ್ಕಾ ಹಾವಳಿ ಇಲ್ಲ. ಎಲ್ಲಿಯೂ ಕೆಂಪಗಿನ ಚಿತ್ತಾರ ಕಾಣುವುದಿಲ್ಲ. ಸಿಕ್ಕಲ್ಲಿ ಉಗಿಯುವುದಿಲ್ಲ. ಕೆಲವರ ಅಪವಾದವಿರಬಹುದು. ರಸ್ತೆ, ಕಾಲುದಾರಿಯೆಲ್ಲಾ ಶುಚಿಯಾಗಿರುತ್ತದೆ. ಹಾಗೆಂದು ನೀವು ಮೇಲೆ ನೋಡಿಕೊಂಡು ನಡೆಯುವಂತಿಲ್ಲ. ಬೀದಿ ನಾಯಿಗಳ ಪ್ರಸಾದ ತುಳಿದೀರಿ. ಇಲ್ಲಿ ನಾಯಿಗಳು ವಿಪರೀತ. ಗಲ್ಲಿಗಳಲ್ಲಂತೂ ಹೆಜ್ಜೆ ಹೆಜ್ಜೆಗೂ ೩-೪ ನಾಯಿಗಳಿರುತ್ತವೆ. ಕೆಲವು ಬೊಗಳುತ್ತವೆ. ಹೆಚ್ಚಿನವು ಸುಮ್ಮನೆ ಇರುತ್ತವೆ. ಆದರೆ ನನಗೆ ಹಿಂದಿನಿಂದ ನಾಯಿ ಬಂದರೆ ಭಯ. ಮೊದಲೊಮ್ಮೆ ಕಚ್ಚಿಸಿಕೊಂಡ ನೆನಪಾಗುತ್ತದೆ.

ಇಲ್ಲಿನ ಸಂತೆಯಲ್ಲಿ ಒಂದ್ನೈವತ್ತು ಬಗೆಯ ಸೊಪ್ಪುಗಳಿವೆ. ಹೆಚ್ಚಿನ ತರಕಾರಿಗಳು ಎಳೆಯದಾಗಿರುತ್ತವೆ. ಕುಂಬಳಕಾಯಿ ಕೂಡ ಎಳೆಯದೇ ಇರುತ್ತದೆ. ಹಾಗಾಗಿ ಅವುಗಳ ಸಿಪ್ಪೆ ಮಾತ್ರ ತೆಗೆದರೆ ಸಾಕು. ತಿರುಳು, ಬೀಜ ಎಲ್ಲ ಒಟ್ಟಿಗೆ ಬೇಯುತ್ತದೆ. ಬೆಂಡೆ, ಅಲಸಂಡೆ, ಎಳೆಸೌತೆ, ಬೀನ್ಸು, ಕ್ಯಾರೆಟ್, ಬದನೆ, ಮೂಲಂಗಿ, ದಪ್ಪಮೆಣಸು, ಈರುಳ್ಳಿ, ಟೊಮೆಟೊ ಎಲ್ಲ ಸಿಗುತ್ತದೆ. ಆದರೆ ತೊಂಡೆಕಾಯಿ ಮತ್ತು ಬಣ್ಣದ ಸೌತೆ ಇಲ್ಲ. ಇಲ್ಲಿನ ತೊಂಡೆಕಾಯಿ ಕಹಿ ಇರುತ್ತದಂತೆ. ಹಾಗಂತ ಎಳೆ ತೊಂಡೆ ಸೊಪ್ಪನ್ನು ಮಾರುತ್ತಾರೆ. ಅದರ ಸೂಪ್ ಮಾಡುತ್ತಾರೆ. ಇಲ್ಲಿನ ಅಡುಗೆಯ ಘಮ ಬೇರೆ ತರ ಇರುತ್ತದೆ. ಎಲ್ಲದಕ್ಕೂ ಮಜ್ಜಿಗೆ ಹುಲ್ಲನ್ನು ಹಾಕುತ್ತಾರೆ. ಸೋಮ್ ತಾಮ್ ಎಂಬುದು ಇಲ್ಲಿ ತುಂಬಾ ಪ್ರಸಿದ್ಧ. ಅದೊಂದಿದ್ದರೆ ಅನ್ನ ತಿನ್ನಬಹುದು. ಪಪ್ಪಾಯಿ ಕಾಯಿಯನ್ನು ಸಿಪ್ಪೆ ತೆಗೆದು ಉದ್ದುದ್ದಕ್ಕೆ ಹೆರೆಯುತ್ತಾರೆ. ಅದಕ್ಕೆ ಉಪ್ಪು, ಹುಳಿ, ಮೆಣಸು, ಬೆಲ್ಲ, ಲಿಂಬೆಹಣ್ಣು, ಬೆಳ್ಳುಳ್ಳಿ ಎಲ್ಲ ಕಲ್ಲಿನಲ್ಲಿ ಕುಟ್ಟಿ ಪುಡಿಮಾಡಿ ಹಾಕುತ್ತಾರೆ. ಬೇಕಾದರೆ ಸೇಬು, ದಾಳಿಂಬೆ ಹಾಕಬಹುದು. ಖಾರಖಾರವಾಗಿ ಚೆನ್ನಾಗಿರುತ್ತದೆ. ಆದರೆ ದಾರಿ ಬದಿಯಲ್ಲಿ ಕೊಂಡರೆ ಅದಕ್ಕೆ ಏಡಿ ಇತ್ಯಾದಿ ಹಾಕಿರುತ್ತಾರೆ. ಭಾಷೆ ತಿಳಿದವರು ಹೇಳಿ ಮಾಡಿಸುತ್ತಾರೆ. ಬರೀ ಸಸ್ಯಹಾರದ ಸೋಮ್ ತಾಮ್ ಅನ್ನು ಮಾಡಿಕೊಡುತ್ತಾರೆ.

ಡಿಸೆಂಬರ್ ೧೨ರಂದು ವೀಸಾವನ್ನು ಸಪ್ಟೆಂಬರ್ ವರೆಗೆ ಮಾಡಿಸಿಕೊಂಡು ಬಂದೆವು. ಬೆಳಿಗ್ಗೆ ಏಳುವರೆಗೆ ಮನೆಯಿಂದ ಹೊರಟವರು ಸಾಯಂಕಾಲ ಮನೆಗೆ ತಲುಪಿದೆವು. ಬಿ.ಟಿ.ಎಸ್ (ಬ್ಯಾಂಕಾಕ್ ಟ್ರಾನ್ಸಿಟ್ ಸಿಸ್ಟಂ) ನಲ್ಲಿ ಮೋಟಿಕ್ ಎಂಬಲ್ಲಿಗೆ ಹೋಗಿ ಅಲ್ಲಿಂದ ಟಾಕ್ಸಿಯಲ್ಲಿ ಪಲ್ಯಾಲೇನಿಗೆ ಹೋದೆವು. ಅಲ್ಲಿ ಫೋಟೋಕಾಪಿಗಾಗಿ ಸುಮಾರು ಸುತ್ತಿದ ಕೊನೆಗೆ ಒಂದು ಬ್ಯಾಂಕಿನಲ್ಲಿ ಉಚಿತವಾಗಿ ಮಾಡಿಕೊಟ್ಟರಂತೆ. ಅಷ್ಟು ಹೊತ್ತು ನಾನು ಆ ಆಫೀಸಿನ ಹೊರಗಡೆ ಕುಳಿತಿದ್ದೆ. ಜನ ಓಡಾಡುತ್ತಿದ್ದರು. ಅಲ್ಲಿ ಎಲ್ಲ ಆಫೀಸು, ಸಾರ್ವಜನಿಕ ಕಟ್ಟಡಗಳಲ್ಲೂ ಶೌಚಾಲಯಗಳಿವೆ ಚೆನ್ನಾಗಿವೆ. ಕೆಲವೆಡೆಗಳಲ್ಲಿ ಮಾತ್ರ ನೀರಿನ ವ್ಯವಸ್ಥೆ ಅಷ್ಟಾಗಿ ಇರುವುದಿಲ್ಲ. ಆಮೇಲೆ ಎತ್ತುಗಡೆ ಯಂತ್ರದಲ್ಲಿ ತೂರಿಕೊಂಡು ಮೇಲೆ ಆಫೀಸಿಗೆ ಹೋದೆವು. ಅಲ್ಲಿ ನೋಡಿದರೆ ಹನುಮಂತನ ಬಾಲದಷ್ಟು ಉದ್ದದ ಸರತಿಯ ಸಾಲಿತ್ತು. ನಾನು ಒಂದು ಕಡೆಯಲ್ಲಿ ಕುಳಿತುಕೊಂಡೆ. ಪ್ರಸನ್ನ ಸರತಿಯಲ್ಲಿ ನಿಂತು ವೀಸಾದ ಕೆಲಸ ಮುಗಿಸಿಕೊಂಡು ಬಂದ. ಕೊನೆಯಲ್ಲಿ ಇಬ್ಬರು ಒಂದು ಕೋಣೆಯಲ್ಲಿರುವ ನಿರೀಕ್ಷಕರ ಮುಂದೆ ಕುಳಿತೆವು. ಅವರು ನಿಮ್ಮ ಅಮ್ಮನಾ ಎಂದೆಲ್ಲಕೇಳಿ ಪಾಸ್ಪೋರ್ಟ್ ವೀಸಾ ಎಲ್ಲ ನೋಡಿ ಕಳುಹಿಸಿದರು. (ಪರಿಚಯ ಪತ್ರ ಮತ್ತು ರಹದಾರಿ ಪರವಾನಗಿ) ಬರುವಾಗ ಚೆನ್ನೈ ಕಿಚನ್ ನಲ್ಲಿಇಡ್ಲಿ ಸಾಂಬಾರ್ ತಿಂದು ಮನೆ ಸಾಮಾನು (ತರಕಾರಿ, ಹಣ್ಣು) ತೆಗೆದುಕೊಂಡು ಬಂದೆವು.

ಚೆನ್ನೈ ಕಿಚನ್ ಇಬ್ಬರು ತಮಿಳು ದಂಪತಿಗಳು ನಡೆಸುವ ಭಾರತೀಯ ಊಟದ ಹೋಟೆಲ್ಲು. ಗಂಡ ಇಂಗ್ಲೀಷ್ ಕಲಿಸುತ್ತಾರಂತೆ. ಹೆಂಡತಿಯು ಟೀಚರಾಗಿದ್ದರಂತೆ. ಈಗ ಈ ವೃತ್ತಿ ಮಾಡುತ್ತಾರೆ. ಅಡುಗೆ ಮಾಡಲು ಸಹಾಯಕ್ಕೆ ಥಾಯ್ ಹುಡುಗಿಯರು, ಹೆಂಗಸರು ಇದ್ದಾರೆ. ಆದರೆ ಇವರು ಊಟ ತಂದುಕೊಡುವುದು, ತಟ್ಟೆ ತೆಗೆಯುವುದು ಎಲ್ಲ ಮಾಡುತ್ತಾರೆ. ಊಟ ಶುಚಿ, ರುಚಿಯಾಗಿ ಚೆನ್ನಾಗಿರುತ್ತದೆ. ಬಿಲ್ಲು ಕೂಡ ಚೆನ್ನಾಗೇ ಇರುತ್ತದೆ. ನಮ್ಮಲ್ಲಿಯ ಸಾಂಬಾರ ಪದಾರ್ಥಗಳು ಇತ್ಯಾದಿ ಎಲ್ಲಇಲ್ಲಿ ಸಿಗುವುದಾದರೂ ಅಲ್ಲಿಂದ ತರಿಸುವದರಿಂದ ಬೆಲೆ ಹೆಚ್ಚಾಗಿರುತ್ತದೆ. ನಾವಿರುವಲ್ಲಿಗೆ ಮೂರು ಕಿ.ಮೀ. ದೂರದಲ್ಲಿ ಸೀಲೋಮ್ ಎಂಬಲ್ಲಿ ಈ ಚೆನ್ನೈ ಕಿಚನ್ ಇರುವುದು. ಅಲ್ಲಿ ಭಾರತೀಯರಿಗೆ ಬೇಕಾದ ಎಲ್ಲಾ ದಿನಸಿಗಳು ಮತ್ತು ತರಕಾರಿಯ ಅಂಗಡಿಯೂ ಇದೆ. ಮನೆಯಲ್ಲಿ ಅಡುಗೆ ಮಾಡಲು ಬೇಸರವಾದಾಗ ಚೆನ್ನೈ ಕಿಚನ್ ನಲ್ಲಿ ಊಟ, ಇಡ್ಲಿ ಸಾಂಬಾರ್, ದೋಸೆ ಹೀಗೆ ಏನಾದರೂ ತಿಂದು ಆ ಅಂಗಡಿಯಲ್ಲಿ ಸಾಮಾನು ತೆಗೆದುಕೊಂಡು ಟ್ಯಾಕ್ಸಿಯಲ್ಲಿ ಬರುತ್ತೇವೆ. ಒಂದು ಊಟಕ್ಕೆ ೧೫ ಬಾತು. ಇಡ್ಲಿ ಪ್ಲೇಟಿಗೆ ೫೦ ಬಾತು. ಬಾತು ಅಂದರೆ ನಮ್ಮ ರುಪಾಯಿ ಹಾಗೆ. ಇಲ್ಲಿನ ಒಂದು ಬಾತಿಗೆ ನಮ್ಮ ೧.೨೫ ರುಪಾಯಿ ಸಮಾನಾಗುತ್ತದೆ. ಅಲ್ಲಿ ಒಂದು ದೇವಸ್ಥಾನವೂ ಇದೆ. ಯುಗಾದಿ, ದೀಪಾವಳಿ ಮೊದಲಾಗಿ ವಿಶೇಷ ಹಬ್ಬಗಳೂ ಇರುತ್ತವೆ.

ಇಲ್ಲಿನ ಮೂಲ ನಿವಾಸಿಗಳು (ಬುಡಕಟ್ಟು ಜನಾಂಗ) ಈಗಲೂ ಹಳೆಯ ರೀತಿಯ ವೇಷ ಭೂಷಣದಿಂದ ಕೆಲವು ಕಡೆ ಅವರ ಕೈಕೆಲಸದ ವಸ್ತುಗಳನ್ನು ಮಾರುತ್ತಿರುತ್ತಾರೆ. ನಾವು ಮರದ ಕಪ್ಪೆಗಳನ್ನು ಕೊಂಡೆವು. ಅವರ ಹತ್ತಿರ ಚರ್ಚಿಸಿ ೨೦೦ ಬಾತಿಗೆ ಎರಡು ಕಪ್ಪೆ ತೆಗೆದ. ಅದನ್ನೇ ಮಾಲ್ ನಲ್ಲಿ ಇಟ್ಟಿರುತ್ತಾರೆ ಬೆಲೆ ೨೫೦ ಬಾತು ಒಂದಕ್ಕೆ. ಚರ್ಚೆಗೆ ಅವಕಾಶವಿಲ್ಲ.

ಮಾಡಿದ ಕೈಗಳಿಗೆ ಕೂಲಿ ಕಡಿಮೆ ಇಟ್ಟು ಮಾರುವವರಿಗೆ ಲಾಭ ಉಳಿದಂತೆ ಥಾಯ್ ಜನರು ಬೌದ್ಧ ಧರ್ಮೀಯರು. ಕೆಲವರು ಹಿಂದುಗಳೂ ಇರುವರಂತೆ. ಆದರೆ ಎಲ್ಲರೂ ಮಾಂಸಾಹಾರಿಗಳೇ. ಮೀನಿನ ಸಾಸ್ ನ ಘಮ ಇರಲೇಬೇಕು. ಮೊದಲೇ ಹೇಳಿದಂತೆ ವರ್ಷದಲ್ಲಿ ಹತ್ತು ದಿನ ಸಸ್ಯಾಹಾರ ಆಚರಿಸುತ್ತಾರೆ. ಇಲ್ಲಿನವರು ಮುಕ್ತ ಜನತೆಯಂತೆ. ಹೆಣ್ಣುಮಕ್ಕಳೇ ತಂದೆ ತಾಯಿಯರನ್ನು ಸಾಕುತ್ತಾರೆ. ಎಲ್ಲಾ ಕಡೆಯಲ್ಲೂ ಹುಡುಗಿಯರು, ಮಹಿಳೆಯರು ದುಡಿಯುತ್ತಾರೆ. ಮಸಾಜ್ ಪಾರ್ಲರ್ ಗಳು, ಮಾಲ್, ಹೋಟೆಲ್ ಎಲ್ಲ ಕಡೆ ಹುಡುಗಿಯರು. ಕಾರ್ಖಾನೆಗಳಲ್ಲೂ ಹುಡುಗಿಯರೇ ಹೆಚ್ಚು. ಹುಡುಗಿಯರೇ ಕಾರು ಚಲಾಯಿಸಿಕೊಂಡು ಹೋಗುತ್ತಾರೆ. ಬಾಡಿಗೆ ಟ್ಯಾಕ್ಸಿಯಲ್ಲಿ ಮಾತ್ರ ಹುಡುಗಿ ಚಾಲಕಿಯನ್ನು ನಾನು ಕಾಣಲಿಲ್ಲ. ಬಹುಷಃ ಬಸ್ಸಿನಲ್ಲೂ ಚಾಲಕನೇ ಇರುತ್ತಾನೆ. ಬಹುಷಃ ಯಾಕೆಂದರೆ ನಾನು ಇದುವರೆಗೂ ಇಲ್ಲಿನ ಸಿಟಿ ಬಸ್ಸಿನಲ್ಲಿ ಹೋಗಿಲ್ಲ. ಬಾಂಚೋಂಗಿಗೆ ಹೋಗಿ ಬರುವಾಗ ಮಾತ್ರ ಬಸ್ಸಿನಲ್ಲಿ ಬಂದದ್ದು. ಮಕ್ಕಳು ಜೊತೆಯಾಗಿ ಬೆಳೆಯುತ್ತಾರೆ. ಬೆಳೆಯುತ್ತಲೇ ಬಾಯ್ ಫ್ರೆಂಡ್, ಗರ್ಲ್ ಫ್ರೆಂಡ್ ಇರುತ್ತಾರೆ. ಇಷ್ಟವಾದಲ್ಲಿ ಮದುವೆಯಾಗುತ್ತಾರೆ. ತಂದೆತಾಯಿಯ ಒತ್ತಾಯ, ಸಹಾಯ ಏನೂ ಇರುವುದಿಲ್ಲ. ವಿರಸವಾದಲ್ಲಿ ವಿಚ್ಛೇದನವೂ ಆಗುತ್ತದೆ. ಮತ್ತೆ ಬೇರೆ ಸಿಕ್ಕರೆ ಮತ್ತೆ ಮದುವೆಯಾಗಬಹುದು ಇಲ್ಲ ಹಾಗೆಯೇ ಇರಬಹುದು. ಒಟ್ಟಾರೆ ಅವರ ಜೀವನಕ್ಕೆ ಅವರೇ ಹೊಣೆ. ಒಂದು ಮಗುವಾದ ಮೇಲೆ ಗಂಡ ಬಿಟ್ಟು, ಇನ್ನೊಂದು ಮದುವೆಯಾಗಿ ಮಗುವಾದರೆ ಎರಡು ಮಕ್ಕಳಿಗೂ ಎರಡನೆಯವನೇ ಅಪ್ಪನಾಗಿರುತ್ತಾನೆ. ಮಕ್ಕಳು ತಾಯಿಯೊಂದಿಗೆ ಬೆಳೆಯುತ್ತವೆ. ದೊಡ್ಡವರಾದ ಮೇಲೆ ಅವರವರ ಬದುಕು ಅವರವರೇ ನೋಡಿಕೊಳ್ಳುತ್ತಾರೆ. ತಾಯಿತಂದೆ ದುಡಿಯಲಾಗದಿದ್ದರೆ ಮಾತ್ರ ಮಕ್ಕಳು ಸಾಕುತ್ತಾರೇನೋ ಮತ್ತೆ ಇಲ್ಲಿ ಯಾವ ಕೆಲಸವನ್ನಾದರೂ ಮಾಡುತ್ತಾರೆ ಮತ್ತು ಅದರಲ್ಲಿಯೇ ತೃಪ್ತರು. ಮನೆ ಕೆಲಸ ಮಾಡುವವರು ಕೂಡ ೧೦೦೦ ಬಾತು ಸಂಬಳ ಪಡೆಯುತ್ತಾರೆ. ಮೊಬೈಲಲ್ಲಿ ಮಾತಾಡುತ್ತಿರುತ್ತಾರೆ. ವಿದ್ಯಾ ಮನೆಗೆ ಒಬ್ಬಳು ಬರುತ್ತಿದ್ದಳು. ಚಡ್ಡಿ, ಶರ್ಟು ಹಾಕಿ ಮೊಬೈಲ್ ಜೇಬಲ್ಲಿ ಇಟ್ಟು ಕಿವಿಗೆ ಸಿಕ್ಕಿಸಿಕೊಂಡು ಬರುತ್ತಿದ್ದಳು. ಕೆಲಸ ಮಾಡುವಷ್ಟು ಹೊತ್ತು ಯಾರೊಂದಿಗೋ ಮಾತನಾಡುತ್ತಿರುತ್ತಿದ್ದಳು. ಇಲ್ಲಿನವರ ಉಡುಪುಗಳು ಅಷ್ಟೇ ವೈವಿಧ್ಯವಾಗಿದೆ. ಚಡ್ಡಿ- ಶರ್ಟಿನಿಂದ, ಪ್ಯಾಂಟ್, ಜೀನ್ಸ್, ಲಂಗ ಇತ್ಯಾದಿ. ಹುಡುಗರು ಚಡ್ಡಿ, ಪ್ಯಾಂಟ್, ಶರ್ಟು ಹಾಕುತ್ತಾರೆ. ನಮ್ಮಲ್ಲಿಯ ಪೆಟಿಕೋಟ್ ತರದ ಉಡುಗೆಯಲ್ಲೂ ಓಡಾಡುತ್ತಾರೆ. ಯಾವುದೇ ನಿರ್ಬಂಧವಿಲ್ಲ. ಹಾಗೆಂದು ಎಲ್ಲಿಯೂ ಹುಡುಗಿಯರನ್ನು ಚುಡಾಯಿಸುವುದನ್ನು ನಾನು ಕಂಡಿಲ್ಲ. ಎಲ್ಲ ಸಹಜವಾಗಿ ಓಡಾಡುತ್ತಾರೆ. ಕೆಲವುಕಡೆ ಮಾತ್ರ (ಆಫೀಸು, ಬೌದ್ಧ ವಿಹಾರಗಳು ಇತ್ಯಾದಿ) ಉಡುಪಿನ ಬಗ್ಗೆ ನಿಯಮವಿದೆ. ಶಿಷ್ಟಾಚಾರದ ಉಡುಪು ಧರಿಸಿ ಬನ್ನಿ ಎಂದು ಬರೆದಿರುತ್ತಾರೆ. ಇಲ್ಲಿ ಇಂಗ್ಲೀಷ್ ಅಷ್ಟಾಗಿ ಬರದಿದ್ದರೂ ಪಾಶ್ಚಿಮಾತ್ಯದ ಪ್ರಭಾವ ಹೆಚ್ಚಾಗಿದೆ. ಅಲ್ಲಿನ ಪ್ರವಾಸಿಗರೇ ಹೆಚ್ಚಾಗಿ ಬರುತ್ತಾರೆ. ಅವರ ರೀತಿನೀತಿಗಳನ್ನೇ ಇಲ್ಲಿನ ವಿದ್ಯಾವಂತ ಮಂದಿ ಅನುಸರಿಸುತ್ತಾರೆ. ಊಟದಲ್ಲಿ ಚಮಚ ಫೋರ್ಕ್ (ಮುಳ್ಳು) ಎಲ್ಲ ಅವರ ಕೊಡುಗೆ. ಮೊದಲು ನಮ್ಮಂತೆ ಇಲ್ಲೂ ಕೈಯಲ್ಲೇ ಊಟ ಇತ್ತಂತೆ. ಇಲ್ಲಿನ ಪದ್ಧತಿಯಂತೆ ತಗ್ಗಿನ ಮೇಜು ಅದರ ಮೇಲೆ ತಟ್ಟೆ ಇಟ್ಟುಕೊಂಡು ನೆಲದ

ಮೇಲೆ ಕುಳಿತು ಊಟ ಮಾಡುವುದು.

ತುಂಬಾ ಬಗೆಯ ಹಣ್ಣುಗಳಿವೆ. ನಮ್ಮಲ್ಲಿಯ ಜಂಬುನೇರಳೆಗೆ ಇಲ್ಲಿ ಚಂಪೂ ಎನ್ನುತ್ತಾರೆ. ನಮ್ಮ ಪುನರ್ಪುಳಿ (ಕೋಕಂ) ಇಲ್ಲಿಯೂ ಇದೆ. ಆದರೆ ಅದರ ಸಿಪ್ಪೆ ತುಂಬಾ ದಪ್ಪ ಮತ್ತು ಉಪಯೋಗವಿಲ್ಲದ್ದು. ಒಳಗಿನ ಹಣ್ಣು ಸಿಹಿಯಾಗಿರುತ್ತದೆ. ಅದನ್ನು ಮಂಗೂಸ್ತೀನ್ ಎನ್ನುತ್ತಾರೆ ಮತ್ತು ಈಗ ಭಾರತದಲ್ಲೂ ಸಿಗುತ್ತದೆ. ಸಿಹಿಹುಣಸೆ ಹಣ್ಣು, ಬೀಜರಹಿತ ಸಣ್ಣ ಕಿತ್ತಳೆ, ದೊಡ್ಡ ಪೇರಳೆ, ಪಪ್ಪಾಯಿ, ಅನಾನಾಸು ಎಲ್ಲಾ ಹಣ್ಣುಗಳು ಮತ್ತು ಎಲ್ಲಾ ಕಾಲದಲ್ಲೂ ಸಿಗುತ್ತದೆ. ಹಲಸು, ಮಾವು ಕೂಡ ಎಲ್ಲಾ ಕಾಲದಲ್ಲೂ ಸಿಗುತ್ತದೆ. ಬಾಳೆಹಣ್ಣು ಚೆನ್ನಾಗಿರುತ್ತದೆ. ಇಲ್ಲಿನ ಎಳನೀರು ತುಂಬಾ ರುಚಿಯಾಗಿದೆ. ತೆಂಗಿನಕಾಯಿ ಕೂಡ ಸ್ವಾದಿಷ್ಟವಾಗಿದೆ. ಹೆಚ್ಚಿನವೆಲ್ಲ ಇಲ್ಲೇ ಹಳ್ಳಿಗಳಲ್ಲಿ ಬೆಳೆಯುತ್ತಾರೆ. ಹಾಲು ಮಾತ್ರ ಬಾಟ್ಲಿಗಳಲ್ಲಿ ಸಿಗುತ್ತದೆ. ದನಗಳು ಹಳ್ಳಿಗಳಲ್ಲಿ ಇರಬಹುದು. ಆದರೆ ಪೇಟೆಯಲ್ಲಿ ದನಕರುಗಳನ್ನು ಕಾಣಲೇ ಇಲ್ಲ. ಇಲ್ಲವೆನ್ನದ ಹಾಗೆ ಕ್ರಿಸ್ ಮಸ್ ಗೋದಲಿಯಲ್ಲಿ ಒಂದು ಕರುವನ್ನು ಕಂಡೆ. ಪ್ರಸನ್ನ ಹೇಳಿದ ಅದು ಕ್ರಿಸ್ ಮಸ್ ಗೋದಲಿಯಲ್ಲ. ಇವತ್ತು ಇಲ್ಲಿ ಮಕ್ಕಳ ದಿನ. ಮಕ್ಕಳಿಗೆ ಹಾಲು ಕುಡಿಸಿ ಎಂದು ಪ್ರಚಾರ ಮಾಡಲು ಹಾಲಿನ ಪುಡಿ ಉತ್ಪಾದಕರ ಜಾಹಿರಾತು ಪರಿಯಿದು ಅಂತ.

ನಾವು ಅಲ್ಲಿಗೆ ಹೋಗಿದ್ದು ಸಿನೆಮಾ ನೋಡಲು. ಇಲ್ಲಿ ಥಿಯೇಟರ್ ಅಂತ ಬೇರೆ ಇರುವುದಿಲ್ಲ. ದೊಡ್ಡ ಮಾಲ್ ಗಳ ಮೇಲಿನ ಮಹಡಿಯಲ್ಲಿ ಥಿಯೇಟರ್ ಇರುತ್ತದೆ. ಈಗ ನಮ್ಮಲ್ಲಿಯೂ ಬಂದಿವೆ, ಮಲ್ಟಿಪ್ಲೆಕ್ಸ್ ಗಳು! ಒಂದರಿಂದ ಇನ್ನೊಂದಕ್ಕೆ ಲಿಫ್ಟ್ ಮತ್ತು ಚಲಿಸುವ ಮೆಟ್ಟಿಲುಗಳು ಇರುತ್ತವೆ. ಅಲ್ಲಿಯಂತೂ ಮೇಲೆ ಹೋಗಿ ಹೋಗಿ ಅಂತೂ ಕಡೆಗೊಮ್ಮೆ ತಲುಪಿದೆವು. ಈ ಚಲಿಸುವ ಮೆಟ್ಟಿಲುಗಳು ಮುಗಿಯುವುದೇ ಇಲ್ಲವೇನೋ ಅಂದೆ. ಅಷ್ಟರಲ್ಲಿ ಥಿಯೇಟರ್ ಬಂತು. ನಾನು ಅಲ್ಲಿ ಮೂರು ಸಿನೆಮಾ ನೋಡಿದೆ. ಎರಡು ಇಂಗ್ಲೀಷ್ ಒಂದು ಹಿಂದಿ. ಮನೆಯಲ್ಲಿ ಸಿ.ಡಿ. ಹಾಕಿ ಸುಮಾರು ಹಿಂದಿ, ಇಂಗ್ಲೀಷ್ ಸಿನೆಮಾ ನೋಡಿದೆವು. ಅದರಲ್ಲಿ ವೆಲ್ ಕಂ ಟು ಸಜ್ಜನಾಪುರ್ ತುಂಬಾ ಚೆನ್ನಾಗಿದೆ. ಹೊರಗಡೆಗೆ ಹೋಗುವಾಗ ನಮ್ಮ ಮನೆಯ ಕಿಟಕಿಯಲ್ಲಿ ಇಣುಕಿದರೆ ರಸ್ತೆಯಲ್ಲಿ ವಾಹನಗಳ ನೂಕು ನುಗ್ಗಲು ಎಷ್ಟಿದೆಯೆಂದು ತಿಳಿಯುತ್ತದೆ. ಅದನ್ನು ನೋಡಿ ಟ್ಯಾಕ್ಸಿ ಹಿಡಿಯುವುದೇಅಥವಾ ನಡೆದು ಹೋಗಿ ದೋಣಿ ದಾಟಿ ರೈಲು ಹತ್ತುವುದೋ ಎಂದು ತೀರ್ಮಾನಿಸುತ್ತೇವೆ. ಏಕೆಂದರೆ ತುಂಬಾ ಒತ್ತಡ ಇದ್ದಾಗ ಅರ್ಧ ಕಿ.ಮೀ. ಹೋಗುವುದರಲ್ಲೇ ನೂರು ಬಾತಿನಷ್ಟು ಮೀಟರು ಓಡಿರುತ್ತದೆ. ಇಲ್ಲವಾದಲ್ಲಿ ನೂರು ಬಾತಿನಲ್ಲಿ ಬ್ಯಾಂಕಾಕಿನ ಈ ತುದಿಯಿಂದ ಆ ತುದಿಗೆ ಹೋಗಬಹುದು. ರಜಾ ದಿನಗಳಲ್ಲಿ ಮತ್ತು ಸುಮಾರು ಮಧ್ಯಾಹ್ನದ ಹೊತ್ತಿನಲ್ಲಿ ಹೆಚ್ಚು ನೂಕು ನುಗ್ಗಲು ಇರುವುದಿಲ್ಲ. ಉಳಿದಂತೆ ರಾತ್ರಿ ಹನ್ನೆರಡರವರೆಗೂ ಸಂಚಾರ ದಟ್ಟಣೆ ಇರುತ್ತದೆ. ಕಾರುಗಳು ಆಮೆಗಳ ಸಾಲುಗಳಂತೆ ಚಲಿಸುತ್ತಿರುವುದು ಕಾಣುತ್ತದೆ. ಇಲ್ಲಿನ ಜನರಲ್ಲಿ ಶಿಸ್ತು ಇದೆ. ಎಷ್ಟೇ ದಟ್ಟಣೆ ಇದ್ದರೂ ತಾಳ್ಮೆಯಿಂದ ಕಾಯುತ್ತಾರೆ. ಅಡ್ಡದಿಡ್ಡಿ ನುಗ್ಗುವುದಿಲ್ಲ. ಅಪರೂಪಕ್ಕೆ ಹಾರ್ನ್ ಶಬ್ಧ ಕೇಳುತ್ತದೆ. ಇಲ್ಲಿ ಮೋಟಾರ್ ಬೈಕ್ ಬಾಡಿಗೆಗೆ ಸಿಗುತ್ತದೆ. ಒಬ್ಬ ಸವಾರನಿರುತ್ತಾನೆ. ಒಬ್ಬನನ್ನು ಕೂರಿಸಿಕೊಂಡು ಹೋಗುತ್ತಾರೆ. ೨೦ ಬಾತಿಗೆ ಸುಮಾರು ದೂರ ಹೋಗಬಹುದು. ಆದರೆ ಬೈಕಿನವರು ಸ್ವಲ್ಪ ನುಗ್ಗುವುದು ಜಾಸ್ತಿ. ಕಾರುಗಳ ಸಂದುಗಳಲ್ಲಿ ನುಗ್ಗಿ

ಹೋಗುತ್ತಿರುತ್ತಾರೆ. ನಾವು ಹಿಂದೆ ಕುಳಿತವರು ಜಾಗೃತೆ ಇರಬೇಕಾಗುತ್ತದೆ. ನಾನಂತೂ ಬೈಕಲ್ಲಿ ಹೋಗಿಲ್ಲ. ಎಲ್ಲಿಗೆಂದು ಹೋಗಲಿ? ಒಬ್ಬಳೇ ಹೋದರೆ ಹೋಗುವ ಜಾಗ ಹೇಳಲು ಬಾರದು.

ನೀಲಂ ಇಲ್ಲಿನ ಓರಿಯಂಟಲ್ ಸ್ಪಾದಲ್ಲಿ ಯೋಗ ಶಿಕ್ಷಕಿ. ಎರಡು ವರ್ಷ ಒಪ್ಪಂದದಲ್ಲಿ ಬಂದವಳು. ರಾಜಸ್ತಾನದವಳು. ಪ್ರಸನ್ನನಿಗೆ ಕೆಲಸ ಕೊಡಿಸಿದ ಟೀನಾ ಅವಳಿಗೂ ಕೊಡಿಸಿದ್ದು. ಅವಳು ಆರು ತಿಂಗಳು ಮೊದಲೇ ಇಲ್ಲಿಗೆ ಬಂದಿದ್ದಳು. ಪ್ರಸನ್ನನಿಗೆ ಮನೆ ಮಾಡುವಲ್ಲಿಂದ ಚೆನ್ನೈ ಕಿಚನ್ ಅಂಗಡಿ ಇತ್ಯಾದಿ ಎಲ್ಲ ಅವಳೇ ಪರಿಚಯಿಸಿದ್ದು. ಒಳ್ಳೆಯ ಹುಡುಗಿ. ಸ್ವಲ್ಪ ಗಡಿಬಿಡಿ ಸ್ವಭಾವ ಅಷ್ಟೆ. ಅವಳ ಸ್ನೇಹಿತರೆಲ್ಲ ಪ್ರಸನ್ನನಿಗೂ ಪರಿಚಯವಾದರು. ಕೆಲವರು ಒಳ್ಳೆಯ ಸ್ನೇಹಿತರೂ ಆದರು. ಇಲ್ಲಿಯವರಿಗೆ ಪೂರ್ತಿ ಹೆಸರು ತುಂಬಾ ಉದ್ದ ಇರುತ್ತದೆ. ಉಚ್ಚಾರಣೆ ತುಂಬಾ ಕಷ್ಟ. ಹಾಗಾಗಿ ಅವರು ಬಳಕೆಗಾಗಿ ಅಡ್ಡಹೆಸರುಗಳನ್ನಿಟ್ಟುಕೊಂಡಿರುತ್ತಾರೆ. ಅದು ಒಂದು ಎರಡು ಅಕ್ಷರಗಳಲ್ಲಿರುತ್ತದೆ. ಕೆಲವು ಸಲ ಅದನ್ನು ನಮ್ಮ ಭಾಷೆಯಲ್ಲಿ ಯೋಚಿಸಿದಾಗ ನಗು ಬರುತ್ತದೆ. ಇಲ್ಲಿ ಎಲ್ಲರಿಗೂ ಕುನ್ ಎಂಬುದನ್ನು ಸೇರಿಸುತ್ತಾರೆ. ನಮ್ಮಲ್ಲಿ ಶ್ರೀ, ಶ್ರೀಮತಿ ಇದ್ದ ಹಾಗೆ. ಗಂಡು ಹೆಣ್ಣು ಇಬ್ಬರಿಗೂ ಕುನ್ ಎಂದೇ ಸಂಬೋಧನೆ. ಉದಾ: ಕುನ್ ಕುರ್ಟ್ ವಿಚ್ ವೆಲ್, ಕುನ್ ಓಕ್ ಇತ್ಯಾದಿ. ಪ್ರಸನ್ನನ ಸ್ಪಾದಲ್ಲಿ ಕುನ್ ಡಿ ಎನ್ನುವಾಕೆ ಮ್ಯಾನೇಜರು. ನಾವು ಅದನ್ನು ಕುಂಡಿ ಎಂದು ಹೇಳುವಾಗ ನಗು ಬರುತ್ತದೆ. ಕುನ್ ನಿಂಗ್, ಕುನ್ ನುಚ್ ಇತ್ಯಾದಿ ಕೆಲವು ಉದಾಹರಣೆಗಳು.

ನೀಲಂ ಸ್ನೇಹಿತೆ ಕುನ್ ಪೂನ್ (ಅವಳು ಅನಿತಾ ಎಂದು ಇಟ್ಟುಕೊಂಡಿದ್ದಾಳೆ) ಪ್ರವಾಸಗಳನ್ನು ಯೋಜಿಸುವ ಕಂಪನಿಯಲ್ಲಿ ಕೆಲಸ ಮಾಡುತ್ತಾಳೆ. ಅವಳು ಡಿಸೆಂಬರ್ ೧೩ರಂದು ನಮ್ಮನ್ನು ಪಟ್ಟಾಯಕ್ಕೆ ಕರೆದುಕೊಂಡು ಹೋದಳು. ಅವಳ ಸ್ನೇಹಿತೆ ಕುನ್ ಜೆನ್ನಿಯೂ ಇದ್ದಳು. ನೀಲಂ, ನಾನು, ಪ್ರಸನ್ನ ಪರೋಟ ಮಾಡಿ ತೆಗೆದುಕೊಂಡಿದ್ದೆವು. ಪಟ್ಟಾಯದಿಂದ ಸಣ್ಣ ಹಡಗಿನಂತಹ ಯಾಂತ್ರಿಕ ದೋಣಿಯಲ್ಲಿಅರ್ಧ ಗಂಟೆ ಪ್ರಯಾಣಿಸಿ ಕೋ-ಲಾನ್ ಗೆ (ಲಾನ್ ದ್ವೀಪ) ಹೋದೆವು. ಅಲ್ಲಿಂದ ಟುಕ್ ಟುಕ್ ನಲ್ಲಿ ತೆಹವಾನ್ ಬೀಚಿಗೆ ಹೋದೆವು. ಅಲ್ಲಿ ತುಂಬಾ ಜನರಿದ್ದರು. ಶೌಚಾಲಯ, ಅಂಗಡಿಗಳು ಎಲ್ಲಾ ಇವೆ. ತಿಂಡಿ ಊಟದ ಸರಬರಾಜು ಇದೆ. ತುಂಬಾ ಮಂದಿ ವಿದೇಶಿಯರು ಅರೆನಗ್ನಾವಸ್ಥೆಯಲ್ಲಿ ಬಿಸಿಲು ಕಾಯಿಸುತ್ತಿರುತ್ತಾರೆ. ನೀರಲ್ಲಿ ಸ್ನಾನದ ಆಟ ಆಡುತ್ತಿರುತ್ತಾರೆ. ಅಲ್ಲಿ ದಂಡೆಯುದ್ದಕ್ಕೂ ಕಟ್ಟೆ ಹಾಕಿ ನೀರನ್ನು ನಿಲ್ಲಿಸಿದಂತೆ ಮಾಡಿದ್ದಾರೆ. ಅಲೆಗಳ ಅಬ್ಬರ ಕಡಿಮೆಯಿರುತ್ತದೆ. ಅವರೆಲ್ಲಎಲ್ಲೋ ಹೋಗಿ ಫೋಟೋ ತೆಗೆಸಿಕೊಂಡರು. ನಾನು ಕಾಲುಚಾಚಿ ಕುಳಿತೆ. ಕುಳಿತುಕೊಳ್ಳಲು ಸೋಫಾ ಬಾಡಿಗೆಗೆ ಸಿಗುತ್ತದೆ. ಆಮೇಲೆ ನೀರಿಗಿಳಿದರು. ನಾನು ಸ್ನಾನ ಮಾಡಲಿಲ್ಲ. ಅಲ್ಲೂಒಂದಷ್ಟು ಹೊತ್ತಾಯಿತು. ಆಮೇಲೆ ತಿಂಡಿತಿಂದು ಒಂದಷ್ಟು ಹೊತ್ತು ನೀರಿನಲ್ಲಿ ನಿಂತೆ. ಮತ್ತೆ ಪ್ರಸನ್ನ ಸ್ಪೀಡ್ ಬೋಟಲ್ಲಿ ಹೋಗಿ ಬಂದ. ಒಂದು ದೋಣಿಯಲ್ಲಿ ಒಬ್ಬನೇ ರೊಯ್ಯನೆ ಹೋಗಿ ಸುತ್ತಾಡಿ ಬರುವುದು ಪಳಗಿದವರೊಬ್ಬರು ಜೊತೆಗಿರುತ್ತಾರೆ. ನೋಡಲು ರೋಮಾಂಚಕವಾಗಿರುತ್ತದೆ. ಅವನಿಗೂ ಖುಷಿಯಾಯಿತು.

ಡಿಸೆಂಬರ್ ೧೯ರಂದು ದೀಪಾ ಪಾಟೀಲ್ ಮನೆಗೆ ಹೋದೆವು. ಅಲ್ಲಿಂದ ರೈಲಲ್ಲಿ ಹೋಗಿ ಆಮೇಲೆ ಟ್ಯಾಕ್ಸಿಯಲ್ಲಿ ಹೋದದ್ದು. ಸಿಯಾಮ್ ಮೀರಾಮಿತ್ ಗೆ ಹತ್ತಿರವೆಂದು ಹೇಳಿದರು. ನಾವು ಒಮ್ಮೆ ನೋಡಿದ್ದರಿಂದ ಪುನಃ ಹೋಗಲು ಮನಸ್ಸಾಗಲಿಲ್ಲ. ಅವರಿಗೆ ಡಾಕ್ಟರರ ಸಲಹೆ ಬೇಕಾಗಿತ್ತು. ನೀಲಂ ಹೇಳಿಕೆ ಮೇರೆಗೆ ಪ್ರಸನ್ನ ಹೋದದ್ದು. ಜತೆಗೆ ನಾನು ನೀಲಂ ಹೋದೆವು. ಮಧ್ಯಾಹ್ನ ಊಟ ಅಲ್ಲಿಯೇ. ಅವರ ಗಂಡ ಕೆಲಸಕ್ಕೆ ಹೋಗಿದ್ದರು. ಮಕ್ಕಳು ಸಲಹೆಗಾಗಿ ಕಾಯುತ್ತಿದ್ದರು. ಮಕ್ಕಳು ಸಣ್ಣವರಲ್ಲ. ದೊಡ್ಡವಳು ರಾಜಕೀಯ ಶಾಸ್ತ್ರ ಕಲಿತು ಕೆಲಸ ಮಾಡುತ್ತಿದ್ದಳು. ಕೆನಡಾದ ಯಾವುದೋ ಕಂಪನಿಯ ಕೆಲಸ. ಮಗ ಡಿಗ್ರಿ ಓದುತ್ತಿದ್ದಾನೆ. ಅವರಿಗೆ ವೈದ್ಯ ಸಲಹೆ ಆದ ಮೇಲೆ ಊಟ. ದೀಪಾ ಪಾಟೀಲ್ ಅತ್ತೆ ಇದ್ದರು. ಬನ್ನಿ ಕುಳಿತುಕೊಳ್ಳಿ ನಮಸ್ತೆ ಎಂದರು. ಸಾಯಂಕಾಲ ವಾಪಸ್ಸಾದೆವು.

ಡಿಸೆಂಬರ್ ೨೦ರಂದು ಸಫಾರಿ ಜಗತ್ತಿಗೆ ಭೇಟಿ. ಇಲ್ಲಿನ ಒಂದು ಪ್ರವಾಸಿ ಸಂಸ್ಥೆ (ಭಾರತೀಯರ ಮುಖ್ಯಸ್ಥರು) ಯವರು ಏರ್ಪಡಿಸಿದ್ದು. ವ್ಯಾನಿನಲ್ಲಿ ಏಳು ಜನ ಇದ್ದೆವು. ಡ್ರೈವರ್ ಅಲ್ಲದೆ ಒಬ್ಬಳು ಮಾರ್ಗದರ್ಶಿಯೂ ಇದ್ದಳು. ಅವಳು ನಮಗೆ ಅಲ್ಲಲ್ಲಿ ಮಾರ್ಗದರ್ಶನ ಮಾಡಿದಳು.ಮತ್ತೆ ಎಲ್ಲಾ ಕಡೆ ಫಲಕಗಳಿರುವುದರಿಂದ ಹುಡುಕಿ ಹೋಗಬಹುದಿತ್ತು. ಬಿರಾಂಗುಟಾನ್ (ಮಂಗನ ಒಂದು ಜಾತಿ) ಪ್ರದರ್ಶನ ನೋಡಿದೆವು. ಮನುಷ್ಯರಂತೆಯೇ ಜೀಪ್ ಚಾಲನೆ, ಡ್ರಮ್ ಬಡಿಯುವುದು, ಪಿಟೀಲು ನುಡಿಸುವುದು ಎಲ್ಲಾ ಮಾಡುತ್ತಿದ್ದವು. ಆಮೇಲೆ ಸಮುದ್ರ ಸಿಂಹ (ಸೀಲ್) ಅವುಗಳ ಪ್ರದರ್ಶನ (ನೀರಲ್ಲಿ ಈಜುವುದು, ಹಾರಿ ಚೆಂಡು ಹಿಡಿಯುವುದು, ಮನುಷ್ಯರಂತೆ ನಿಲ್ಲುವುದು ಇತ್ಯಾದಿ). ಡಾಲ್ಫಿನ್ ಶೋ ಕೂಡ ನೋಡಿದೆವು. ಅವುಗಳಿಗೆ ಆಟ ತೋರಿಸಿದಂತೆಲ್ಲಾ ತಿನ್ನಲು ಕೊಡುತ್ತಾರೆ. ಆದರೂ ಮನುಷ್ಯ ಎಲ್ಲಾ ಪ್ರಾಣಿಗಳನ್ನು ತನ್ನ ಸ್ವಾರ್ಥಕ್ಕೆ ಬಳಸಿಕೊಳ್ಳುವನಲ್ಲಾ ಎನಿಸಿತು. ಆನೆಗಳ ಶೋ ಇತ್ತಂತೆ. ನಾವು ಹೋಗಲಿಲ್ಲ. ಮೃಗಾಲಯ ನೋಡಲು ಸಮಯ ಸಾಲದೆಂದು ಹೊರಟೆವು. ಬೋನಿನಲ್ಲಿ ಕೂಡಿಹಾಕಿದ ಪ್ರಾಣಿಗಳೆಲ್ಲಾ ಕಾಡಿನಲ್ಲಿ ಸ್ವಇಚ್ಛೆಯಿಂದ ಇರುವ ಪ್ರಾಣಿಗಳು.ನಾವು ವ್ಯಾನಿನ ಗ್ಲಾಸುಗಳನ್ನು ಬಂದುಮಾಡಿ ಕುಳಿತು ನೋಡಬೇಕು. ಕೆರೆಯಿದ್ದಲ್ಲಿ ತುಂಬಾ ಪಕ್ಷಿಗಳು ಇದ್ದವು. ಮರದ ಮೇಲೆ ಹೂವು ಅರಳಿದಂತೆ ಕಾಣುತ್ತಿತ್ತು. ಹುಲಿ, ಸಿಂಹ, ಕಾಡೆಮ್ಮೆಗಳು, ಜಿಂಕೆಗಳು, ಜೀಬ್ರಾಗಳು ಎಲ್ಲವನ್ನೂ ನೋಡುತ್ತಾ ಬಂದೆವು. ರಸ್ತೆಯಲ್ಲಿ ಓಡಾಡುವುದು ಪ್ರಾಣಿಗಳ ಹಕ್ಕು ಎಂದು ಫಲಕ ಹಾಕಿದ್ದರು. ಒಂದು ಕಡೆ ಜೀಬ್ರಾಗಳ ಮೆರವಣಿಗೆ ನಡೆಯುತ್ತಿತ್ತು. ಅಲ್ಲಲ್ಲಿ ಕಾಡೆಮ್ಮೆ, ನವಿಲು, ಹುಲಿಗಳಿದ್ದವು. ಒಂದು ಸಿಂಹ ಮಲ ವಿಸರ್ಜಿಸುತ್ತಿತ್ತು. ಪ್ರಸನ್ನ ಅದನ್ನು ಫೋಟೋ ತೆಗೆದ. ಅಪರೂಪದ ದೃಶ್ಯವಾಗಿತ್ತದು. ನಮ್ಮಲ್ಲಿಯ ಶಿವಮೊಗ್ಗದ ಸಿಂಹಧಾಮಕ್ಕೆ ಎರಡು ಸಲ ಹೋಗಿದ್ದೆ. ಒಮ್ಮೆ ಹೋದಾಗ ೫-೬ ಹುಲಿಗಳಿದ್ದವು. ಮತ್ತೊಮ್ಮೆ ಹೋದಾಗ ಬರೀ ಮೂರು ಹುಲಿಗಳಿದ್ದವು. ಒಂದೆರಡು ಸಿಂಹಗಳು ಎಲ್ಲೋ ಮಲಗಿದ್ದವು ಅಷ್ಟೇ. ಕಡವೆಗಳು ಮಾತ್ರ ತುಂಬಾ ಇದ್ದವು. ಬಹುಷಃ ಹುಲಿ ಸಿಂಹಗಳಿಗೆ ಆಹಾರವಾಗಲೆಂದು ಸಾಕುತ್ತಾರೆ. ಅಂತೂ ನಾಲ್ಕು ವರ್ಷ ಥಾಯ್ಲೆಂಡ್ ನಲ್ಲಿ ಕಳೆದು ಪ್ರಸನ್ನ ಪುನಃ ಭಾರತಕ್ಕೆ ಬಂದ.

ಪ್ರಸನ್ನ ಹೇಳಿದ್ದು

ಸಮಯ ಬೆಳಿಗ್ಗೆ ೧೧ ಗಂಟೆ. ಬ್ಯಾಂಕಾಕಿನ ಬೀದಿಯಲ್ಲಿ ನಡೆದುಕೊಂಡು ಹೋಗುತ್ತಾ ಇದ್ದೆ. ನನಗೆ ೧೨ಗಂಟೆಯಿಂದ ಕೆಲಸದ ವೇಳೆ. ಅದಕ್ಕೆ ಮೊದಲು ಸ್ನಾನ, ಊಟ ಮುಗಿಸಿ ಹೋಗಬೇಕು. ಮನೆಯಿಂದ ಹೊರಟು ಊಟದ ಹೋಟೆಲಿನ ಕಡೆಗೆ ನಡೆಯುತ್ತಿದ್ದೆ. ನನ್ನ ಅರ್ಧಾಂಗಿ ಭಾರತಕ್ಕೆ ಹೋಗಿರುವುದರಿಂದ ಹೋಟೆಲಿನ ಊಟ ಅನಿವಾರ್ಯವಾಗಿತ್ತು. ಹತ್ತಿರದಲ್ಲೇ ಇದ್ದುದರಿಂದ ಆಫೀಸಿಗೆ ಸಿದ್ಧನಾಗಿಯೇ ಊಟಕ್ಕೆ ಹೋಗುತ್ತಿದ್ದೆ. ಅಷ್ಟರಲ್ಲಿ ದೂರವಾಣಿ ರಿಂಗಣಿಸಿತು. ಮಾತನಾಡುತ್ತಾ ನಡೆಯುತ್ತಿದ್ದೆ. ಅಷ್ಟರಲ್ಲಿ ಬೈಕ್ ಸವಾರನೊಬ್ಬ ಸಮೀಪದಲ್ಲೇ ಬಂದು ವಾಹನವನ್ನು ನಿಲ್ಲಿಸಿದ. ನೋಡಿದೆ. ಸಭ್ಯದಿರಸು, ವಿದ್ಯಾವಂತ ಎನಿಸಿತು. ಮಾತು ನಿಲ್ಲಿಸಿ ಏನು ಎನ್ನುವಂತೆ ನೋಡಿದೆ. ನೀವು ಭಾರತೀಯರಲ್ಲವೆ ಎಂದು ಥಾಯ್ ಭಾಷೆಯಲ್ಲಿ ಕೇಳಿದ. ಹೌದೆಂದೆ. ನಿಮ್ಮನ್ನು ನೋಡಿದ್ದೇನೆ, ನಿಮ್ಮ ಫೋಟೋ ಪೇಪರಿನಲ್ಲಿ ಬಂದಿತ್ತಲ್ಲಎಂದ ಹೌದೆಂದೆ. ಇದ್ದಕ್ಕಿದ್ದ ಹಾಗೆ ನನ್ನ ಕೈಯಲ್ಲಿದ್ದ ದೂರವಾಣಿಯನ್ನು ಕಿತ್ತುಕೊಂಡು ಬೈಕಿನಲ್ಲಿ ಹೊರಟೇ ಹೋದ. ನಾನು ಅವಾಕ್ಕಾಗಿ ನೋಡುತ್ತಾ ನಿಂತೆ. ನಾಲ್ಕೈದು ತಿಂಗಳ ಹಿಂದಷ್ಟೇ ಇಪ್ಪತ್ತು ಸಾವಿರ ಬಾತ್ ಕೊಟ್ಟು ಕೊಂಡುಕೊಂಡ ಬ್ಲಾಕ್ಬೆರಿ ಮೊಬೈಲ್ ಅದಾಗಿತ್ತು. ಬ್ಯಾಂಕಾಕ್ ನಲ್ಲಿ ಈ ಥರ ಒಂದು ಘಟನೆಯನ್ನು ಕನಸಿನಲ್ಲೂ ಊಹಿಸಿರದಿದ್ದ ನಾನು ಸಂಭಾಳಿಸಿಕೊಂಡು ಪೋಲಿಸಿಗೆ ಒಂದು ದೂರು ನೀಡಿ ಆಫೀಸಿಗೆ ಹೋದೆ. ಅಲ್ಲಿ ಎಲ್ಲರಿಗೂ ವಿಷಯ ತಿಳಿಸಿದೆ. ಆದರೆ ಮೊಬೈಲ್ ಸಿಗುವ ಬಗ್ಗೆ ಮಾತ್ರ ಯಾವುದೇ ಖಾತ್ರಿ ಇರಲಿಲ್ಲ. ಬೇರೆ ಒಂದು ಸಾದಾ ಮೊಬೈಲ್ ಖರೀದಿಸಿದೆ.

ಮೊನ್ನೆ ಅಂದರೆ ಮೊಬೈಲ್ ಕಳೆದು ೨ ತಿಂಗಳಾದ ಮೇಲೆ ಯಾಕೊ ಹೀಗೊಂದು ಯೋಚನೆಯಾಯ್ತು. ಮೊಬೈಲಿನ ಸುಳಿವೇನಾದರೂ ಸಿಗಬಹುದೇನೊ ಎಂದು. ಹಾಗೆಯೇ ನನ್ನ ಲಾಪ್ ಟಾಪಲ್ಲಿ ನೋಡಿದೆ. ಮೊಬೈಲ್ ನಂಬ್ರ ಒಂದು ಅಲ್ಲಿ ದಾಖಲಾಗಿತ್ತು. ಅದನ್ನೇ ಅನುಸರಿಸಿ ನನ್ನ ಹೊಸ ಮೊಬೈಲಿಂದ ಹಳೇ ಮೊಬೈಲಿಗೆ ಅದೇ ನಂಬರಿಗೆ ಫೋನಿಸಿದೆ ಆಶ್ಚರ್ಯ ಕಾದಿತ್ತು. ಅಲ್ಲಿಂದ ಹಲೋ ಎಂದು ಲೋಕಾಭಿರಾಮವಾಗಿ ಮಾತನಾಡಿ, ನನ್ನ ಹೆಸರು ಇತ್ಯಾದಿ ಹೇಳದೆ ಅವಳ ವಿವರಗಳನ್ನೆಲ್ಲ ತಿಳಿದುಕೊಂಡೆ. ಅವಳು ವಿದ್ಯಾರ್ಥಿನಿಯಾಗಿದ್ದಳು. ನಿಮ್ಮ ಫೋನು ತುಂಬಾ ಉತ್ತಮವಾಗಿದ್ದಿರಬೇಕು ಧ್ವನಿ ತುಂಬಾ ಸ್ಪಷ್ಟವಾಗಿದೆ ಹಾಗೆ ಹೀಗೆ ಎಂದು ಹೇಳಿ, ಎಲ್ಲಿ ಖರೀದಿಸಿದಿರಿ ನನಗೂ ಖರೀದಿಸಬೇಕು ಎಂದದಕ್ಕೆ ಅವಳ ಬಾಯ್ ಫ್ರೆಂಡ್ ಕೊಟ್ಟಾದ್ದಾಗಿ ಹೇಳಿದಳು. ಇದರ ಜೊತೆಗೇ ನನ್ನ ಪರಿಚಯದ ಥಾಯ್ ಹುಡುಗಿಯ ಹತ್ತಿರ ಅವಳನ್ನು ಮಾತನಾಡಿಸಿ ಹುಡುಗನ ವಿವರಗಳನ್ನೂ ತಿಳಿದುಕೊಂಡೆ. ಮತ್ತೆ ಅವನಿಗೆ ಫೋನು ಮಾಡಿ ಹೇಳಿದೆ. ನಿನ್ನ ವಿವರಗಳು ಫೋಟೋ ಎಲ್ಲವೂ ನನ್ನ ಬಳಿ ಇದೆ, ಪೋಲಿಸಿಗೆ ಕೊಟ್ಟ ದೂರೂ ಇದೆ. ಈಗ ನಿನ್ನ ವಿವರಗಳನ್ನು

ಪೋಲಿಸರಿಗೆ ಕೊಟ್ಟರೆ ಅವರು ನಿನ್ನನ್ನು ವಿಚಾರಿಸಿಕೊಳ್ಳುತ್ತಾರೆ. ನೀನು ಸಭ್ಯ, ವಿದ್ಯಾವಂತನೆಂದು ನಾನೆಂದುಕೊಂಡಿದ್ದೇನೆ. ಅಪರಾಧಿ ಎನ್ನುವ ಕಪ್ಪುಚುಕ್ಕೆ ನಿನಗೆ ಬೇಡವಾಗಿದ್ದರೆ ಮರ್ಯಾದೆಯಾಗಿ ನನ್ ಮೊಬೈಲನ್ನು ನನ್ನ ಆಫೀಸಿಗೆ ತಲುಪಿಸು. ನಾನು ನಿನ್ನ ಸುದ್ದಿಗೆ ಬರುವುದಿಲ್ಲ. ಇನ್ನೆರಡು ದಿನಗಳಲ್ಲಿ ಫೋನು ನನಗೆ ಸಿಗದಿದ್ದರೆ ನಿನ್ನ ಎಲ್ಲ ವಿವರಗಳನ್ನು ಪೋಲಿಸರಿಗೆ ಕೊಡುತ್ತೇನೆ ಎಂದು ಹೇಳಿದೆ. ಎರಡನೇ ದಿನ ಆಫೀಸಿಗೆ ಹೋದಾಗ ಆಫೀಸಿನ ದ್ವಾರ ರಕ್ಷಕ ಫೋನಿಸಿದ. ಸರ್ ನಿಮ್ಮ ಮೊಬೈಲು ಒಬ್ಬ ತಂದು ಕೊಟ್ಟಿದ್ದಾನೆ. ಅವನನ್ನು ಇಲ್ಲೇ ನಿಲ್ಲಿಸಿಕೊಂಡಿದ್ದೇವೆ. ನೀವು ಹೂಂ ಎಂದರೆ ಹಿಡಿದು ಪೋಲಿಸಿಗೆ ಕೊಡುತ್ತೇವೆ ಎಂದು. ನಾನು ಬೇಡವೆಂದೆ. ಹುಡುಗಾಟದ ಒಂದು ತಪ್ಪಿನಿಂದ ಆತನ ಇಡೀ ಜೀವನ ಹಾಳಾಗುವುದು ಬೇಡ. ಈ ತಪ್ಪಿನಿಂದ ಆತ ಪಾಠ ಕಲಿಯಬಹುದು ಅಥವಾ ಅದೇ ಚಟದವನಾದರೆ ಇನ್ನೊಮ್ಮೆಯಾದರೂ ಸಿಕ್ಕೇ ಸಿಗುತ್ತಾನೆ. ನನಗೆ ನನ್ನ ಮೊಬೈಲು ಸಿಕ್ಕಿತಲ್ಲ. ಅವನು ಒಳ್ಳೆಯ ದಾರಿಯಲ್ಲಿ ನಡೆಯಲು ಇದೊಂದು ಒಳ್ಳೆಯ ಅವಕಾಶವಿರಲಿ ಎಂದು ಅದನ್ನು ಅಲ್ಲಿಯೇ ಮುಗಿಸಿದೆ.

4
ಸ್ವಗತ

ನಾನು ಹುಟ್ಟಿದ್ದು ಸ್ವಾತಂತ್ರ್ಯ ಪೂರ್ವದಲ್ಲಿ. ಹಾಗಂತ ಗಾಂಧೀಜಿಯವರ ಸಮಕಾಲೀನ ಎಂದು ತಿಳಿಯಬೇಡಿ. ನನಗೆ ಐದು ವರ್ಷ ಆಗುವಾಗಲೇ ಗಾಂಧೀಜಿಯವರ ಹತ್ಯೆಯಾಗಿತ್ತು. ಇದನ್ನೆಲ್ಲಾ ನಾನು ದೊಡ್ಡವನಾದ ಮೇಲೆ ಓದಿಕೊಂಡದ್ದು. ಅಪ್ಪ, ಚಿಕ್ಕಪ್ಪಂದಿರು, ಅಕ್ಕಂದಿರೆಲ್ಲ ಹೇಳಿದ್ದು. ನಮ್ಮದು ರಾಜರ ಮನೆತನವಲ್ಲದಿದ್ದರೂ ತಕ್ಕಮಟ್ಟಿಗೆ ಸ್ಥಿತಿವಂತರಾಗಿದ್ದೆವು. ಅಪ್ಪ ಊರು, ಪರವೂರಲ್ಲಿ ಗುರುತಿಸಲ್ಪಟ್ಟವರು. ಊರಿಗೆ ಶಾಲೆ, ಸೊಸೈಟಿ ಎಲ್ಲ ಬರುವಲ್ಲಿ ಅವರು ಶ್ರಮಿಸಿದ್ದರು. ತುಂಬಿದ ಮನೆ, ಅಜ್ಜಿ ಇದ್ದರು. ಅಜ್ಜ ಬೇಗನೆ ತೀರಿಕೊಂಡಿದ್ದರು. ಆಗಿನ ಕಾಲದ

ರೀತಿಯಂತೆ ಅಜ್ಜಿಗೆ ತಲೆಬೋಳಿಸಿ, ಕೆಂಪು ಸೀರೆ ಉಡಿಸಿದ್ದರು. ಅಜ್ಜಿಗೆ ಮೂವರು ಗಂಡು ಮಕ್ಕಳು. ಸೊಸೆಯಂದಿರು, ಮೊಮ್ಮಕ್ಕಳು ತುಂಬಿದ ಮನೆ, ಮಕ್ಕಳೆಲ್ಲಾ ಅಜ್ಜಿಯ ಪ್ರೀತಿಯ ಮಾರ್ಗದರ್ಶನದಲ್ಲಿ ಬೆಳೆದರು. ನಮ್ಮಮ್ಮನಿಗೆ ಹೆಣ್ಣುಮಕ್ಕಳಾದ ಮೇಲೆ ನಾನು ಹುಟ್ಟಿದ್ದರಿಂದ ಏನು ಕೇಳಿದರೂ ಇಲ್ಲವೆನ್ನುತ್ತಿರಲಿಲ್ಲ.

ಅಕ್ಕಂದಿರು, ಅಣ್ಣಂದಿರೆಲ್ಲಾ (ಚಿಕ್ಕಪ್ಪನ ಮಕ್ಕಳು) ಓದಲು ಬರೆಯಲು ಕಲಿತಿದ್ದರು. ನಾನು ಶಾಲೆಗೆ ಹೋಗಲು ಶುರು ಮಾಡಿದ ಮೇಲೆ ಊರಲ್ಲಿ ಎಲ್ಲಾ ಶಾಲೆಗೆ ಹೋಗುವ ಅಭ್ಯಾಸ ಶುರುವಾಯ್ತು. ಅದಕ್ಕೂ ಮೊದಲೇ ಒಬ್ಬಿಬ್ಬರು ಅಣ್ಣಂದಿರು ಬೇರೆ ಊರಿನಲ್ಲಿ ಇದ್ದುಕೊಂಡು ಓದಿದ್ದರು. ಹತ್ತನೇ ತರಗತಿಯವರೆಗೆ ಅಕ್ಕನ ಮನೆಯಲ್ಲಿದ್ದುಕೊಂಡು ಶಾಲೆಗೆ ಹೋದೆ. ಆಮೇಲೆ ನನಗೆ ಸ್ವಲ್ಪ ತಲೆ ತಿರುಗಿತು. ಗೆಳೆಯರ ಜೊತೆ ತಿರುಗಾಟ, ಸಿನೆಮಾ ನೋಡುವುದು, ಹೋಟೆಲ್ಲಿನ ಕಾಫಿ ತಿಂಡಿ ಎಲ್ಲದಕ್ಕೂ ಅಕ್ಕ ಭಾವನ ತನಿಖೆ ನಡೆಯುತ್ತಿತ್ತು. ಶಾಲೆ ಬಿಟ್ಟ ಮೇಲೆ ಸೀದಾ ಮನೆಗೆ ಬರಬೇಕು, ಮನೆಯಲ್ಲಿ ಮಾಡಿದ ತಿಂಡಿ ತಿಂದು ಮನೆಯ ಸುತ್ತ ಇರುವ ಜಾಗದಲ್ಲಿ ಅಕ್ಕನ ಮಕ್ಕಳೊಡನೆ ಆಟವಾಡಿ, ಆ ಮೇಲೆ ಕೈಕಾಲು ತೊಳೆದು, ದೇವರಿಗೆ ನಮಸ್ಕಾರ ಮಾಡಿ, ಶ್ಲೋಕ ಎಲ್ಲಾ ಹೇಳಿ ಊಟದ ಸಮಯದವರೆಗೆ ಓದು, ಬರೆ ಎಂದು ಹೇಳುತ್ತಿದ್ದರು, ಬರೆದುದನ್ನು ನೋಡುತ್ತಿದ್ದರು. ನನಗೆ ಇದೆಲ್ಲ ಕಿರಿಕಿರಿಯಾಗುತ್ತಿತ್ತು. ಬೇರೆ ನನ್ನ ಜತೆಯವರೆಲ್ಲ ವಸತಿ ನಿಲಯಗಳಲ್ಲಿದ್ದುಕೊಂಡು ಓದುತ್ತಿದ್ದರು. ವಾರ್ಡನ್ ಇದ್ದರೂ ಅವರ ಕಣ್ಣು ತಪ್ಪಿಸಿ ಸಿನೆಮಾ ನೋಡಿದೆವು,ಕಾಫಿ ಕುಡಿದೆವು ಎಂದೆಲ್ಲಾ ಹೇಳುತ್ತಿದ್ದರು. ಅಲ್ಲದೇ ೬ಗಂಟೆಯವರೆಗೆ ಹೊರಗೆ ಅಲೆಯುವ ಸ್ವಾತಂತ್ರ್ಯ ಇತ್ತು. ಅಂತಹ ಸ್ವಾತಂತ್ರ್ಯ ನನಗೂ ಬೇಕಾಗಿತ್ತು. ನವರಾತ್ರಿ ರಜದಲ್ಲಿ ಊರಿಗೆ ಬಂದವ, ನನ್ನ ಬೇಡಿಕೆಯನ್ನು ಅಮ್ಮನ ಮೂಲಕ ಅಪ್ಪನಿಗೆ ತಿಳಿಸಿದೆ. ಅಪ್ಪ ಮೊದಲು ಒಪ್ಪಲಿಲ್ಲ. ಅಕ್ಕನ ಮನೆಯಲ್ಲಿ ನಿನಗೇನು ಕಡಿಮೆಯಾಗಿದೆ? ಓದುವ ಮಕ್ಕಳಿಗೆ ಶಿಸ್ತು ಬೇಕು. ಇಲ್ಲವಾದರೆ ಬೀದಿ ತಿರುಗಿ ಹಾಳಾಗುತ್ತಾರೆ ಎಂದರೂ ನನ್ನ ಹಟಕ್ಕೆ ಮಣಿದು ನೋಡೋಣ ಈ ವರ್ಷ ಬೇಡ, ಮುಂದಿನ ವರ್ಷಕ್ಕೆ ಹಾಸ್ಟೆಲಿನಲ್ಲಿ ವಿಚಾರಿಸುತ್ತೀನಿ ಎಂದು ಸಮಾಧಾನ ಮಾಡಿದರು.

ಪಿಯುಸಿ ಎರಡನೇ ವರ್ಷಕ್ಕೆ ನಾನು ವಸತಿನಿಲಯದಲ್ಲಿ ಪ್ರವೇಶ ಪಡೆದೆ. ಅಲ್ಲಿ ನನ್ನ ಕ್ಲಾಸಿನ ಹುಡುಗರು ನಾಲ್ಕು ಜನ ಇದ್ದರು. ನಾವು ಕ್ಲಾಸಿನಲ್ಲಿ ಒಟ್ಟಿಗೆ ಒಂದೇ ಬೆಂಚಿನಲ್ಲಿ ಕುಳಿತುಕೊಳ್ಳುತ್ತಿದ್ದೆವು. ಇಲ್ಲಿಯೂ ನಾವು ಒಂದೇ ಕೋಣೆಯನ್ನು ಹಂಚಿಕೊಂಡೆವು. ಅವರು ಮೊದಲೇ ಬಂದವರು ನನ್ನನ್ನೂ ತಮ್ಮ ಕೋಣೆಗೆ ಸೇರಿಸಿಕೊಂಡರು. ರಮೇಶ, ಗೋಪಾಲ, ಗಣಪತಿ ಮತ್ತು ಶ್ರೀಪತಿ ಮತ್ತು ನಾನು ಒಂದು ಗುಂಪಾಗಿದ್ದೆವು. ಎಲ್ಲರೂ ಬ್ರಾಹ್ಮಣರೇ ಆಗಿದ್ದರು. ಇಬ್ಬರೂ ರಮೇಶ ಮತ್ತು ಶ್ರೀಪತಿ ನನಗಿಂತ ಶ್ರೀಮಂತ ಮನೆತನದವರಾಗಿದ್ದರು. ಗಣಪತಿ ಸಾಮಾನ್ಯ ಮಧ್ಯಮ ವರ್ಗದ ಹುಡುಗ. ಓದಿನಲ್ಲಿ ತುಂಬಾ ಮುಂದಿದ್ದು ಯಾವಾಗಲೂ ಕ್ಲಾಸಿಗೆ ಮೊದಲನೆಯವನಾಗಿದ್ದ. ಹೀಗಾಗಿ ಅಪ್ಪ ಅಮ್ಮ ಕಷ್ಟವಾದರೂ ಮಗನನ್ನು ಹಾಸ್ಟೆಲಿನಲ್ಲಿಟ್ಟು ಓದಿಸುತ್ತಿದ್ದರು.

ಗೋಪಾಲನನ್ನು ಹೇಗೆ ಈ ಗುಂಪು ಸೇರಿಸಿಕೊಂಡಿತೊ ಏನೊ? ಯಾವಾಗಲೂ ನಮ್ಮನ್ನು ಹೊಗಳುತ್ತ ನಮ್ಮ ಖರ್ಚಿನಲ್ಲೇ ತನ್ನ ಅಗತ್ಯಗಳನ್ನು ಪೂರೈಸಿಕೊಳ್ಳುತ್ತಿದ್ದ.

ಆಮೇಲೆ ಗೊತ್ತಾಯ್ತು ಅವನಪ್ಪ, ಅಮ್ಮ ತುಂಬ ಬಡವರು. ಶ್ರೀಪತಿಯ ಮನೆ ತೋಟದಲ್ಲಿ ಕೆಲಸಮಾಡುತ್ತಾರೆ. ಹಾಗಾಗಿ ತಮ್ಮ ಮಗನ ಚಾಕರಿಗೆಂದು ಶ್ರೀಪತಿಯ ಅಪ್ಪನೇ ಅವನನ್ನು ಹಾಸ್ಟೆಲಿಗೆ ಸೇರಿಸಿದರೆಂದು. ಅವನ ಬಡತನ ಅವನಲ್ಲಿ ದೈನ್ಯತೆಯನ್ನು ತುಂಬಿತ್ತು. ಶ್ರೀಪತಿಯ ಕೃಪೆಯಿದ್ದರೆ ಮಾತ್ರ ತನಗೆ ಓದಲು ಸಾಧ್ಯ ಎಂದು ತಿಳಿದಿರುವುದರಿಂದ ಅವನು ಹೇಳಿದ್ದನ್ನು ಚಾಚು ತಪ್ಪದೇ ಮಾಡುತ್ತಿದ್ದ. ಶ್ರೀಪತಿಯಲ್ಲಿ ದೊಡ್ಡಸ್ತಿಕೆಯ ದರ್ಪ ಇತ್ತಾದರೂ ಗೋಪಾಲನಿಗೆ ಓದಲು, ತಿನ್ನಲು, ಕುಡಿಯಲು ತೊಂದರೆ ಮಾಡುತ್ತಿರಲಿಲ್ಲ. ರಮೇಶ ಮಾತ್ರ ಸಾಧ್ಯವಾದಾಗಲೆಲ್ಲ ಗೋಪಾಲನನ್ನು ಕೀಳಾಗಿ ಕಾಣುತ್ತಾ ತನ್ನ ಸೇವೆಯನ್ನೂ ಮಾಡಿಸಿಕೊಳ್ಳುತ್ತಿದ್ದ. ಶ್ರೀಪತಿಯ ದಾಕ್ಷಿಣ್ಯಕ್ಕೆ ಅವನ ಕೆಲಸವನ್ನೂ ಮಾಡುತ್ತಿದ್ದ ಗೋಪಾಲ. ನನಗೆ ಮನೆಯಲ್ಲಿ, ಅಕ್ಕನ ಮನೆಯಲ್ಲಿ ಸ್ವಯಂ ಸೇವೆ (ಅವರವರ ಬಟ್ಟೆ ನಾವೇ ತೊಳೆಯಬೇಕಿತ್ತು) ಅಭ್ಯಾಸವಾಗಿತ್ತು. ಮತ್ತೆ ಗೋಪಾಲನ ಬಗ್ಗೆ ಸ್ವಲ್ಪ ಅನುಕಂಪವೂ ಸೇರಿ ನಾನು ಯಾವ ಕೆಲಸವನ್ನೂ ಹೇಳುತ್ತಿರಲಿಲ್ಲ. ಅವನೇ ಬಟ್ಟೆ ಕೊಡಿ ಒಗಿಯುತ್ತೇನೆ ಎಂದಾಗ ಓದಲಾರದೆ ಈ ಕೆಲಸ ಮಾಡುತ್ತೀಯಾ? ಓದಿಕೊ ಹೋಗು ಎಂದು ಕೋಪ ತೋರಿಸಿ ಕಳಿಸುತ್ತಿದ್ದೆ. ನೋಡಲು ಚೆನ್ನಾಗಿದ್ದೆ ಎಂದು ಜಂಭವೂ ನನಗಿತ್ತು. ನಮ್ಮ ಕ್ಲಾಸುಗಳಲ್ಲಿ ಹುಡುಗಿಯರು ತುಂಬಾ ಕಡಿಮೆ ಎಂದರೆ ಮೂರು ನಾಲ್ಕು ಜನ ಇರುತ್ತಿದ್ದರು ಅಷ್ಟೆ. ಅವರೆಲ್ಲ ಪೇಟೆಯವರೇ ಆಗಿದ್ದರು. ಹುಡುಗರು, ಹುಡುಗಿಯರು ಒಂದೇ ಕಾಲೇಜು, ಕ್ಲಾಸು ಇದ್ದರೂ ಪರಸ್ಪರ ಮಾತನಾಡಿಸುವ ಧೈರ್ಯ ಯಾರಿಗೂ ಇರಲಿಲ್ಲ. ಹುಡುಗಿಯರು ಮುಂದಿನ ಒಂದು ಬೆಂಚಿನಲ್ಲಿ ಕುಳಿತು ಕೊಳ್ಳುತ್ತಿದ್ದರು. ಕ್ಲಾಸುಗಳೆಲ್ಲ ಮುಗಿದ ಮೇಲೆಯೇ ಅವರು ಬೆಂಚು ಬಿಟ್ಟು ಏಳುತ್ತಿದ್ದುದು. ಹುಡುಗಿಯರು ಮಾತನಾಡದಿದ್ದರೂ ಅವರಿಗೆ ನನ್ನ ಬಗ್ಗೆ ಮೆಚ್ಚುಗೆ ಇರುವುದು ಅವರ ವಾರೆ ನೋಟದಲ್ಲೇ ತಿಳಿಯುತ್ತಿತ್ತು. ಅದರಿಂದ ಹೆಮ್ಮೆಯಾಗುತ್ತಿತ್ತು. ಆದರೆ ಮಾತನಾಡಿಸುವಷ್ಟು ಧೈರ್ಯ ಆಗ ಹುಡುಗರಿಗೂ ಇರಲಿಲ್ಲ. ಏನೇ ಇದ್ದರೂ ನಾವು ಸ್ನೇಹಿತರು ಒಟ್ಟಾಗಿ ಕುಳಿತಾಗ ಅವಳು ಚಂದ, ಇವಳು ಜೋರು ಎಂದು ಮಾತನಾಡುವುದರಲ್ಲೇ ನಮ್ಮ ಕನಸುಗಳೆಲ್ಲಾ ಮುಗಿಯುತ್ತಿದ್ದವು.

ಅಂತೂ ಡಿಗ್ರಿ ಮುಗಿಸಿ ಮನೆಗೆ ಬಂದೆ. ಓದುವುದು ನನಗೆ ಪ್ರತಿಷ್ಠೆಯಾಗಿತ್ತು. ಜೀವನಕ್ಕಾಗಿ ಉದ್ಯೋಗ ಹುಡುಕಬೇಕಾಗಿರಲಿಲ್ಲ. ತಿಂದುಂಡು ಆರಾಮವಾಗಿ ತಿರುಗಾಡಿಕೊಂಡಿದ್ದೆ. ತೋಟದ ಕೆಲಸದ ಮೇಲ್ವಿಚಾರಣೆ ಅಪ್ಪ, ಚಿಕ್ಕಪ್ಪ ನೋಡುತ್ತಿದ್ದರು, ಹೊರಗಿನ ವ್ಯವಹಾರ ಎಲ್ಲ ಅಣ್ಣ ನೋಡುತ್ತಿದ್ದ. ನನಗೆ ಕೆಲಸ ಕಲಿತು ವ್ಯವಹಾರ ನೋಡುವುದೆಲ್ಲಾ ತಲೆ ನೋವಿನ ಕೆಲಸ. ಅಲ್ಲದೆ ಒಟ್ಟು ಕುಟುಂಬವಾದ್ದರಿಂದ ಯಾರೂ ಏನೂ ಹೇಳುತ್ತಿರಲಿಲ್ಲ. ಅಣ್ಣಂದಿರ ಮದುವೆಯಾದ ಮೇಲೆ ನನಗೂ ಹೆಣ್ಣು ನೋಡಿದರು. ನಮಗಿಂತ ಹೆಚ್ಚಿನ ಸಿರಿವಂತಿಕೆಯ ಮನೆ ಹುಡುಗಿ ನನಗೆ ಹೆಂಡತಿಯಾಗಿ ಬಂದಳು. ಚೆಲುವೆ ಎನ್ನಲಾಗದಿದ್ದರೂ ಲಕ್ಷಣವಾಗಿದ್ದಳು. ಸಂಸಾರದಲ್ಲಿ ಎಲ್ಲರ ಜೊತೆಗೆ ಹೊಂದಿಕೊಂಡಿದ್ದಳು. ನಾನು ಮಾವನ ಮನೆಗೆ ಹೆಚ್ಚು ಹೋಗುತ್ತಿರಲಿಲ್ಲ. ಅವಳನ್ನು ಅವಳ ಅಪ್ಪನೊ ಅಣ್ಣನೊ ಬಂದು ಕರೆದುಕೊಂಡು ಹೋಗುತ್ತಿದ್ದರು. ಮದುವೆಯಾದ ಮೇಲೆ ಮಕ್ಕಳಾಗಲೇ ಬೇಕಲ್ಲ. ನಮ್ಮ ಕಾಲಕ್ಕಾಗುವಾಗ ಮೂರು ನಾಲ್ಕು ಮಕ್ಕಳ ಮಿತಿಗೆ ಸಂಸಾರ ಇತ್ತು. ಒಂದು ಬೇಕು

ಎರಡು ಸಾಕು ಇನ್ನೂ ಬಂದಿರಲಿಲ್ಲ. ಹೆಣ್ಣಾದರೆ ಗಂಡಾಗುವವರೆಗೆ ಕೆಲವರಷ್ಟೇ ಕಾಯುತ್ತಿದ್ದರು. ಹೆಚ್ಚಿನವರು ನಾಲ್ಕಕ್ಕೆ ಪೂರ್ಣವಿರಾಮ ಹಾಕುತ್ತಿದ್ದರು. ಮಹಿಳೆಯರಿಗೆ ಶಸ್ತ್ರಚಿಕಿತ್ಸೆ ಮಾಡುತ್ತಿದ್ದರು. ಪುರುಷರಿಗೂ ಶಸ್ತ್ರಚಿಕಿತ್ಸೆ ಮಾಡಿ ಮಕ್ಕಳಾಗದಂತೆ ಮಾಡುತ್ತಿದ್ದರು.

ನಮಗೂ ಮೂರು ಜನ ಮುತ್ತಿನಂತಹ ಮಕ್ಕಳಾದರು. ಮಕ್ಕಳು ದೊಡ್ಡವರಾಗಿ ಓದಿ ಮದುವೆಯ ವಯಸ್ಸಿಗೆ ಬರುತ್ತಿದ್ದಂತೆ ನನ್ನಾಕೆಗೆ ದಾಂಪತ್ಯವು ಸಾಕೆನಿಸಿತೊ ಅಥವಾ ಮಕ್ಕಳೆದುರಿಗೆ ಸಂಕೋಚವೋ ಅಂತೂ ನನ್ನಿಂದ ಸಾಧ್ಯವಾದಷ್ಟು ದೂರವೇ ಇರತೊಡಗಿದಳು. ಕ್ರಮೇಣ ಎಲ್ಲರೂ ಆಸ್ತಿ ಪಾಲು ತೆಗೆದುಕೊಂಡು ಅವರವರ ಮನೆಗಳನ್ನು ಮಾಡಿಕೊಂಡು, ತಮ್ಮನೂ ಬೇರೆಯಾದ ಮೇಲೆ ನಾವು ಗಂಡ ಹೆಂಡತಿ, ಮಕ್ಕಳು, ಅಪ್ಪ, ಅಮ್ಮ ಮಾತ್ರ ಇದ್ದೆವು. ಆದರೆ ನನಗೆ ಮಾತ್ರ ತೋಟದ ಬಗ್ಗೆಯಾಗಲೀ, ವ್ಯವಹಾರದಲ್ಲಾಗಲೀ ಆಸಕ್ತಿ ಬರಲೇ ಇಲ್ಲ. ಇದರಿಂದ ಅವಳ ಜವಾಬ್ದಾರಿ ಹೆಚ್ಚಿ, ನನ್ನನ್ನು ತಿದ್ದಲಾಗದೆ ಇನ್ನೂ ಒರಟಾದಳು. ಇದರ ಮಧ್ಯೆ ನಾನು ಅನ್ಯ ಮಹಿಳೆಯಲ್ಲಿ ಆಸಕ್ತನೆಂದು ಅವಳಿಗೇಕೆ ಅನಿಸಿತೊ ಗೊತ್ತಿಲ್ಲ. ಅಂತೂ ನನ್ನನ್ನು ಪೂರ್ಣವಾಗಿ ದೂರ ಮಾಡಿದಳು. ಆದರೆ ಮಕ್ಕಳ ಜವಾಬ್ದಾರಿ ಇತ್ತಲ್ಲ. ಮತ್ತೆ, ಆಗ ಗಂಡನನ್ನು ಬಿಟ್ಟು ಬೇರೆಯಾಗಿ ಬದುಕುವ ಸಾಮರ್ಥ್ಯ ಧೈರ್ಯ ಎರಡೂ ಹೆಂಗಸರಿಗೆ ಇರಲಿಲ್ಲ. ಸಂಸಾರದೊಳಗೆ ಎಷ್ಟೇ ವಿರಸವಿದ್ದರೂ ಮನೆ ನೋಡಿಕೊಂಡು ಮಕ್ಕಳ ಜೊತೆಗಿದ್ದುಕೊಂಡು ಜೀವನ ನಡೆಯುತ್ತಿತ್ತು. ಈಗ ವಯಸ್ಸಾದಮೇಲೂ ಅವಳು ಸಾಮಾನ್ಯ ಅನುಕಂಪವನ್ನೂ ನನ್ನಲ್ಲಿ ಹೊಂದಿದಂತೆ ಕಾಣುವುದಿಲ್ಲ. ನಾನೊಬ್ಬ ನಿಷ್ಪ್ರಯೋಜಕನೆಂಬಂತೆ ಕಾಣುತ್ತಾಳೆ. ಬಹುಷಃ ಸಾವೊಂದೇ ನನಗೆ ನೆಮ್ಮದಿ ಕೊಡುವುದೇನೊ. ಮಕ್ಕಳು ಅಮ್ಮನ ಪರವೇ ಇದ್ದರೂ ನನ್ನೊಡನೆ ಕಠಿಣವಾಗಿಲ್ಲ. ಇದ್ದುದರಲ್ಲಿ ನನಗಷ್ಟೇ ಸಮಾಧಾನ ಮೊಮ್ಮಕ್ಕಳನ್ನು ನೋಡುತ್ತಾ ದಿನಗಳೆಯುತ್ತೇನೆ.

5
ಪ್ರೀತಿಯ ಪುಟ್ಟಿ!

ನೀನೀಗ ಪುಟ್ಟಿಯಲ್ಲ. ದೊಡ್ಡವಳಾಗಿದ್ದಿ. ಪುಟ್ಟಿ ಎಂದರೆ ಸಿಟ್ಟು ಬರುತ್ತದೊ ಏನೋ? ಇರಲಿ. ನಿನಗೆ ಕೆಲಸ ಸಿಕ್ಕಿದೆ. ಕೈತುಂಬಾ ಅಲ್ಲದಿದ್ದರೂ ನಿನ್ನ ಜೀವನಕ್ಕಾಗುವಷ್ಟು ಸಂಬಳ ಬರ್ತದೆ. ಸ್ವಾತಂತ್ರ್ಯವಿದೆ. ನಿನ್ನ ಇಷ್ಟದಂತೆ ನೀನು ಬದುಕಬಹುದು. ಆದರೆ ಯಾವತ್ತುಆಲೋಚನೆ ಮಾಡದೆ ಮನಸ್ಸಿಗೆ ತೋರಿದಂತೆ ಮಾಡಬೇಡ. ಬುದ್ಧಿ ಉಪಯೋಗಿಸಿ ಸರಿಯಾದುದನ್ನೇ ಮಾಡು. ಕಷ್ಟಪಟ್ಟು ದುಡಿದು ಸಂಪಾದನೆ ಮಾಡಿ ಒಳ್ಳೆಯ ಬದುಕು ಕಟ್ಟಿಕೊ. ಮದುವೆಯ ವಿಷಯಕ್ಕೂ ನಿನಗೆ ಸ್ವಾತಂತ್ರ್ಯವಿದೆ. ನಿನ್ನ ಇಷ್ಟಕ್ಕೆ ವಿರುದ್ಧವಾಗಿಯಾರೂ ಮದುವೆ ಮಾಡುವುದಿಲ್ಲ. ಆದರೆ ಒಳ್ಳೆಯ ಆಯ್ಕೆ ನಿನ್ನದಾಗಲಿ. ಯಾರೋ ಮದುವೆ ಆಗುತ್ತಾರೆಂದು ಅಥವಾ ಯಾರಿಗೋ ಬೇಸರವಾಗುತ್ತದೆಯೆಂದು ನಿನಗೆ ಇಷ್ಟವಿಲ್ಲದಿದ್ದಲ್ಲಿ ಮದುವೆ ಖಂಡಿತಾ ಬೇಡ. ಯಾಕೆಂದರೆ ಇದು ಇಡೀ ಜೀವನದ ಪ್ರಶ್ನೆ. ಬರೀ ನಿನ್ನ ಜೀವನದ್ದಲ್ಲ. ನಿನ್ನನ್ನು ಇಷ್ಟಪಟ್ಟು ಒಪ್ಪಿ ಮದುವೆಯಾಗುವ ವ್ಯಕ್ತಿಯದ್ದೂ ಕೂಡ. ನಿನಗೆ ನಿನ್ನಿಷ್ಟ, ನಿನ್ನಾಸೆ, ನಿನ್ನ ವ್ಯಕ್ತಿಸ್ವಾತಂತ್ರ್ಯ ಹೇಗೆ ಇಷ್ಟವೋ ಹಾಗೇ ಅವನಿಗೂ ಇಷ್ಟ. ಆಸೆ ಎಲ್ಲ ಇರುತ್ತದಲ್ಲ. ಮದುವೆಯೆಂದರೆ ಇಬ್ಬರೂ ಪರಸ್ಪರ ಪ್ರೀತಿ, ಗೌರವದಿಂದ ಬಾಳ ಬೇಕಾದ ಒಂದು ವ್ಯವಸ್ಥೆ. ಇಬ್ಬರೂ ಹೊಂದಿಕೊಂಡು ಹೋಗಬೇಕಾಗುತ್ತದೆ. ಸ್ವಾತಂತ್ರ್ಯವೆಂಬುದು ಸ್ವೇಚ್ಛೆಯಲ್ಲ, ಹಾಗಿರುವಾಗ ನಿನ್ನ ಆಯ್ಕೆಯಲ್ಲಿ ಮೊದಲೇ ಜಾಗ್ರತೆ. ದಾಕ್ಷಿಣ್ಯಕ್ಕೂ ಬೇರೆಯವರ ಬೇಸರಕ್ಕೆ ಮದುವೆಯಾಗಿ ಮತ್ತೆ ದಾಂಪತ್ಯ ಜೀವನ ನಡೆಸಲಾರದೆ ನೀನೂ ನೊಂದು ಅವನ ಬದುಕನ್ನೂ ಹಾಳು ಮಾಡುವಂತಾಗಬಾರದು. ಇನ್ನೊಬ್ಬರ ಬದುಕನ್ನು ಹಾಳು ಮಾಡುವ ಹಕ್ಕು ಯಾರಿಗೂ ಇರುವುದಿಲ್ಲ. ಅದು ಪಾಪವಾಗುತ್ತದೆ.

ಜಗತ್ತಿನ ಎಲ್ಲ ಜೀವರಾಶಿಗಳೂ ತಮ್ಮ ಜೀವವನ್ನು ಉಳಿಸಿಕೊಳ್ಳಲು ಹೋರಾಡುತ್ತವೆ. ಯಾವುದೇ ಕಷ್ಟ ಬಂದಾಗಲೂ ಅದಕ್ಕೆ ಪರಿಹಾರವನ್ನು ಹುಡುಕುತ್ತವೆಯಲ್ಲದೇ ಈ ಜೀವ ಬೇಡ ಎಂದು ಸಾಯುವುದಿಲ್ಲ. ಕುಟುಕು ಜೀವ ಇದ್ದಾಗಲೂ ಬದುಕಿಗಾಗಿಯೇ ಪರಿತಪಿಸುತ್ತವೆ. ಆದ್ದರಿಂದಲೇ, "ನಾನು" ಎಂಬ ಶಬ್ದ ಉತ್ಪತ್ತಿಯಾಯಿತು. ನಾನು ಬದುಕಬೇಕು, ಒಳ್ಳೆಯದೆಲ್ಲ ನನಗೇ ಬೇಕು; ಒಟ್ಟಾರೆಯಾಗಿ ನಾನು ಎಂಬುದು ಸರ್ವವ್ಯಾಪಿಯಾಯಿತು. ಆಗ ಬೇರೆಯವರ ಬಗ್ಗೆ ಆಲೋಚನೆ ಬರಲಿಲ್ಲ. ಬಂದರೂ ತನ್ನ ಸುಖದ ಜೀವನಕ್ಕೆ ಪೂರಕವಾಗಿದ್ದರೆ ಮಾತ್ರ ಒಳ್ಳೆಯದೆನಿಸಿತು. ಉಳಿದವರಿಗೂ ತನ್ನಂತೆಯೇ ಭಾವನೆಗಳಿರುತ್ತವೆ, ಅವರಿಗೂ ತನ್ನಷ್ಟೇ ಬದುಕುವ ಹಕ್ಕಿದೆ ಎಂಬುದೆಲ್ಲ ಮುಖ್ಯವಾಗಲಿಲ್ಲ. ಆಗಲೇ ಕನಕದಾಸರು ಹೇಳಿದ್ದು, "ನಾನು ಹೋದರೆ ಹೋದೇನು"! ಎಂದರೆ, ಈ ನಾನು ಎಂಬ ಭಾವ ಕಡಿಮೆಯಾಗಿ ನಾವು ಎಂಬುದು ಬಂದರೆ ನಾವೆಲ್ಲರೂ ಚೆನ್ನಾಗಿ ಬದುಕಬೇಕು ಎಂದಾದಾಗ ಸ್ವರ್ಗ ಇಲ್ಲೇ ಇರುತ್ತದಲ್ಲಾ ಎಂದು.

ಬೇರೆಲ್ಲಾ ಜೀವಗಳು, ಮರಗಿಡ, ಪ್ರಾಣಿ, ಪಕ್ಷಿ ಇತ್ಯಾದಿಗಳು ತಮ್ಮ ಆಹಾರ, ನೀರು, ನಿದ್ರೆ, ವಂಶೋದ್ಧಾರ ಇಷ್ಟಕ್ಕೆ ಪ್ರಕೃತಿ ನಿಯಮಕ್ಕನುಸಾರವಾಗಿ ಬದುಕುತ್ತವೆ. ಆದರೆ ಮನುಷ್ಯನ ಬುದ್ಧಿ ವಿಕಾಸವಾದಂತೆಲ್ಲ ನಾನು - ನನ್ನದು ಹೆಚ್ಚಾಗುತ್ತಾ, ಜಗತ್ತಿನ ಪ್ರತಿಯೊಂದು ವಸ್ತುವೂ ನನಗಾಗಿಯೇ ಸೃಷ್ಟಿಯಾಗಿದ್ದು, ನನ್ನದಾಗಿಯೇ ಇರಬೇಕು ಎಂದು ಎಲ್ಲಾ ಕಡೆಯಲ್ಲೂ ಆಕ್ರಮಣ ಮಾಡತೊಡಗಿದ. ಸೃಷ್ಟಿ ಮುಂದುವರಿಯುವುದಕ್ಕಾಗಿ,

ಸಂತಾನ ಪಡೆಯಲು ಗಂಡು ಹೆಣ್ಣಿನ ಸಾಂಗತ್ಯ ಬೇಕಾಗಿರುತ್ತದೆ. ಅದನ್ನು ನಡೆಸಲು ದೇಹರಚನೆ, ದೇಹಧರ್ಮಗಳೂ ಸಹಕರಿಸುತ್ತವೆ. ಅಲ್ಲದೇ ಮನಸ್ಸುಗಳೂ ಹೊಂದಾಣಿಕೆಯಾಗಿ ಇಬ್ಬರೂ ಹೊಂದಿಕೊಂಡು ಬಾಳಿದರೆ ಅದುವೇ ಸ್ವರ್ಗವಾಗುತ್ತದೆ. ಕೆಲವೊಮ್ಮೆ ಗಂಡಿಗೆ ವಂಶೋದ್ಧಾರಕ್ಕೆ ಬೇಕಾಗಿ ಹೆಣ್ಣು ಅಗತ್ಯವಾದ 'ವಸ್ತು'ವಾಗಿ (ಪರಾಶರರು ಮತ್ಸ್ಯಗಂಧಿಯಲ್ಲಿ ಕೃಷ್ಣದ್ವೈಪಾಯನರನ್ನು ಪಡೆದಂತೆ) ಬೇಕಾಗುತ್ತದೆ. ಕೆಲವೊಮ್ಮೆ ಹೆಣ್ಣಿಗೆ ತಾನು ತಾಯಾಗಬೇಕೆನ್ನುವ ಪ್ರಕೃತಿಸಹಜ ಆಸೆ ಈಡೇರಿಸಿಕೊಳ್ಳಲು ಗಂಡಿನ ಸಹಕಾರ, ಆಸರೆ; ಇದಕ್ಕೆ ಪೂರಕವಾಗಿ ಕೆಲಸಮಾಡುವ ಹಾರ್ಮೋನುಗಳು ಇತ್ಯಾದಿ.

ಇದೆಲ್ಲವನ್ನೂ ಮೀರಿದ ಒಂದು ಸಹಜವಾದ ಸಹವಾಸದ ಅಗತ್ಯ ಪ್ರತಿಯೊಬ್ಬರಿಗೂ ಇರುತ್ತದೆ. ಅಲ್ಲಿ ನಮ್ಮ ಅಹಂಕಾರ, ಬಿಗುಮಾನ, ನಾನು ಎಂಬ ಸ್ವಾರ್ಥ ಯಾವುದೂ ಪ್ರಯೋಜನಕ್ಕೆ ಬರುವುದಿಲ್ಲ. ಬದಲಿಗೆ ಪ್ರೀತಿ, ನೆಮ್ಮದಿಗಳನ್ನು ಹಾಳು ಮಾಡುತ್ತವಷ್ಟೇ. ಚೆನ್ನಾದ ಬದುಕಿಗೆ ಪರಸ್ಪರ ಪ್ರೀತಿ, ಗೌರವ ಮತ್ತು ಹೊಂದಾಣಿಕೆಯ ಮನೋಭಾವವೇ ಮುಖ್ಯವಾಗಿರುತ್ತವೆ. ಇಲ್ಲವಾದಲ್ಲಿ ಎತ್ತು ಏರಿಗೆ, ಎಮ್ಮೆ ನೀರಿಗೆ ಎಂದಾಗುತ್ತದೆ.

ಹಿಂದೆ ಪುರುಷಪ್ರಧಾನ ಸಮಾಜ ಎಂದು ಹೆಣ್ಣನ್ನು ಕೀಳಾಗಿ ಮನೆಕೆಲಸಕ್ಕೆ ಜನ ಎಂದು ಕಾಣುತ್ತಿದ್ದರು ಎಂಬ ಆರೋಪವಿದೆ. ಆದರೆ, ಆಗಲೂ ಮನುಷ್ಯ ಸ್ವಭಾವಕ್ಕೆ ಅನುಸಾರವಾಗಿ ಗಂಡಿನ ದಬ್ಬಾಳಿಕೆ ಅಥವಾ ಗಯ್ಯಾಳಿ ಹೆಂಡತಿಯ ದರ್ಬಾರು ನಡೆಯುತ್ತಿತ್ತು. ಮತ್ತೆ ಹೆಣ್ಣುಮಕ್ಕಳಿಗೂ ವಿದ್ಯಾಭ್ಯಾಸ ಸಿಕ್ಕಿತು. ಅಪರೂಪಕ್ಕೆ ವೈದ್ಯರಾಗುತ್ತಿದ್ದರು. ಕೆಲವರು ಶಿಕ್ಷಕಿಯರಾಗಿ, ದೂರವಾಣಿ-ಅಂಚೆಇಲಾಖೆ ಇತ್ಯಾದಿ ಕಛೇರಿಗಳ ಕೆಲಸಗಳನ್ನೂ ಮಾಡತೊಡಗಿದರು. ಕೆಲವರು ವಿದ್ಯೆಯ ಸದುಪಯೋಗ ಎಂದು ತೊಡಗಿಕೊಂಡರೆ ಮತ್ತೆ ಕೆಲವರು ಸಂಸಾರಕ್ಕೆ ಸಹಾಯ ಎಂದು (ಮದುವೆಗೆ ಮೊದಲು ಪೋಷಕರಿಗೆ, ನಂತರ ಗಂಡ-ಮಕ್ಕಳಿಗೆ) ಕೆಲಸಕ್ಕೆ ಸೇರಿಕೊಂಡರು. ಇನ್ನು ಕೆಲವರು ಗಂಡನ ಹಿಂಸೆ ತಡೆಯದೆ ಹೊರಬಂದವರು ಅಥವಾ ಗಂಡ ಸಂಸಾರಕ್ಕೆ ಆದ್ಯತೆ ಕೊಡದೆ ಹೋದಾಗ ಜೀವನಕ್ಕೆಂದು ಉದ್ಯೋಗ ಬಯಸಿದರು. ಹೀಗೆ ಹೆಣ್ಣು ಮಕ್ಕಳು ಮನೆಯಿಂದ ಹೊರಹೋದರೂ ತನ್ನ ಮನೆಯವರ ನಂಟನ್ನು ಉಳಿಸಿಕೊಳ್ಳುತ್ತಿದ್ದರು.

ಆಮೇಲಿನ ದಿನಗಳಲ್ಲಿ ಗಂಡಿನಷ್ಟೇ ಅಥವಾ ಅವನಿಗಿಂತ ಹೆಚ್ಚೇ ಕಲಿತ ಹೆಣ್ಣು ಸ್ವಾವಲಂಬಿಯಾಗಬೇಕೆಂದು ಬಯಸಿದಳು. ಅರ್ಥ ಮಾಡಿಕೊಂಡ ಗಂಡಸರಿಂದ ಇದಕ್ಕೆ ಪ್ರೋತ್ಸಾಹವೂ ದೊರೆಯಿತು. ಆದರೆ, ಮೂಲಪ್ರಕೃತಿಯನ್ನು ಮರೆಯಲಿಲ್ಲ. ತನ್ನ ಸ್ವಂತಿಕೆಯ ಜೊತೆಗೆ ಸಂಸಾರವನ್ನೂ ನಡೆಸಿಕೊಂಡರು. ಒಟ್ಟಾರೆಯಾಗಿ ಸಶಕ್ತ ಮಹಿಳೆಯರು ಎಲ್ಲವನ್ನೂ ತೂಗಿಸಿಕೊಂಡು ಹೋಗಬಲ್ಲರು. ಕೆಲವರಿಗೆ ಮಾತ್ರ ದ್ವಂದ್ವಗಳಿರುತ್ತವೆ. ತಾನೇ ಸರಿ ಎಂಬ ನಿಲುವು ಆದರೆ ಅದನ್ನು ಸಾಧಿಸಿ ತೋರಿಸುವ ಧೈರ್ಯವಿಲ್ಲದೆ ಒಂಥರಾ ತ್ರಿಶಂಕು ಸ್ಥಿತಿಯಲ್ಲಿರುತ್ತಾರೆ. ಇದರಿಂದ ತಾನೂ ಬಳಲುವುದಲ್ಲದೇ ಜೊತೆಯಲ್ಲಿರುವ ಜನರೂ ತೊಂದರೆ ಅನುಭವಿಸುತ್ತಾರೆ. ಹೊರಗಿನವರಿಗೆ ಒಳ್ಳೆಯವರಾಗಿದ್ದು, ಒಳ್ಳೆಯ ಮಾತು-ಸಹಾಯ ಮಾಡಿಕೊಂಡಿರುತ್ತಾರೆ. ಹತ್ತಿರದವರಿಗೆ ಮಾತ್ರ ಸಿಟ್ಟು, ಹತಾಶೆಗಳನ್ನು

ತೋರ್ಪಡಿಸುವುದರಿಂದ ಅವರ ಇನ್ನೊಂದು ಆಯಾಮದ ಪರಿಚಯವಿರುತ್ತದೆ. ಆಗ ಏನೂ ಮಾಡಲಾಗುವುದಿಲ್ಲ, ಅದನ್ನೇ ಪ್ರಾರಬ್ಧ, ಪ್ರಾಚೀನ ಕರ್ಮ ಎಂದು ಅನುಭವಿಸಬೇಕಾಗುತ್ತದೆ. ಮತ್ತೆ ಯಾರಾದರೂ ಬುದ್ಧಿ ಹೇಳಿದರೆ ಹೇಳಿದವರು ಕೆಟ್ಟವರಾಗುತ್ತಾರೆ ಹೊರತು ತನ್ನನ್ನು ತಾನು ನೋಡಿಕೊಂಡು, ಸರಿಪಡಿಸಿಕೊಂಡು ಒಳ್ಳೆಯ ಸಂತೋಷದ ಬದುಕನ್ನು ಬದುಕುಲು ಮನಸ್ಸು ಮಾಡುವುದಿಲ್ಲ.

ಪುಟ್ಟೀ, ನಿನಗೆಷ್ಟು ಅರ್ಥವಾಯಿತೋ ಗೊತ್ತಿಲ್ಲ! ಸ್ವಲ್ಪವಾದರೂ ಪ್ರಯೋಜನವಾಗಿ ನಿನ್ನ ಬದುಕನ್ನು ಸುಂದರಗೊಳಿಸಿಕೊಂಡರೆ ನಿನ್ನ ಅಜ್ಜಿ ಬರೆದದ್ದು ಸಾರ್ಥಕ.

6
ಸುಮತಿ

ಬೋಲೋ ಭಾರತ್ ಮಾತಾಕಿ ಜೈ,ವಂದೇ ಮಾತರಂ ಕನಸಿನಲ್ಲಿ ಕೇಳಿದಂತಾಯ್ತು ಸುಮತಿಗೆ. ಎಚ್ಚರವಾಯ್ತು ಗಡಿಯಾರ ನೋಡಿದಳು. ಗಂಟೆ ಎಂಟಾಗಿತ್ತು. ಆಚೀಚೆ ನೋಡಿದಳು. ಯಾರೂ ಇಲ್ಲ. ಜನಗಣ ಮನ ಕೇಳಿಸಿತು. ಗಡಬಡಿಸಿ ಎದ್ದಳು. ಈಗ ಎಲ್ಲ ಸರಿಯಾಗಿ ನೆನಪಾಯಿತು. ಇಂದು ಸ್ವಾತಂತ್ರ್ಯ ದಿನಾಚರಣೆ ನಡೀತಾ ಇದೆ. ಅಪ್ಪ ನನ್ನನ್ನು ಎಬ್ಬಿಸದೆ ಅವರ ಪಾಡಿಗೆ ಸ್ನಾನ ಎಲ್ಲ ಮುಗಿಸಿ ಶಾಲೆಗೆ ಹೋಗಿದ್ದಾರೆ. ಮಗಳಿಗೂ ಇವತ್ತು ಪೂರ್ತಿ ಸ್ವಾತಂತ್ರ್ಯ ಕೊಟ್ಟಿದ್ದಾರೆ. ಜನಗಣ ಮನ ಆಯ್ತು. ಅಂದ್ರೆ ಇನ್ನು ಕೆಲವೇ ನಿಮಿಷಗಳಲ್ಲಿ

ಎಲ್ಲರೂ ಮನೆಗೆ ಹೊರಡುತ್ತಾರೆ. ದಿನಾಚರಣೆಯ ಸಂಭ್ರಮವನ್ನು ನೋಡುವ ಅವಕಾಶವೂ ಇರುವುದಿಲ್ಲ. ಕೊನೆಯಲ್ಲಿ ಸಿಗುವ ಸಿಹಿಯೂ ಇಲ್ಲ. ಅಪ್ಪ ತನ್ನ ಕೈಗೆ ಯಾರೋ ಕೊಟ್ಟಿದ್ದನ್ನು ತಿನ್ನದೆ ತನಗೆ ತಂದು ಕೊಡುತ್ತಾರೆ ಅಷ್ಟೆ.

ಹಲ್ಲುಜ್ಜಿ ಮುಖ ತೊಳೆದು ತಲೆ ಬಾಚಿದ ಶಾಸ್ತ್ರ ಮಾಡಿ ಕೇವಲ ಮೂರು ನಿಮಿಷದಲ್ಲಿ ಹೊರಟು ಬಿಲ್ಲಿನಿಂದ ಹೊರಟ ಬಾಣದಂತೆ ಓಡಿದಳು. ರಸ್ತೆ ದಾಟಿದರೆ ಸಾಕು. ಶಾಲೆಯ ಅಂಗಳದಲ್ಲಿದ್ದಳು. ಎಲ್ಲರೂ ಸಾಲಾಗಿ ಶಾಲೆಯೊಳಗೆ ಹೋಗುತ್ತಿದ್ದರು. ಹೊರಗೆ ಮಳೆಹನಿ ಬೀಳುತ್ತಿತ್ತು. ಭೋರೆಂದು ಸುರಿಯುತ್ತಿದ್ದ ಮಳೆ ತಾನೂ ಸ್ವತಂತ್ರವಾಗಿ ರಜೆ ತೆಗೆದುಕೊಂಡಿತ್ತು. ಆದರೂ ತೀರ ನಿಮ್ಮನ್ನು ಕುಣಿಯಲು ಬಿಡುವುದಿಲ್ಲವೆನ್ನುವಂತೆ ತುಂತುರು ಹನಿಯುತ್ತಿತ್ತು. ಹಾಗಾಗಿ ಮಕ್ಕಳನ್ನು ಶಾಲೆಯ ಒಳಗೆ ಕುಳಿತುಕೊಳ್ಳುವಂತೆ ಗುರುಗಳು ಹೇಳಿದ್ದರು. ಧ್ವಜಕ್ಕೆ ನಮಸ್ಕರಿಸಿದ ಸುಮತಿ ಮೆಲ್ಲನೆ ಗೆಳತಿಯರ ಮಧ್ಯೆ ಸೇರಿಕೊಂಡಳು. 'ಚರುಪಿಗಾಗುವಾಗ ಹಾಜರು' ಎಂದ ಹಿಂದು ಮುಂದಿನವರ ಮಾತನ್ನು ಆಕೆ ಕೇಳಿಸಿಕೊಳ್ಳಲೇ ಇಲ್ಲ. ದಿನವೂ ಶಾಲೆಯ ಗಂಟೆ ಹೊಡೆದ ಮೇಲೆಯೇ ಆಕೆ ಮನೆಯಿಂದ ಹೊರಡುವುದು. ನಡೆದುಕೊಂಡು ಶಾಲೆಗೆ ಬಂದು ಗಂಟೆಯಾಗುವವರೆಗೆ ಹರಟೆ, ಆಟಗಳಲ್ಲಿ ತೊಡಗಿರುವ ಗೆಳತಿಯರನ್ನು ನೋಡಿ ನನಗೆ ಅದೆಲ್ಲ ಇಲ್ಲವಲ್ಲ ಎಂದುಕೊಳ್ಳುವಳು. ಇಷ್ಟು ಹತ್ತಿರ ಶಾಲೆ, ನಡೆಯುವ ಕಷ್ಟವಿಲ್ಲ ಎಂದು ಗೆಳತಿಯರಿಗೆ ಒಂಥರಾ ಅಸೂಯೆ. ಆದರೂ ಸುಮತಿಗೆ ಚಿಕ್ಕಮ್ಮ ಇರುವುದು, ಮನೆಯಲ್ಲಿ ಕೆಲಸಮಾಡಿ ಶಾಲೆಗೆ ಪಾಠ ಶುರುವಾಗುವಾಗಲೇ ಬರುವುದು ಎಲ್ಲ ಗೊತ್ತಿರುವುದರಿಂದ ಅವಳ ಬಗ್ಗೆ ಸ್ವಲ್ಪ ಸಹಾನುಭೂತಿಯೂ ಇತ್ತು. ಈಗ ಚಿಕ್ಕಮ್ಮ ತವರಿಗೆ ಹೋಗಿರುವುದರಿಂದ ಸುಮತಿಗೆ ಪೂರ್ಣ ಸ್ವಾತಂತ್ರ್ಯವಿತ್ತು. ಅಪ್ಪ ಎಬ್ಬಿಸುತ್ತಿದ್ದರು. ಕಸಗುಡಿಸಿ ಸ್ನಾನ ಎಲ್ಲ ಪೂರೈಸಿ ಅಪ್ಪನೊಟ್ಟಿಗೆ ಅಜ್ಜನ ಹೋಟ್ಲಿಗೆ ಹೋಗಿ ತಿಂಡಿ ತಿಂದು ಶಾಲೆಗೆ ಹೋಗುವುದು. ಊಟ-ತಿಂಡಿ ಹೋಟ್ಲಲ್ಲಿ ಆಗುವುದರಿಂದ ಮನೆಯಲ್ಲಿ ಕೆಲಸವಿರಲಿಲ್ಲ. ಇವತ್ತು ಯಾಕೋ ಅಪ್ಪ ಎಬ್ಬಿಸಲೇ ಇಲ್ಲ. ಎಷ್ಟೊತ್ತಾದರೂ ಮಲಗಲಿ ಎಂದೊ ಏನೊ. ಅಮ್ಮ ಇದ್ದಾಗ ಆರು ಗಂಟೆಗೆ ತಲೆಯ ಹತ್ತಿರ ನಿಂತುಕೊಂಡು ಕಾಲಿನಿಂದ ತಲೆಯನ್ನು ಕೆದರುತ್ತಾ ಸುಮತಿ ಏಳು ಎಂದು ಎಬ್ಬಿಸುತ್ತಿದ್ದರು. ಹಕ್ಕಿಯ ಹಾಗೆ ಹಾರಿಕೊಂಡಿರಬಹುದು ಎಂದು ಖುಷಿಯಾಗಿತ್ತು. ಅಪ್ಪ ತನ್ನನ್ನೆಂದೂ ಹೊಡೆದವರಲ್ಲ. ಒಳ್ಳೆಯ ಮಾತಿನಲ್ಲೇ ತಿದ್ದುತ್ತಿದ್ದರು. ಅಮ್ಮ ಇಲ್ಲದ ಮಗು ಎಂದು ಎಲ್ಲರಿಗೂ ಒಂದು ರೀತಿಯ ಮರುಕದ ಪ್ರೀತಿ. ಮಾರು ದೂರದಲ್ಲೇ ದೊಡ್ಡಮ್ಮನ ಮನೆಯಿತ್ತು. ರಜೆ ಇದ್ದಾಗ ಅಲ್ಲಿಗೆ ಹೋಗಿ ಅವರ ಮಕ್ಕಳ ಜತೆಗೆ ಆಡಿಕೊಳ್ಳುತ್ತಿದ್ದಳು. ಊಟ, ತಿಂಡಿಯೂ ಅಲ್ಲಿಯೇ ಆಗುತ್ತಿತ್ತು. ದೊಡ್ಡಪ್ಪ ದೇವಸ್ಥಾನದಲ್ಲಿ ಪಾಟಾಳಿಗಳಾಗಿದ್ದರು ಹಾಗಾಗಿ ಅಲ್ಲಿಂದ ಅಕ್ಕಿ, ಅನ್ನ ಸಾಂಬಾರು, ಮಜ್ಜಿಗೆ,ಪಾಯಸ, ವಡೆ, ಮುಳ್ಕ ಎಲ್ಲಾ ಬರುತ್ತಿತ್ತು. ಅದರಲ್ಲಿ ಸುಮತಿಗೂ ಪಾಲಿತ್ತು.

ದೊಡ್ಡಪ್ಪ, ದೊಡ್ಡಮ್ಮ ಸುಮತಿಯನ್ನು ಬೇರೆಯಾಗಿ ನೋಡುತ್ತಿರಲಿಲ್ಲ. ಅವರ ನಾಲ್ಕು ಮಕ್ಕಳೊಡನೆ ಐದನೆಯವಳಾಗಿದ್ದಳು. ವಿಶೇಷ ದಿನಗಳಲ್ಲಿ ಆ ಮಕ್ಕಳೊಡನೆ ದೇವಸ್ಥಾನಕ್ಕೂ ಹೋಗುತ್ತಿದ್ದಳು. ದೇವರಿಗೆ ಪ್ರದಕ್ಷಿಣೆ ಮಾಡಿ ತೀರ್ಥ ಪ್ರಸಾದ

ತೆಗೆದುಕೊಂಡು ನಮಸ್ಕಾರ ಮಾಡಿ ಪಂಕ್ತಿಯಲ್ಲಿ ಕುಳಿತುಕೊಂಡು ಊಟಮಾಡಿ ಬರುವುದಿತ್ತು. ಮಕ್ಕಳಲ್ಲಿ ಉಷಾ ಸುಮತಿಗಿಂತ ಒಂದು ವರ್ಷ ಸಣ್ಣವಳು.ಅವಳೇ ಇವಳಿಗೆ ಎಲ್ಲಾ ಕಡೆಯೂ ಜೊತೆಯಾಗುತ್ತಿದ್ದಳು. ದೇವಸ್ಥಾನದಲ್ಲಿ ಮಹಾಮಂಗಳಾರತಿ ಆದಮೇಲೆ ಸ್ವತಃ ಅರ್ಚಕರೇ ತೀರ್ಥ ಪ್ರಸಾದ ಕೊಡುತ್ತಿದ್ದರು. ನಮ್ಮ ಮುಖ ನೋಡಿ ದಿನಾ ಬರುವವರಿಗೆ ಬರೀ ಹೂವು, ಅಪರೂಪದವರಿಗೆ ಗಂಧ, ಹೂವು ಕೊಡುತ್ತಿದ್ದರು. ಹಾಗಾಗಿ ಸುಮತಿಗೆ ಮಾತ್ರ ಗಂಧ ಸಿಗುತ್ತಿತ್ತು, ಅದರಲ್ಲಿ ಪಾಲು ಪಡೆಯಲು ಉಳಿದವರೆಲ್ಲ ಕಾಯುತ್ತಿದ್ದರು.

ಗರ್ಭ ಗುಡಿಯ ಸುತ್ತ ಪೌಳಿಯಲ್ಲಿ ಒಂದು ಬದಿಯಲ್ಲಿ ಭೋಜನ ಶಾಲೆ ಇತ್ತು. ಆಗ ಬ್ರಾಹ್ಮಣರು ಮಾತ್ರ ಒಳಗೆ ಪ್ರವೇಶಿಸುತ್ತಿದ್ದರು. ಆ ಪೌಳಿಯಲ್ಲಿ ಬ್ರಾಹ್ಮಣರಿಗೆ ಮಾತ್ರ ಊಟ.ಹೆಚ್ಚಿನವರು ಅಲ್ಲಿ ಕೆಲಸ ಮಾಡುತ್ತಿದ್ದವರೇ ಆಗಿರುತ್ತಿದ್ದರು. ಹೆಚ್ಚಾಗಿ ಅವರ ಮನೆಗಳ ಅಜ್ಜಿಯಂದಿರು ತಮ್ಮ ಮೊಮ್ಮಕ್ಕಳ ಸಮೇತ ಬಂದಿರುತ್ತಿದ್ದರು. ಆ ಅಜ್ಜಿಯಂದಿರು ದಿನದಲ್ಲಿ ಒಂದೇ ಊಟ ಮಾಡುವುದಂತೆ. ಅದನ್ನು ದೇವಸ್ಥಾನದಲ್ಲಿ ಯಥಾ ಶಕ್ತಿ ತುಂಬಿಸಿಕೊಂಡು ಹೋಗುತ್ತಿದ್ದರು. ಅವರು ಕುಳಿತುಕೊಳ್ಳುವ ಜಾಗ ಕೂಡಾ ನಿಶ್ಚಿತವಾಗಿರುತ್ತಿತ್ತು. ಅವರು ಬರುವುದು ತಡವಾದರೆ ಯಾರಾದರೂ ಅವರ ಪರವಾಗಿ ಎಲೆ ಹಾಕಿಸಿಕೊಂಡು ತೊಳೆದಿಡುತ್ತಿದ್ದರು.ಮನೆಯ ಉಳಿದವರಿಗೆಲ್ಲ ಅವರವರ ಜನಸಂಖ್ಯೆಗೆ ಅನುಗುಣವಾಗಿ ಹಂಡೆ, ಪಾತ್ರೆಗಳು ದೇವಸ್ಥಾನಕ್ಕೆ ಬಂದು ಅಡುಗೆ ಕೋಣೆಯ ಒಂದು ಭಾಗದಲ್ಲಿ ಕಾಯುತ್ತಿದ್ದವು. ಪ್ರಥಮ ಪಂಕ್ತಿಗೆ ಗೋವಿಂದ ಹಾಕಿದೊಡನೆ ಪಾತ್ರೆಗಳಿಗೆಲ್ಲಾ ವಿಲೇವಾರಿಯಾಗುತ್ತಿತ್ತು. ಅದರ ಮೇಲುಸ್ತುವಾರಿ ದೊಡ್ಡಪ್ಪನಾದುದರಿಂದ ಒಂದಷ್ಟು ವಡೆ, ಪಾಯಸ ಇತ್ಯಾದಿಗಳು ಹೆಚ್ಚಾಗಿಯೇ ಮನೆಗೆ ಬರುತ್ತಿತ್ತು. ಅಂತೂ ಎರಡು ಹೊತ್ತಿನ ಕೂಳು ಅಲ್ಲಿಂದಲೇ ಬರುತ್ತಿತ್ತು. ಬೆಳಗ್ಗಿನ ತಿಂಡಿ ಮಾತ್ರ ದೊಡ್ಡಮ್ಮ ಮಾಡುತ್ತಿದ್ದರು. ಮಕ್ಕಳನ್ನೆಲ್ಲ ದೇವಸ್ಥಾನಕ್ಕೆ ಹೋಗಿ ಎಂದು ದೊಡ್ಡಮ್ಮ ಅಟ್ಟಿ ಬಿಡುತ್ತಿದ್ದರು. ಅವರು ಮಾತ್ರ ಗೌರಿಹಬ್ಬದ ದಿನ ಮಾತ್ರ ಬಂದು ಗೌರಿಪೂಜೆ ಮಾಡಿ ಬಾಗಿನಕೊಟ್ಟು ಎಲ್ಲ ಮಾಡುತ್ತಿದ್ದರು. ಅಪರೂಪಕ್ಕೆ ಮಾತ್ರ ಊಟಕ್ಕೆ ಬರುತ್ತಿದ್ದರು.

ಆಗ ಸುಬ್ರಹ್ಮಣ್ಯ ದೇವಸ್ಥಾನಕ್ಕೆ ಬರುವವರ ಸಂಖ್ಯೆ ತುಂಬಾ ಕಡಿಮೆಯಿತ್ತು. ದೂರದ ಊರುಗಳಿಂದ ಷಷ್ಠಿ ಜಾತ್ರೆಗೆ ಮಾತ್ರ ಜನಬರುತ್ತಿದ್ದರು. ಸರಕಾರಿ ಬಸ್ಸುಗಳಿರಲಿಲ್ಲ. ಶಂಕರವಿಠಲ ಎಂಬ ಬಸ್ಸು, ಪಿ.ವಿ. ಮೋಟರ್ಸ್ ಎಂಬ ಬಸ್ಸು. ಜಿಲ್ಲೆಗಳೊಳಗೆ ಮಾತ್ರ ಓಡಾಡುತ್ತಿದ್ದದ್ದು. ಅದೂ ಮಳೆಗಾಲದಲ್ಲಿ ಸೇತುವೆಗಳೆಲ್ಲಾ ಮುಳುಗಡೆಯಾಗುತ್ತಿದ್ದವು. ಪುತ್ತೂರು, ಬೆಳ್ಳಾರೆಗಳಿಗೆ ಹೋಗಬೇಕಾದರೆ ಕಡಬ, ಉಪ್ಪಿನಂಗಡಿಗಾಗಿ ಸುತ್ತು ಬಳಸಿನ ದಾರಿಯಲ್ಲಿ ಹೋಗಬೇಕಾಗಿತ್ತು. ಉಳಿದಂತೆ ಕಾಲು ನಡಿಗೆಯೇ ಗತಿ. ಶ್ರೀಮಂತರೆನಿಸಿಕೊಂಡವರು ಎತ್ತಿನ ಗಾಡಿಯಲ್ಲಿ ಪ್ರಯಾಣಿಸುತ್ತಿದ್ದರು. ಹೆಚ್ಚಾಗಿ ಕೊಡುವ ತರುವ ಸಂಬಂಧಗಳೆಲ್ಲಾ ತಾಲೂಕು ಹೆಚ್ಚೆಂದರೆ ಜಿಲ್ಲೆಯೊಳಗೇ ನಡೆಯುತ್ತಿತ್ತು. ನಾಲ್ಕೈದು ಮೈಲು ನಡೆಯುವುದೊಂದು ದೊಡ್ಡ ವಿಷಯವೇ ಆಗಿರಲಿಲ್ಲ. ನಡೆಯಲು ಕಲಿತ ಮಕ್ಕಳೆಲ್ಲ ಅಷ್ಟು ದೂರ ನಡೆಯುತ್ತಿದ್ದರು. ಹಸಿವಾದರೆ ದಾರಿಯಲ್ಲಿ ಸಿಗುವ ಕಾಡು ಹಣ್ಣುಗಳನ್ನು ತಿಂದು ತೋಡಿನಲ್ಲಿ ಹರಿಯುವ ನೀರು ಕುಡಿಯುತ್ತಿದ್ದರು. ಬೆಳಿಗ್ಗೆ ಹೊರಟವರು ಮಧ್ಯಾಹ್ನ ಊಟಕ್ಕೆ

ಯಾರಾದರೂ ನೆಂಟರ ಮನೆಗೆ ಹೋಗುತ್ತಿದ್ದರು. ಅತಿಥಿಗಳ ಆಗಮನ ಅವರನ್ನು ಬೆಚ್ಚಿ ಬೀಳಿಸುತ್ತಿರಲಿಲ್ಲ. ಯಾಕೆಂದರೆ ಇದು ನಿತ್ಯ ಎಲ್ಲರ ಮನೆಯ ಅನುಭವವಾಗಿತ್ತು. ಬಂದವರಿಗೆಂದೇ ಒಂದಿಷ್ಟು ಅಡುಗೆ ತಯಾರಾಗಿರುತ್ತಿತ್ತು. ತೀರ ಬಡವರಾದರೂ ಒಂದು ಅನ್ನ ಸಾರಂತೂ ಇರುತ್ತಿತ್ತಲ್ಲ ಅದನ್ನೇ ಬಂದವರಿಗೂ ಬಡಿಸಿ ಸಂತೋಷ ಪಡಿಸುತ್ತಿದ್ದರು. ಯಾಕಾದರೂ ಬಂದರೊ ಎಂದು ಗೊಣಗುತ್ತಿರಲಿಲ್ಲ.

ಸುಮತಿಯ ದೊಡ್ಡಪ್ಪ ದೇವಸ್ಥಾನದ ತೋಟಗಳ ಮೇಲುಸ್ತುವಾರಿ ಮಾಡುತ್ತಿದ್ದರು. ಅವರಿಗೆ ದಿನಕ್ಕೆ ಒಂದು ಸೇರು ಅಕ್ಕಿ, ನಾಲ್ಕಾಣೆ ಕೂಲಿ (ಸಂಬಳ) ಅದರ ಜತೆಯಲ್ಲಿ ಮಧ್ಯಾಹ್ನ ದೇವಸ್ಥಾನದಲ್ಲಿ ಸಿಗುತ್ತಿದ್ದ ಊಟ. ನಾಲ್ಕಾರು ಜನರಿಗಾಗುವಷ್ಟು ಅನ್ನ ಸಾರು ಮನೆಗೆ ಬರುತ್ತಿತ್ತು. ಅಷ್ಟರಲ್ಲೇ ಅವರ ಸಂಸಾರ ನಡೆಯುತ್ತಿತ್ತು. ಆಗ ನಾಲ್ಕಾಣೆಗೆ ೧ ಸೇರು ಅಕ್ಕಿ ಸಿಗುತ್ತಿತ್ತು. ಆ ನಾಲ್ಕಾಣೆಗಳನ್ನು ಜೋಪಾನವಾಗಿಟ್ಟು ಮನೆಯವರಿಗೆಲ್ಲ ಬಟ್ಟೆ, ಸಾಬೂನು ಇತ್ಯಾದಿಗಳನ್ನು ಹೊಂದಿಸುವುದು ದೊಡ್ಡಮ್ಮನ ಜವಾಬ್ದಾರಿಯಾಗಿತ್ತು. ಕೆಟ್ಟ ಹವ್ಯಾಸಗಳೇನೂ ಇರಲಿಲ್ಲ. ಸಿಕ್ಕಿದ ದುಡ್ಡನ್ನೆಲ್ಲ ತಂದು ಹೆಂಡತಿಯ ಕೈಯಲ್ಲಿ ಕೊಡುತ್ತಿದ್ದರು. ಜನರ ಆಗಿನ ಅವಶ್ಯಕತೆಗಳೂ ಕಡಿಮೆಯೇ ಇತ್ತು. ಹೊಟ್ಟೆತುಂಬ ಊಟ, ವರ್ಷಕ್ಕೆ ಎರಡು ಜತೆ ಗಟ್ಟಿಯಾದ ಬಟ್ಟೆ, ತಲೆಗೆ ಎಣ್ಣೆ, ಸ್ನಾನಕ್ಕೆ, ಬಟ್ಟೆ ತೊಳೆಯಲು ಸಾಬೂನು ಇಲ್ಲದಿದ್ದರೆ ನರುವೋಳುಕಾಯಿ, ಸೀಗೆಕಾಯಿ, ಹಾಸಿ ಹೊದೆಯಲು ಚಾಪೆ, ಕಂಬಳಿಗಳು ಇದ್ದರೆ ಅವರೇ ಸುಖಿಗಳಾಗಿರುತ್ತಿದ್ದರು.

ಮಳೆಗಾಲದಲ್ಲಿ ಸುಬ್ರಹ್ಮಣ್ಯವು ಒಂದು ದ್ವೀಪವಾಗಿರುತ್ತಿತ್ತು. ಸುತ್ತಲೂ ಹೊಳೆ ಇತ್ತು. ದೇವಸ್ಥಾನದ ಎದುರಲ್ಲಿ ದರ್ಪಣತೀರ್ಥವೆಂದೂ ಒಂದು ಬದಿಯಲ್ಲಿ ಕನ್ನಡಿಹೊಳೆಯೆಂದೂ, ಅವುಗಳೆಲ್ಲ ಕುಮಾರಧಾರೆಗೆ ಹೋಗಿ ಸೇರುತ್ತಿದ್ದುವು.ಸುತ್ತಲೂ ನೆರೆ ತುಂಬಿದಾಗ ಯಾವ ಕಡೆಗೂ ಹೋಗುವಂತಿರಲಿಲ್ಲ. ಸುಬ್ರಹ್ಮಣ್ಯದಿಂದ ಮೂರು ಮುಖ್ಯ ದಾರಿಗಳಿದ್ದವು. ಒಂದು ಗುತ್ತಿಗಾರು ಸುಳ್ಯಕ್ಕೆ, ಇನ್ನೊಂದು ಪಂಜ, ಬೆಳ್ಳಾರೆಯಾಗಿ ಪುತ್ತೂರಿಗೆ, ಮತ್ತೊಂದು ಕಡಬ, ಉಪ್ಪಿನಂಗಡಿ, ಧರ್ಮಸ್ಥಳದ ಕಡೆಗೆ, ಪುತ್ತೂರಿಂದ ಮಂಗಳೂರು ಉಡುಪಿ ಒಟ್ಟಾರೆಯಾಗಿ ಜಿಲ್ಲೆಯೊಳಗೇ ಬಸ್ಸುಗಳು ಓಡಾಡುತ್ತಿದ್ದವು. ಘಟ್ಟದ ಮೇಲೆ ಹೋಗಲು ಕಾಲು ದಾರಿಗಳಾಗಿದ್ದವು. ಕ್ರಮೇಣ ಸಣ್ಣ ವಾಹನಗಳು (ಟ್ಯಾಕ್ಸಿ), ಕಾರುಗಳು ಆಗ ತುಂಬಾ ಅಪರೂಪದ ವಾಹನವಾಗಿತ್ತು. ಜೀಪುಗಳು ಅಪರೂಪಕ್ಕೆ ನೋಡಲು ಸಿಗುತ್ತಿದ್ದವು. ಸೋಮೇಶ್ವರದವರೆಗೆ ಬಸ್ಸಿನಲ್ಲಿ ಹೋಗಿ ಅಲ್ಲಿಂದ ಆಗುಂಬೆಗೆ ಟ್ಯಾಕ್ಸಿಯಲ್ಲಿ ಹೋಗಿ ಮತ್ತೆ ಬೇರೆ ಬಸ್ಸಿನಲ್ಲಿ ಶೃಂಗೇರಿ ಇತ್ಯಾದಿ ಊರುಗಳಿಗೆ ಹೋಗಬೇಕು. ಆಗುಂಬೆಯಲ್ಲಿ, ಸೋಮೇಶ್ವರದಲ್ಲಿ ಟ್ಯಾಕ್ಸಿಗಾಗಿ ಕಾಯಬೇಕಾಗಿತ್ತು. ಘಟ್ಟದ ಮೇಲಿನ ಕಾಫಿತೋಟದಲ್ಲಿ ದುಡಿಯಲು ಹೋಗುವವರು ಗುಂಪುಗುಂಪಾಗಿ ಕಾಲುದಾರಿಯಲ್ಲಿ ನಡೆದು ಹೋಗುತ್ತಿದ್ದರು. ದಾರಿಯಲ್ಲಿ ತಿನ್ನಲು ಬುತ್ತಿ ಕಟ್ಟಿಕೊಳ್ಳುತ್ತಿದ್ದರು. ಮತ್ತೆ ಶೃಂಗೇರಿಗೆ ಯಾತ್ರೆ ಹೋಗುವವರು,ಆ ಕಡೆಯಿಂದ ಧರ್ಮಸ್ಥಳ, ಸುಬ್ರಹ್ಮಣ್ಯ ಎಂದು ಬರುವವರು ನಡೆದು ಬರುತ್ತಿದ್ದರು. ಅಪರೂಪಕ್ಕೆ ಸಾಗರಕ್ಕೆ ಹೆಣ್ಣು ಕೊಟ್ಟವರು ಬಸ್ಸು, ಟ್ಯಾಕ್ಸಿಗಳನ್ನು ಅವಲಂಬಿಸುತ್ತಿದ್ದರು. ವರ್ಷಕ್ಕೊಮ್ಮೆ ಹೋಗಿ ಬರುವುದಿತ್ತು.

ಸುಬ್ರಹ್ಮಣ್ಯ ದೇವಸ್ಥಾನದ ಹಿಂದೆ ಕುಮಾರ ಪರ್ವತ ಇದೆ. ಅದರ ಒಟ್ಟಿಗೇ ಸಿದ್ಧ ಪರ್ವತ, ಶೇಷ ಪರ್ವತಗಳೂ ಇದ್ದು ಸುತ್ತಲೂ ಗುಡ್ಡ ಕಾಡುಗಳಿವೆ. ಪೇಟೆಯೂ ಸಣ್ಣದಾಗಿದ್ದು ದೇವಸ್ಥಾನ, ಅದರ ಸುತ್ತಮುತ್ತ ಕೆಲಸ ಮಾಡುವವರು, ಕೆಲವು ಅಂಗಡಿಗಳು ಒಂದೆರಡು ಹೋಟೆಲುಗಳಿದ್ದವು. ದಾನಿಗಳು ಕಟ್ಟಿಸಿದ ಛತ್ರಗಳು ದೇವಸ್ಥಾನಕ್ಕೆ ಪ್ರವೇಶಿಸುವ ಮೊದಲೇ ಸಿಗುತ್ತಿದ್ದವು. ಒಟ್ಟು ನಾಲ್ಕು ಛತ್ರಗಳಿದ್ದವು. ಯಾತ್ರಾರ್ಥಿಗಳಾಗಿ ಬಂದವರು ಅದರಲ್ಲಿ ಉಳಿದುಕೊಳ್ಳುತ್ತಿದ್ದರು. ಜಾತ್ರೆಯ ಸಮಯದಲ್ಲಿ ಬೇಸಿಗೆಯಲ್ಲಿ ಒಂದಷ್ಟು ಅಂಗಡಿಗಳು, ಕಂಬಳಿ ಮಾರುವವರು, ರಾಟೆ ಚಕ್ರದವರು (ರಾಟೆಹಗ್ಗದ ಸಹಾಯದಿಂದ ಮಕ್ಕಳನ್ನು ಮೇಲೆ ಏರಿಸಿ ಇಳಿಸುವ ಆಟ.) ಸುಮತಿ ಮಕ್ಕಳೆಲ್ಲ ಅದನ್ನು ದೂರದಿಂದ ನೋಡುವುದಿತ್ತು. ಅದರಲ್ಲಿ ಕುಳಿತು ನೋಡಲು ದೊಡ್ಡಮ್ಮ ದುಡ್ಡು ಕೊಡುತ್ತಿರಲಿಲ್ಲ. ಅದರ ಬದಲಿಗೆ ಮಿಠಾಯಿ, ಮಂಡಕ್ಕಿ ತೆಗೆಸಿಕೊಡುತ್ತಿದ್ದರು. ಅದರಲ್ಲೇ ಮಕ್ಕಳು ಖುಷಿ ಪಡುತ್ತಿದ್ದರು. ಜಾತ್ರೆಯ ಸಮಯ ಶಾಲೆಗೆ ರಜೆ ಕೊಡುತ್ತಿದ್ದರು. ಹಾಗಾಗಿ ಮಕ್ಕಳಿಗೆ ಬೇಕಾದಲ್ಲಿ ತಿರುಗಾಡುವ ಸ್ವಾತಂತ್ರ್ಯವಿತ್ತು. ಸ್ನಾನ, ತಿಂಡಿ ಮುಗಿಸಿ ಇದ್ದುದರಲ್ಲಿ ಒಳ್ಳೆಯ ಬಟ್ಟೆ ಹಾಕಿಕೊಂಡು ಮನೆಯಿಂದ ಹೊರಟರೆ ಪೇಟೆಯೆಲ್ಲ ಸುತ್ತಿ ನೋಡಿಕೊಂಡು ಊಟದ ಸಮಯಕ್ಕೆ ಸರಿಯಾಗಿ ದೇವಸ್ಥಾನದಲ್ಲಿ ಹಾಜರಾಗುತ್ತಿದ್ದರು.

ಸುಮತಿಗೆ ಎಂಟನೇ ಕ್ಲಾಸಿನವರೆಗೆ ಮನೆಯಿಂದಲೇ ಶಾಲೆಗೆ ಹೋಗುವ ಅದೃಷ್ಟವಿತ್ತು. ಮತ್ತೆ ಮಾತ್ರ ಊರಲ್ಲಿ ಮನೆ ಮಾಡಿ ಅಪ್ಪ ವರ್ಗಮಾಡಿಸಿಕೊಂಡು ಹೋದರು. ಅಲ್ಲದೆ ಅಲ್ಲಿ ಹೈಸ್ಕೂಲು ಇರಲೂ ಇಲ್ಲ. ಅವಳ ದೊಡ್ಡಮ್ಮನೂ ಹುಚ್ಚುನಾಯಿ ಕಚ್ಚಿ ತೀರಿಕೊಂಡರು. ದೊಡ್ಡಪ್ಪ ಮಕ್ಕಳನ್ನು ನೋಡಿಕೊಂಡು ಹೇಗೊ ಬದುಕಿದ್ದರು. ಉಷಾ ಸ್ವಲ್ಪ ದೊಡ್ಡವಳು ಮಕ್ಕಳನ್ನು ಸುಧಾರಿಸುತ್ತಿದ್ದಳು. ವಿಚಿತ್ರವೆಂದರೆ ದೊಡ್ಡಮ್ಮನ ಮಕ್ಕಳಲ್ಲಿ ಒಬ್ಬರಿಗೂ ವಿದ್ಯೆ ಕೈಹಿಡಿಯಲಿಲ್ಲ. ದೇವಸ್ಥಾನದ ಪ್ರಸಾದದಲ್ಲಿ ಉಂಡು ತಿಂದು ಸುಖವಾಗಿದ್ದರು. ಸುಮತಿಗೆ ಆಮೇಲೆ ಅವರ ಸಂಪರ್ಕವೇ ಕಡಿಮೆಯಾಯ್ತು. ಉಷಾನಿಗೊಂದು ಮದುವೆಮಾಡಿ ದೊಡ್ಡಪ್ಪನೂ ಹರಹರಾ ಎಂದರು. ಅವರ ಕೆಲಸವನ್ನು ಮಗನಿಗೆ ಕೊಟ್ಟರು. ಅದರಿಂದಾಗಿ ಆ ಮಕ್ಕಳ ಅನ್ನ, ಬಟ್ಟೆಗೆ ವಸತಿಗೂ ತೊಂದರೆಯಾಗಲಿಲ್ಲ.

ಸುಮತಿಯ ಇನ್ನೊಬ್ಬ ಗೆಳತಿ ಅಂಬಾ ಎಂದು. ಅವಳ ಅಪ್ಪ ದೇವಸ್ಥಾನದಲ್ಲಿ ವಾಲಗದವರಾಗಿದ್ದರು. ದಿನವೂ ಪೂಜೆಯ ಹೊತ್ತಿಗೆ ವಾದ್ಯ ನುಡಿಸುವುದು ಅವರ ಕೆಲಸವಾಗಿತ್ತು. ಅವರಿಗೂ ದೇವಸ್ಥಾನದಿಂದ ಊಟ, ಅಕ್ಕಿಪಡಿ ದಿನಕ್ಕೆ ೮ಆಣೆ ಸಂಬಳ ಸಿಗುತ್ತಿತ್ತು. ಅವರ ಹೆಂಡತಿ ಭವಾನಮ್ಮ. ಒಳ್ಳೆ ಹೆಂಗಸು. ಸುಮತಿಯನ್ನು ಪ್ರೀತಿಯಿಂದ ಬಾಲೆ ಎಂದು ಕರೆಯುತ್ತಿದ್ದರು. ಹಾಗೆಂದು ಅವರಿಗೆ ಪ್ರೀತಿಮಾಡಲು ಮಕ್ಕಳಿಲ್ಲದೆ ಅಲ್ಲ, ಬರೋಬ್ಬರಿ ೧೮ ಮಕ್ಕಳ ಮಹಾತಾಯಿ ಆಕೆ. ಆದರೂ ಅವರ ಹೃದಯದಲ್ಲಿ ಇನ್ನೊಬ್ಬರಿಗೆ ಕೊಡುವಷ್ಟು ಪ್ರೀತಿ ತುಂಬಿತ್ತು. ದೇವಸ್ಥಾನದಲ್ಲಿ ಊಟಮಾಡದವರಿಗೆ ಪಾತ್ರೆಯಲ್ಲಿ ತುಂಬಿಕೊಡುತ್ತಿದ್ದರಲ್ಲ. ಸುಮತಿಯ ದೊಡ್ಡಪ್ಪ ಪಾಟಾಳಿಗಳು, ಬಟವಾಡೆ (ಅನ್ನ ಇತ್ಯಾದಿ ಹಂಚಿಕೊಡುವುದು) ಅವರೇ ಮಾಡುತ್ತಿದ್ದರು. ಸೇರೆಗಾರರ (ವಾಲಗದವರ) ಸಂಸಾರ ದೊಡ್ಡದೆಂದು ಸಾಧ್ಯವಾದಷ್ಟು ಜಾಸ್ತಿಯೇ ಅನ್ನ, ಸಾಂಬಾರು ಇತ್ಯಾದಿಗಳನ್ನೂ

ತುಂಬಿಕೊಡುತ್ತಿದ್ದರು. ಭವಾನಮ್ಮ ಬಡತನವನ್ನು ತೋರಿಸಿಕೊಳ್ಳದೆ ಮೌನವಾಗಿ ಮಕ್ಕಳನ್ನು ಸಾಕುತ್ತಿದ್ದರು. ನಾಲ್ಕುಮಕ್ಕಳು ಅವಳಿಗಳಾಗಿದ್ದರು. ರಾಘು, ಗೋದು ಎಂದು ಇಬ್ಬರು ಹುಡುಗರು ಮತ್ತು ರತ್ನ, ರಾಧ ಎಂಬ ಹುಡುಗಿಯರು ಅವಳಿಗಳಾಗಿದ್ದರು. ಮತ್ತೆಲ್ಲರೂ ಸರದಿಯಂತೆ ಗಂಡು, ಹೆಣ್ಣು ಹುಟ್ಟಿದ್ದವು. ಕೆಲವರ ಹೆಸರು ಸುಮತಿಗೆ ಗೊತ್ತಿತ್ತು. ದೊಡ್ಡವರದ್ದು ಅಷ್ಟು ಗೊತ್ತಿರಲಿಲ್ಲ. ದೊಡ್ಡಮಗ ಸೀತ್ರಾಮ ಮಿಲಿಟರಿಗೆ ಸೇರಿದ್ದ ಎಂದು ಕೇಳಿದ್ದಳು. ತುಕರಾಮ, ಭಾಸ್ಕರ, ಭುಜಂಗ, ಜಯಂತ ಎಂದು ಹುಡುಗರ ಹೆಸರು. ಕಮಲ, ರಾಧ, ರತ್ನ, ಅಂಬ, ದುರ್ಗ, ಇಂದಿರ, ಶಾಂಭವಿ ಎಂದು ಹುಡುಗಿಯರು. ದೊಡ್ಡವರಿಗೆ ತೆಗೆದ ಒಳ್ಳೆ ಬಟ್ಟೆಗಳು ವರ್ಷವಾದ ಮೇಲೆ ಸಣ್ಣವರಿಗೆ ಬರುತ್ತಿತ್ತು. ಎಲ್ಲರೂ ಖುಷಿಯಾಗಿರುತ್ತಿದ್ದರು.ಭವಾನಮ್ಮ ಮಾತ್ರ ಮನೆಬಿಟ್ಟು ಬರುತ್ತಿರಲಿಲ್ಲ. ಜಾತ್ರೆ ಉತ್ಸವ ಬೀದಿಗೆ ಬಂದಾಗ ಮನೆ ಮುಂದಿನ ಅಂಗಳದಲ್ಲಿ ನಿಂತು ಕೈಮುಗಿಯುತ್ತಿದ್ದರು. ದೇವಸ್ಥಾನದಲ್ಲಿಯೇ ಅವರನ್ನು ಯಾರೂ ನೋಡಿರಲಿಲ್ಲ. ಮಕ್ಕಳೆಲ್ಲ ದೊಡ್ಡವರಾಗಿ ಒಳ್ಳೆ ಉದ್ಯೋಗ ಹಿಡಿದು, ಹೆಣ್ಣು ಮಕ್ಕಳಿಗೆಲ್ಲ ಒಳ್ಳೆಯ ಮನೆ ಸಿಕ್ಕಿ ಮದುವೆಯಾಗಿ ಎಲ್ಲರೂ ಸುಖವಾಗಿರುವರೆಂದು ಸುಮತಿಗೆ ಎಷ್ಟೋ ವರ್ಷದ ಬಳಿಕ ಉಷಾ ಹೇಳಿದಳು. ಸುಮತಿ ದೊಡ್ಡವಳಾದ ಮೇಲೆ ಊರಿಂದ ಜಾತ್ರೆಗೆ ಬಂದರೂ ಅವರನ್ನೆಲ್ಲ ನೋಡಿ ಮಾತಾಡಲು ಆಗುತ್ತಿರಲಿಲ್ಲ.

ಹಾಗೇ ಇನ್ನೊಬ್ಬ ತಾಯಿಯ ವಿಷಯವನ್ನು ನೆನಪಿಗೆ ತಂದುಕೊಂಡಳು. ಅದು ಅವಳ ದೊಡ್ಡಮ್ಮನ ಮಗಳು ಅಕ್ಕ, ಹೇಳಿದ ಕಥೆ. ದೇವಸ್ಥಾನದಲ್ಲಿ ಸೇವೆ ಮಾಡಿಕೊಂಡು ಇದ್ದವರಲ್ಲಿ ಭೀಮಸೇನಾಚಾರ್ಯರು ಪ್ರಮುಖರು. ಅವರ ಪತ್ನಿ ಗಿರಿಜಾದೇವಿ. ಭೀಮಸೇನರು ಹೆಸರಿಗೆ ತಕ್ಕಂತೆ ಬಲವಾದ ಆಳು. ಎತ್ತರ, ಬಲಿಷ್ಠವಾದ ಮೈಕಟ್ಟು, ಕಪ್ಪಾದರೂ ಮುಖದಲ್ಲಿ ಪ್ರಸನ್ನತೆ ಇದ್ದು ಯೋಗ್ಯರಾಗಿದ್ದರು. ಅವರ ಯೋಗ್ಯತೆ ಗೊತ್ತಿದ್ದ ಗಿರಿಜಾದೇವಿಯ ತಂದೆ ವರಸಾಮ್ಯವನ್ನೂನೋಡದೆ ಪುಟ್ಟ ಹುಡುಗಿಯಂತಿದ್ದ ಗಿರಿಜಾದೇವಿಯನ್ನು ಮದುವೆ ಮಾಡಿಕೊಟ್ಟಿದ್ದರು. ದಾಂಪತ್ಯವೇನೊ ನಡೆಯಿತು. ಒಳ್ಳೆಯ ಮನುಷ್ಯ ಹೆಂಡತಿಯನ್ನು ಪ್ರೀತಿಯಿಂದ ಒಲಿಸಿಕೊಂಡಿರಬಹುದು. ಬಸಿರು ಎಂದು ಆದಮೇಲೆ ಶುರುವಾಯ್ತು ಗಿರಿಜೆಗೆ ಕಷ್ಟ. ಘಟೋತ್ಕಚನನ್ನು ಹೊತ್ತುದಲ್ಲವೆ? ಕೂತರೆ ಏಳಲು ಕಷ್ಟ ಓಡಾಡಲು ಕಷ್ಟ ಹೇಗೊ ಒಂಭತ್ತು ತಿಂಗಳಾಗಿ ಹೆರಿಗೆ ನೋವು ಶುರು. ತಡೆಯಲಾರದ ನೋವಿನಿಂದ ಹೆರಲಾರದೆ ಹೊರಳಾಡಿ ಮಗು ಹೊಟ್ಟೆಯಲ್ಲೇ ಸತ್ತು ಹೇಗೊ ಸೂಲಗಿತ್ತಿಯೊಬ್ಬಳು ಮಗುವನ್ನು ಹೊರಗೆ ತೆಗೆದು ತಾಯಿ ಜೀವ ಉಳಿಸಿದಳಂತೆ. ಹೆರಿಗೆ ಮನೆಯಲ್ಲೇ ಆಗುತ್ತಿದ್ದುದು. ಹತ್ತಿರದಲ್ಲೆಲ್ಲೂ ಡಾಕ್ಟರುಗಳೂ ಇರಲಿಲ್ಲ. ಜೀವ ಉಳಿದರೆ ದೇವರ ದಯೆಯಿಂದ ಮಾತ್ರ. ಹಾಗೆಂದು ಜೀವನ ಅಲ್ಲಿಗೆ ನಿಲ್ಲುವುದಿಲ್ಲ. ಪುನಃ ಬಸುರಾದಳು ಗಿರಿಜಾ. ಈ ಸರ್ತಿ ಆಚಾರ್ಯರು ಬೆತ್ತ ಹಿಡಿದು ನಿಂತರಂತೆ ಹೊರಳಿದರೆ ಜಾಗ್ರತೆ ಎಂದು. ಬೆದರಿದ ಗಿರಿಜಾ ಎಷ್ಟು ನೋವಾದರೂ ತಡೆದುಕೊಂಡು ಕಿರುಚುತ್ತಿದ್ದಳಂತೆ. ಮೊದಲೇ ಸೂಲಗಿತ್ತಿಯನ್ನು ಕರೆಸಿ ಆಕೆ ಮಗುವನ್ನು ಜೀವಂತವಾಗಿ ಹೊರತಂದು ಎರಡೂ ಜೀವ ಉಳಿಯಿತು. ಮತ್ತೊಮ್ಮೆಯೂ ಬಸಿರಾಗಿ ಅಂತೂ ಎರಡು ಮಕ್ಕಳ ತಾಯಾದಳಂತೆ ಗಿರಿಜ. ಮಕ್ಕಳು ಚೆನ್ನಾಗಿದ್ದರು. ಮುಂದೆಯೂ

ಚೆನ್ನಾಗಿ ಬಾಳಿ ಬದುಕಿದರು.

ಸುಬ್ರಹ್ಮಣ್ಯ ನಿಜವಾಗಿ ಒಂದು ದ್ವೀಪವಾಗಿದೆ. ಯಾಕೆಂದರೆ ನಾಲ್ಕೂ ಸುತ್ತಿನಲ್ಲಿ ಹೊಳೆಗಳು ಇವೆ. ಅದೇನೂ ಬೇರೆಬೇರೆ ಹೊಳೆಗಳಲ್ಲ. ಕುಮಾರ ಪರ್ವತದಿಂದ ಇಳಿದ ಕುಮಾರಧಾರೆ ಸುಮಾರು ದೊಡ್ಡದಾದ ಒಂದು ಹೊಳೆ. ಬೇಸಿಗೆಯಲ್ಲಿ ಭಕ್ತರಿಗೆ ಸ್ನಾನ ಮಾಡಲು ಪರಿಶುದ್ಧವಾದ ನೀರಿರುತ್ತದೆ. ಬೇರೆ ದಿಕ್ಕುಗಳಿಂದ ಇಳಿದ ಒಂದೊ ಎರಡೊ ಸಣ್ಣ ಹೊಳೆಗಳು ಸುಬ್ರಹ್ಮಣ್ಯವನ್ನು ಸುತ್ತುಹಾಕಿಕೊಂಡು ಹೋಗಿ ಕುಮಾರಧಾರೆಯನ್ನು ಸೇರುತ್ತವೆ. ಪೂರ್ವದಲ್ಲಿ ದೇವಸ್ಥಾನದ ಎದುರಿಗೆ ಹರಿಯುವ ನದಿಗೆ ದರ್ಪಣ ತೀರ್ಥ ಎಂದು ಹೆಸರಿದೆ. ಅಲ್ಲಿಯ ನೀರು ಯಾವುದೇ ಕಲ್ಮಶವಿಲ್ಲದೆ ಕನ್ನಡಿಯಂತೆ ಹೊಳೆಯುತ್ತಿರುತ್ತದೆ. ದಕ್ಷಿಣ ದಿಕ್ಕಿಗೆ ಹೋದರೆ ಸಿಗುವ ಹೊಳೆಗೆ ರುದ್ರಪಾದ ಎಂದು ಹೆಸರು. ಅದನ್ನು ದಾಟಿ ಹೋದರೆ ಗಿರಿಗದ್ದೆಗಾಗಿ ಕುಮಾರಪರ್ವತಕ್ಕೆ ಹತ್ತಿ ಹೋಗಬಹುದು. ಸ್ಥಳೀಯ ಯುವಕರು ಸುತ್ತ ಮುತ್ತಲಿನ ಗ್ರಾಮದವರು ಕುಮಾರ ಪರ್ವತವನ್ನು ಬೇಸಿಗೆಯಲ್ಲಿ ಹತ್ತುತ್ತಿದ್ದರು. ಮೊದಲಿಗೆ ಹುಡುಗಿಯರು ಚಾರಣಕ್ಕೆಲ್ಲ ಹೋಗುತ್ತಿರಲಿಲ್ಲ. ಆಮೇಲಾಮೇಲೆ ಹುಡುಗಿಯರೂ ಹೋಗತೊಡಗಿದರು. ಪಶ್ಚಿಮ ದಿಕ್ಕಿನಲ್ಲಿ ಹರಿಯುವ ಹೊಳೆಗೆ ಕನ್ನಡಿ ಹೊಳೆ ಎಂದು ಅಚ್ಚಕನ್ನಡದ ಹೆಸರನ್ನೇಇಟ್ಟಿದ್ದಾರೆ. ಹೆಸರಿಟ್ಟವರು ಕನ್ನಡಾಭಿಮಾನಿಗಳಿರಬೇಕು. ಈ ಎಲ್ಲ ಹೊಳೆಗಳೂ ಕುಮಾರಧಾರೆಗೆ ಸೇರಿ ಹರಿದು ಮುಂದೆ ಉಪ್ಪಿನಂಗಡಿಯಲ್ಲಿ ನೇತ್ರಾವತಿಯೊಡನೆ ಸೇರಿಕೊಳ್ಳುತ್ತದೆ. ಮುಂದೆ ಉಳ್ಳಾಲದಲ್ಲಿ ಸಮುದ್ರದಲ್ಲಿ ಸೇರಿಕೊಳ್ಳುತ್ತದೆ.

ಸುಮತಿಗೆ ಎಂಟನೇ ಕ್ಲಾಸಿನವರೆಗೆ ವಿದ್ಯಾಭ್ಯಾಸ ಸುಬ್ರಹ್ಮಣ್ಯದಲ್ಲೇ ಆಯಿತು. ಆಮೇಲೆ ಮನೆಯಲ್ಲೇ ಇರಬೇಕಿತ್ತು. ಆದರೆ ಅವಳ ಹಣೆಯಲ್ಲಿ ವಿದ್ಯಾರೇಖೆ ಇತ್ತೇನೊ ಅವಳ ಜೊತೆಯ ಹುಡುಗಿಯರಿಗಿಲ್ಲದ ಓದಿನ ಭಾಗ್ಯ ಅವಳಿಗೆ ದೊರೆಯಿತು. ಅಜ್ಜನ ಪ್ರೀತಿ, ಕಾಳಜಿಗಳಿಂದ ಪ್ರೌಢಶಾಲೆಯ ವಿದ್ಯಾಭ್ಯಾಸ ದೊರಕಿತು. ಮತ್ತೆ ಮಾತ್ರ ಎಮ್ಮೆ ಮೇಯಿಸುವ ಕೆಲಸ ಸಿಕ್ಕಿತು. ಹುಲ್ಲು ತರುವುದು, ಸೊಪ್ಪು ತರುವುದು ಎಲ್ಲವನ್ನೂ ಮಾಡುವ ಅವಕಾಶ ಸಿಕ್ಕಿತು. ಓದಿನಲ್ಲಿ ಮುಂದಿದ್ದರೂ ಮನೆಯ ಪರಿಸ್ಥಿತಿಯಿಂದಾಗಿ ಮುಂದೆ ಓದಲಾಗಲಿಲ್ಲ. ಅದಕ್ಕಾಗಿ ಅವಳೇನೂ ಕೊರಗಲಿಲ್ಲ. ಅಷ್ಟೊತ್ತಿಗಾಗಲೇ ಅವರು ಸ್ವಗ್ರಾಮಕ್ಕೆ ಬಂದು ಸ್ವಂತ ಮನೆ ಜಾಗ ಹೊಂದಿದ್ದರಿಂದ, ಎಮ್ಮೆ ಕಟ್ಟಿದ್ದರು. ಆಮೇಲೆ ದನ ಕಟ್ಟಿದರು. ಅದಕ್ಕೆ ಹುಲ್ಲು ತರುವುದು ಮರ ಹತ್ತಿ ಪೇರಳೆ, ಹಲಸಿನ ಕಾಯಿ,ಹಣ್ಣು ಕೊಯ್ಯುವುದು ಎಲ್ಲ ಕಲಿತಳು. ಇದೆಲ್ಲ ಕೆಲಸಗಳು ಅವಳ ಇಷ್ಟದವೇ ಆಗಿದ್ದವು. ಇದರೊಡನೆ ಅವಳಲ್ಲಿ ಯೌವನವೂ ಬೆರೆಯಿತು. ಹೆಣ್ಣು ವಯಸ್ಸಿಗೆ ಬಂದೊಡನೆ ಮದುವೆ ಮಾಡಲೇ ಬೇಕಲ್ಲ. ಇಲ್ಲವಾದರೆ ಸಮಾಜ ಅವರನ್ನು ಅಪರಾಧಿಗಳಂತೆ ನೋಡುತ್ತಿದ್ದರು. ಪಾಪ ಇನ್ನೂ ಮದುವೆಯಾಗಿಲ್ಲ ಎಂಬ ಉದ್ಗಾರ ಬರುತ್ತಿತ್ತು. ಬ್ರಾಹ್ಮಣ ಹುಡುಗರು ವಿದ್ಯಾವಂತರಾದಂತೆ ವಿದ್ಯಾವಂತೆ ಹುಡುಗಿಯರಿಗೆ ಹೆಚ್ಚು ಅವಕಾಶ. ಜೊತೆಗೆ ರೂಪ, ಮನೆತನಗಳೂ ಮುಖ್ಯವಾಗಿದ್ದವು. ಹುಡುಗಿ ಚೆನ್ನಾಗಿದ್ದರೆ ಸುಲಭವಾಗಿ ಮದುವೆಯಾಗಿ ಬಿಡುತ್ತಿತ್ತು. ದೊಡ್ಡವರ ಅಂದರೆ ಶ್ರೀಮಂತರ ಮನೆಯ ಹುಡುಗಿ ಸಾಮಾನ್ಯವಾಗಿದ್ದರೂ ಮಾವನ ಆಸರೆ ಪ್ರತಿಷ್ಠೆಯ ಬಲದಿಂದ ಮದುವೆಯಾಗುತ್ತಿತ್ತು.

ರೂಪವಿಲ್ಲದ, ವಿದ್ಯಾಭ್ಯಾಸವೂ ಇಲ್ಲದೆ ಬಡವರಾಗಿದ್ದರೆ ಅಂತಹ ಹುಡುಗರೇ ಸಿಗುತ್ತಿದ್ದರು.

ಸುಮತಿಗೆ ವಿದ್ಯೆ ಇತ್ತು. ಆದರೆ ರೂಪ ಹುಡುಗರನ್ನು ಆಕರ್ಷಿಸುವಂತಿರಲಿಲ್ಲ. ಬಣ್ಣ ಕಪ್ಪು, ಅಂಕುಡೊಂಕಾದ ಹಲ್ಲುಗಳು, ಒಣಕಲು ಮೈ ಇವುಗಳಿಂದ ಅವಳನ್ನು ವರಿಸಲು ಬರುವವರೇ ಇರಲಿಲ್ಲ. ಅಡುಗೆ ಮಾಡುವ, ಪೌರೋಹಿತ್ಯ ಮಾಡುವ ಹುಡುಗರೂ ಅವಳನ್ನು ತಿರುಗಿ ನೋಡುತ್ತಿರಲಿಲ್ಲ. ಅಂತಹವರಿಗೆ ಕೊಡಲು ಮನೆಯವರಿಗೂ ಇಷ್ಟವಾಗಲಿಲ್ಲ. ಅಲ್ಲದೆ ಆಗ ಪೌರೋಹಿತ್ಯವೆಂಬುದು ಗೇಲಿಯ ವಿಷಯವಾಗಿತ್ತು. ಭಟ್ರು ಮಣಮಣ ಹೇಳಿ ಮಂತ್ರ ಹೇಳ್ತಾರೆ ಎಂತ ಹೇಳ್ತಾರೊ, ಅವ್ರಿಗೂ ಗೊತ್ತುಂಟೊ ಇಲ್ವೋ ಹೇಳ್ವ ಭಾವನೆ ಇತ್ತು. ಓದಲು ಇಷ್ಟವಿಲ್ಲದವರು (ಬ್ರಾಹ್ಮಣರಲ್ಲಿ) ಬೇಸಾಯ (ಭೂಮಿ ಇದ್ದರೆ) ಅಡುಗೆ ಕೆಲಸ ಎಲ್ಲ ಮಾಡುತ್ತಿದ್ದರು. ವಂಶ ಪಾರಂಪರ್ಯದ ಭಟ್ರುಗಳು ಮಾತ್ರ ಮಂತ್ರ ಕಲ್ತು ಕ್ರಿಯಾ ಕರ್ಮಗಳನ್ನು ಮಾಡಿಸುತ್ತಿದ್ದರು. ವೃತ್ತಿಗೌರವ ಕಡಿಮೆ ಇತ್ತು. ಡಾಕ್ಟ್ರು, ಇಂಜಿನಿಯರು, ಮೆಷ್ಟ್ರುಗಳಿಗೆ ಹೆಚ್ಚು ಗೌರವ ಇತ್ತು. ಸರ್ಕಾರಿ ನೌಕರನಾದ್ರೆ ಜೀವಮಾನದ ರಕ್ಷಣೆ ಎಂದು ಎಲ್ಲರೂ ಅದಕ್ಕಾಗಿ ಹಂಬಲಿಸುತ್ತಿದ್ದರು.

ಅಂತೂ ಸುಮತಿಗೂ ಮದುವೆಯಾಯ್ತು. ಮನೆಯಲ್ಲಿ ಬೇಸರವಾಗಿ ಚಿಕ್ಕಪ್ಪನಲ್ಲಿ ಹೋಗಿದ್ದಾಗ ಅತ್ತೆಯೊಬ್ಬರು ಹೇಳಿ ಒಬ್ಬರನ್ನು ನೆಂಟರೊಡನೆ ಕಳಿಸಿದ್ದರು. ಹುಡುಗ ಕುರೂಪಿಯಾಗಿರಲಿಲ್ಲ. ಆದರೆ ವಿದ್ಯೆ ಕಡಿಮೆ. ಆಸ್ತಿ ಇಲ್ಲ. ಸರಿಯಾದ ಕೆಲಸ ಇಲ್ಲ. ಆದರೂ ಅಪ್ಪಅವರಿದ್ದಲ್ಲಿಗೆ ಹೋಗಿ ನೋಡಿ ಬಂದು ಜೀವನಕ್ಕೆ ತೊಂದರೆಯಾಗದೆಂದು ವಿಶ್ವಾಸದಿಂದ ಮದುವೆ ಮಾಡಿದರು. ಅಪ್ಪನ ಆಸೆಯಂತೆ ಜೀವನಕ್ಕೆ ತೊಂದರೆಯಾಗಲಿಲ್ಲ. ಹೊಂದಾಣಿಕೆಯ ಸಂಸಾರದಲ್ಲಿ ಎರಡು ಮಕ್ಕಳಾದವು. ಮಕ್ಕಳು ಒಳ್ಳೆಯವರಾಗಿ ಜನ ಮೆಚ್ಚುವಂತೆ ಬೆಳೆದು ವಿದ್ಯಾವಂತರಾದರು. ತಾಯಿಯ ರೂಪ ಇಬ್ಬರಿಗೂ ಬರಲಿಲ್ಲವೆಂದು ಸುಮತಿಗೆ ಸಂತೋಷವಾಯಿತು.

7

ಒಂದೂರಿನಲ್ಲಿ

ಒಂದೂರಿನಲ್ಲಿ ಚೊಕ್ಕಮ್ಮಅಂತ ಒಬ್ಬ ಹೆಣ್ಣುಮಗಳು. ಅವಳಿಗೆ ಐದಾರು ಮಕ್ಕಳು. ಗಂಡ ಕಿಟ್ಟಣ್ಣ. ಬ್ರಾಹ್ಮಣಾರ್ಥ, ಪೂಜೆ, ಹೋಮ ಎಂದು ಏನೋ ಜೀವನಕ್ಕೆ ಆಗುವಷ್ಟು ಸಂಪಾದನೆ ಮಾಡುತ್ತಿದ್ದ. ಒಮ್ಮೆ ದೂರದ ಊರಿಂದ ಬಂದ ನೆಂಟನೊಬ್ಬ ನಮ್ಮೂರಿಗೆ ಬಾ ನಮ್ಮಲ್ಲಿ ಪೂಜೆಗೆ ಜನ ಬೇಕು. ಉಳಿದಂತೆ ನೀನು ಹೆಂಡತಿ ಮಕ್ಕಳ ಜೊತೆ ಸ್ವತಂತ್ರ್ಯವಾಗಿರಬಹುದು. ಮನೆ ಕಟ್ಟಲು, ಬೇಸಾಯಕ್ಕೆಲ್ಲಾ ಜಾಗ ಕೊಡಿಸುತ್ತೇನೆ ಎಂದು ಭರವಸೆ ಕೊಟ್ಟರು. ಹಾಗೆ ಊರು ಬಿಟ್ಟು ಪರವೂರಿಗೆ ಬಂದರೂ ಅವರ ಜೀವನ ಕಷ್ಟವಾಗಿಯೇ ಇತ್ತು. ಮಕ್ಕಳು, ಹೆಂಡತಿ

ಎಲ್ಲ ಸೇರಿ ಮನೆಯೊಂದನ್ನು ಕಟ್ಟಿಕೊಂಡರು. ಈಗಿನಂತೆ ಸಿಮೆಂಟಿನ ಮನೆಯಲ್ಲ. ಕಾಡು ಕಲ್ಲನ್ನು ಮಣ್ಣಿನಲ್ಲಿ ಸೇರಿಸಿ ಗಟ್ಟಿಮಾಡಿದ ಪಂಚಾಂಗ, ಮಣ್ಣು ಅಗೆದು ಅದಕ್ಕೆ ನೀರು ಹಾಕಿ ಕಲಸಿ ಅದನ್ನು ಹುಳಿ ಬರಿಸಿ ದೊಡ್ಡ ದೊಡ್ಡ ಉಂಡೆ ಮಾಡಿ ಜೋಡಿಸುತ್ತಾ ಒಣಗಲು ಬಿಟ್ಟು ಪುನಃ ಒಂದಷ್ಟು ಏರಿಸಿ ಮಾಡಿದ ಗೋಡೆ. ಗೋಡೆಯ ಮೇಲೆ ಮರದ ತೊಲೆಗಳನ್ನಿಟ್ಟು ಅದಕ್ಕೆ ಪಕ್ಕಾಸು ಕೂರಿಸಿ ಮೇಲೆ ತ್ರಿಕೋನಾಕಾರವಾಗಿ ಬರುವಂತೆ ಮಾಡು ಮಾಡಿ, ಅಡಿಕೆ ಮರದ ತಟ್ಟೆಗಳನ್ನು ಕಟ್ಟಿ ಅದರ ಮೇಲೆ ಅಡಿಕೆ ಸೋಗೆಯನ್ನು ಹೊದಿಸಿ ಮಾಡು ಮಾಡಿದರು. ಎಲ್ಲಾ ಬೇರೆಯವರ ತೋಟದಿಂದ ಅವರ ಅನುಮತಿ ಪಡೆದು ಸಂಗ್ರಹಿಸಿದ್ದು. ಎರಡು ಎಕರೆ ಮಜಲು ಗದ್ದೆ ಇತ್ತು. ಸೊಪ್ಪಿನ ಗುಡ್ಡೆಯಿತ್ತು. ಗದ್ದೆಯ ಆಚೆ ಬದಿಯಲ್ಲಿ ಸಣ್ಣ ತೋಡು ಹರಿಯುತ್ತಿತ್ತು. ಆಗೆಲ್ಲ ಕಾಲಕ್ಕೆ ಸರಿಯಾಗಿ ಮಳೆ ಬರುತ್ತಿತ್ತು. ಕಾರ ತಿಂಗಳಲ್ಲಿ ಗದ್ದೆ ಹೂಟೆ ಶುರುವಾಗುತ್ತಿತ್ತು. ಹೂಟೆಗೆಂದು ಎರಡು ಎತ್ತುಗಳು, ಹಾಲಿಗೆಂದು ಒಂದು ದನವನ್ನೂ ಕಿಟ್ಟಣ್ಣನ ಬಂಧುವೇ ಕೊಡಿಸಿದ್ದರು. ಆಗ ಬ್ರಾಹ್ಮಣರು ಹೂಟೆ (ಗದ್ದೆಉಳುವುದು) ಕೆಲಸವನ್ನು ಮಾಡುತ್ತಿರಲಿಲ್ಲ. ಅದಕ್ಕೆ ತುಂಬಾ ಶಕ್ತಿ ಬೇಕಿತ್ತಲ್ಲ. ಮತ್ತೆ ಭೂಮಿಗೆ ಗಾಯಮಾಡುತ್ತೇವೆಂದು ಹಿಂಜರಿಕೆಯೊ ಏನೊ, ಊರಿನಲ್ಲಿ ಅದನ್ನೇ ವೃತ್ತಿಯಾಗಿ ಮಾಡುವವರಿದ್ದರು. ಬೀಜ ಬಿತ್ತುವ, ಆಮೇಲೆ ನೆಡುವ, ಕಳೆ ಕೀಳುವ ಕೆಲಸಗಳನ್ನೆಲ್ಲ ಮನೆಯವರೇ ಮಾಡುತ್ತಿದ್ದರು. ಹೆಚ್ಚಾಗಿ ಕಿಟ್ಟಣ್ಣ ಮತ್ತೆ ದೊಡ್ಡ ಮಗ ಪೂಜೆ, ಮನೆ ಒಕ್ಕಲು, ತಂಬಿಲ ಎಂದು ಹೋಗುತ್ತಿದ್ದರೆ, ಉಳಿದ ಮಕ್ಕಳೂ ಹೆಂಡತಿಯೂ ಗದ್ದೆ ಕೆಲಸ ಮಾಡುತ್ತಿದ್ದರು. ಮಳೆಯ ನೀರಿನ ಆಸರೆಯಲ್ಲೇ ಬೇಸಾಯ ಆಗುತ್ತಿತ್ತು. ಬೇಸಿಗೆಯಲ್ಲಿ ತೋಡಿಗೆ ಕಟ್ಟ ಕಟ್ಟಿ ಅಲ್ಲಿಂದ ಕಣಿಯಲ್ಲಿ ನೀರು ತಂದು ಉದ್ದು, ತೊಗರಿ, ಹೆಸರು, ಅಲಸಂಡೆ, ಬೆಂಡೆ ಮುಂತಾದವುಗಳನ್ನು ಬೆಳೆಸುತ್ತಿದ್ದರು. ಅಂತೂ ಎರಡು ಹೊತ್ತಿನ ಊಟಕ್ಕೆ ತೊಂದರೆ ಇರಲಿಲ್ಲ. ವರ್ಷಕ್ಕೆರಡು ಜೊತೆ ಬಟ್ಟೆಯೂ ಆಗುತ್ತಿತ್ತು.

ಒಂದು ದಿನ ದೇವರ ಪೂಜೆ ಮುಗಿಸಿಬಂದ ಕಿಟ್ಟಣ್ಣ ಕುಸಿದು ಬಿದ್ದವ ಮೇಲೇಳಲೇ ಇಲ್ಲ. ಚೊಕ್ಕಮ್ಮನ ಅಳುವನ್ನು ಕೇಳಿ ಬಂದ ಕೆಲಸದವರು ಆಚೀಚೆ ಮನೆಯವರಿಗೆ ಸುದ್ದಿ ಮುಟ್ಟಿಸಿದರು. ದೊಡ್ಡಮಗ ಶಿವನಿಗೆ ಇಪ್ಪತ್ತು ವರ್ಷ. ಅಪ್ಪ ಹೇಳಿದ್ದು ಮಾಡುತ್ತಿದ್ದ. ಈಗ ಏನು ಮಾಡುವುದೆಂದು ತೋಚದೆ ಅಮ್ಮ, ತಂಗಿ, ತಮ್ಮಂದಿರನ್ನು ಸಮಾಧಾನಿಸಲೂ ಗೊತ್ತಾಗದೆ ದಿಕ್ಕೆಟ್ಟು ಕುಳಿತಿದ್ದ. ಸುದ್ದಿ ತಿಳಿದ ಬಂಧುಗಳೆಲ್ಲ ಸೇರಿ ಅಂತ್ಯ ಸಂಸ್ಕಾರ ನಡೆಸಿದರು. ಮನೆಯೊಳಗೆ ಏನುಂಟು ಏನಿಲ್ಲ ಎಂದು ತಿಳಿದುಕೊಂಡು ಚೊಕ್ಕಮ್ಮನಿಗೆ ಸಮಾಧಾನ ಹೇಳಿ ಮಕ್ಕಳನ್ನು ನೋಡಿಕೊಂಡು ಬದುಕಿ, ಜೊತೆಗೆ ಕಷ್ಟ ಸುಖಕ್ಕೆ ನಾವಿದ್ದೇವೆಂದು ಧೈರ್ಯ ಹೇಳಿದರು. ಅಜ್ಜಿಯೊಬ್ಬರು ಒಂದಿಷ್ಟು ಅನ್ನ ಸಾರು ಬೇಯಿಸಿ ಒತ್ತಾಯದಿಂದ ಎಲ್ಲರಿಗೂ ಉಣಬಡಿಸಿದರು.

ಮುಂದೆ ಶಿವನೇ ಅಪ್ಪನ ಜಾಗದಲ್ಲಿ ನಿಂತು ತಾಯಿ, ತಮ್ಮ, ತಂಗಿಯರನ್ನು ಪ್ರೀತಿಯಿಂದ ನೋಡಿಕೊಳ್ಳುತ್ತಿದ್ದನು. ಪೂಜೆಗೆ ಅಪ್ಪನ ಜತೆಯಲ್ಲಿ ಹೋಗುತ್ತಿದ್ದುದರಿಂದ ಅದನ್ನೆಲ್ಲ ಮುಂದುವರಿಸಿಕೊಂಡು ಹೋಗುವುದು ಅವನಿಗೆ ಕಷ್ಟವಾಗಲಿಲ್ಲ. ಊರವರು ಸಹಾಯ ಮಾಡದಿದ್ದರೂ ತೊಂದರೆ ಕೊಡುತ್ತಿರಲಿಲ್ಲ. ಎಲ್ಲರೊಂದಿಗೆ ಚೆನ್ನಾಗಿದ್ದುದರಿಂದ ಜೀವನಕ್ಕೆ ಕಷ್ಟವಾಗಲಿಲ್ಲ. ತಂಗಿಯರನ್ನು ಮದುವೆ ಮಾಡಿಕೊಟ್ಟು ಅವರು ಸುಖವಾಗಿದ್ದರು. ಶಿವನೂ

ಮದುವೆ ಮಾಡಿಕೊಂಡ. ಚೊಕ್ಕಮ್ಮನೂ ಸೊಸೆಯನ್ನು ಪ್ರೀತಿಯಿಂದಲೇ ನಡೆಸಿಕೊಂಡಳು. ಮತ್ತೆ ತಮ್ಮಂದಿರಿಗೂ ಮದುವೆಯಾಯ್ತು. ಎಲ್ಲ ಒಳ್ಳೆಯ ಕೆಲಸಗಾತಿಯರಾಗಿದ್ದು ಒಗ್ಗಟ್ಟಿನಿಂದ ಮನೆ, ಮಕ್ಕಳು, ಬಂಧುಗಳೊಂದಿಗೂ ಹೊಂದಿಕೊಂಡು ಬಾಳುತ್ತಿದ್ದರು. ಮನೆತುಂಬಾ ಮಕ್ಕಳಾಗಿ ದುಡಿಮೆಸಾಲದಾಗುತ್ತಿತ್ತು. ಆದರೂ ಸ್ವಾಭಿಮಾನದಿಂದ ಬಾಳುತ್ತಿದ್ದರು.

ಚೊಕ್ಕಮ್ಮ ಸೊಸೆಯಂದಿರನ್ನು ಚೆನ್ನಾಗಿ ಬಾಳಿಸುತ್ತಿದ್ದರು. ಶಿವನ ಹೆಂಡತಿಯಂತೂ ಅವರಿಗೆ ಮಗಳಂತೆಯೇ ಆಗಿದ್ದಳು. ಮೊದಲನೇ ಮೊಮ್ಮಗಳ ಮದುವೆಯನ್ನೂ ನೋಡಿ ಅವಳ ಮಗುವಿನ ಬಾಣಂತನವನ್ನೂ ತಾವೇ ಸ್ವತಃ ಮಾಡಿದರು. ಎರಡನೇ ಮಗ ಶ್ಯಾಮನಿಗೂ ಮದುವೆಯಾಗಿ ಸರಸ್ವತಿ ಸೊಸೆಯಾಗಿ ಬಂದಿದ್ದಳು. ಅವಳಿಗೂ ಇಬ್ಬರು ಮಕ್ಕಳಾಗಿದ್ದರು. ಅವರಲ್ಲೂ ಹೆಣ್ಣು ಮಗು ಆಶಾ ಎಲ್ಲರಿಗೂ ಮೆಚ್ಚುಗೆ. ಮೂರನೇ ಮಗ ಶಂಕರನಿಗೆ ಹೆಂಡತಿಯಾಗಿ ಬಂದವಳು ಗೌರಿ. ಹೆಸರಿಗೆ ತಕ್ಕ ಹಾಗೆ ಗೌರಿಯಂತೆಯೇ ಇದ್ದಳು. ಸ್ವಲ್ಪಓದುವ ಅಭ್ಯಾಸವಿತ್ತು. ಅಂದಮೇಲೆ ಭಾವನೆಗಳು, ಆಸೆಗಳು ಎಲ್ಲಿ ಭಿನ್ನವಾಗಿದ್ದವು. ನಯ-ನಾಜೂಕು, ಒಪ್ಪ ಓರಣಗಳ ಕಾರಣ ಸ್ವಲ್ಪ ಕೆಲಸ ನಿಧಾನವಾಗುತ್ತಿತ್ತು. ವಾರಗಿತ್ತಿಯರ ಅಸಮಾಧಾನಕ್ಕೂ ಕಾರಣವಾಗುತ್ತಿತ್ತು. ಆದರೆ ಚೊಕ್ಕಮ್ಮ ಎಲ್ಲರನ್ನೂ ಸಂಭಾಳಿಸುತ್ತಿದ್ದರು. ಗೌರಿ ತನ್ನ ಮನಸ್ಸನ್ನು ಹತ್ತಿರದ ಮನೆಯ ತನ್ನದೇ ವಯಸ್ಸಿನ ಪಲ್ಲವಿಯೊಂದಿಗೆ ಹೇಳಿಕೊಳ್ಳುತ್ತಿದ್ದಳು. ಮಗ ಓದಿ ವಿದ್ಯಾವಂತನಾಗಿ ಒಳ್ಳೆಯ ಕೆಲಸಕ್ಕೆ ಸೇರಿ ಸುಖವಾಗಿರಬೇಕೆಂದು ಗೌರಿ ಬಯಸಿದ್ದಳು. ಪಲ್ಲವಿಗೂ ಕನಸುಗಳಿದ್ದವು. ಸ್ವಲ್ಪ ಓದಿರುವುದರಿಂದ ಎಲ್ಲಿಯಾದರೂ ಮಾಸ್ತರಿಕೆ ಸಿಕ್ಕಿದರೆ ನಿನ್ನ ಮಗನನ್ನು ನಾನು ಓದಿಸುತ್ತೇನೆಂದು ಮಾತನ್ನೂ ಕೊಟ್ಟಿದ್ದಳು. ಮಗನಿಗೆ ಎರಡು ವರ್ಷ ತುಂಬುವ ಹೊತ್ತಿಗೆ ಗೌರಿ ಹೆಣ್ಣು ಮಗುವಿನ ತಾಯಾದಳು. ಅದಂತೂ ಥೇಟು ಗೊಂಬೆಯಂತೆಯೇ ಇತ್ತು. ಮೂರು ತಿಂಗಳಾಗುವಾಗ ಮೈಕೈ ತುಂಬಿಕೊಂಡು ದೃಷ್ಟಿ ತಾಗುವ ಹಾಗಿತ್ತು. ಪಲ್ಲವಿಗೆ ಅದನ್ನು ಎತ್ತುವ ಆಸೆ ಆದರೆ ಎತ್ತಲು ಭಯವಾಗುತ್ತಿತ್ತು. ಪುಟಿಯುವ ಅದನ್ನು ಗಟ್ಟಿ ಹಿಡಿಯಲಾಗದಿದ್ದರೆ ಎಂದು ಹತ್ತಿರ ಕುಳಿತು ನೋಡುವುದರಲ್ಲೇ ತೃಪ್ತಿಪಟ್ಟು ಸಂತಸಪಡುತ್ತಿದ್ದಳು. ಗೌರಿ ಹಸಿರು ಸೀರೆ ಉಟ್ಟು ಮಗುವನ್ನು ಎತ್ತಿಕೊಂಡು ಕುಳಿತಾಗ ಸಿರಿಗೌರಿಯೇ ಕುಳಿತಂತೆ ಕಾಣುತ್ತಿತ್ತು.

ಒಂದು ದಿನ ಇದ್ದಕ್ಕಿದ್ದಂತೆ ಪಲ್ಲವೀ ಬಾಮ್ಮಾ ಇಲ್ಲಿ ನೋಡು ನನ್ನ ಗೋಳು ಎಂದು ಚೊಕ್ಕಮ್ಮ ಕರೆದರು. ಏನಾಯ್ತಪ್ಪಾ? ಅಜ್ಜಿಗೆ ಎಂದು ಹೋದಳು. ಜಗಲಿಯಲ್ಲಿ ಗೌರಿ ಮಗುವನ್ನುಹಿಡಿದುಕೊಂಡು ಕುಳಿತಿದ್ದಾಳೆ. ಶಂಕರ ಇದು ಹೀಗೇ ಆಗುತ್ತದೆಂದು ಮೊದಲೇ ಗೊತ್ತಿತ್ತು ಎಂದು ಹೇಳಿ ಮುಖ ಮುಚ್ಚಿ ಕುಳಿತ. ಪಲ್ಲವಿಗೆ ಏನೆಂದು ಗೊತ್ತಾಗಲಿಲ್ಲ. ಶಿವ ಹೇಳಿದ ನಿನ್ನೆ ಬೆಳಿಗ್ಗೆ ಹೋದ ದನ, ಕರುವನ್ನು ಎಲ್ಲಿಯೋ ಬಿಟ್ಟು ಬಂದಿತ್ತು. ಗೌರಿ ಹಾಲು ಕರೆದು ಕರುವನ್ನು ಬಿಟ್ಟು ಬಂದವಳು ಮತ್ತೆ ಕರುವನ್ನು ಕಟ್ಟಲಿಲ್ಲ. ಬೇರೆಯವರೂ ನೋಡಲಿಲ್ಲ, ನನಗೆ ರೇಗಿತು. ಸಿಟ್ಟಿನಲ್ಲಿ ದನಕ್ಕೆ ಎರಡೇಟು ಹಾಕಿ ಕರುವನ್ನು ಕರೆದುಕೊಂಡು ಬಾ ಎಂದು ಅಟ್ಟಿದೆ. ಈಗ ನೋಡಿದರೆ ಇವಳು ಎಲ್ಲಿಂದ ತಂದಳೋ ಗೊತ್ತಿಲ್ಲ, ತಾನು ವಿಷಕುಡಿದು ಆ

ಮಗುವಿಗೂ ಕುಡಿಸಿದ್ದಾಳೆ. ಮಗ ಕೈಗೆ ಸಿಗಲಿಲ್ಲವೇನೊ ಇಲ್ಲದಿದ್ರೆ ಅವನಿಗೂ ಕೊಡುತ್ತಿದ್ದಳೊ ಏನೋ ಎಂದ. ಪಲ್ಲವಿ ಹತ್ತಿರ ಮಗುವಿಗೆ ಡಬ್ಬಿ ತೊಳೆದ ನೀರು ಮಾತ್ರ ಕುಡಿಸಿದ್ದು ಎಂದಳು ಗೌರಿ. ಅಷ್ಟರಲ್ಲಿ ಮಗುವಿಗೆ ಬಿಕ್ಕಳಿಕೆ ಬರುತ್ತಿತ್ತು. ಗೌರಿಗೂ ವಿಷವೇರಿ ಕೈಕಾಲು ಸೆಟೆಯಿತು. ಮಗುವನ್ನು ಯಾರೋ ಎತ್ತಿಕೊಂಡರು. ಅದರ ಪ್ರಾಣ ತಾಯಿಗಿಂತ ಮೊದಲೇ ಹೊರಟು ಹೋಯಿತು. ಗೌರಿ ಅದನ್ನು ನೋಡಿ ನಿಟ್ಟುಸಿರಿಟ್ಟು ಮೌನವಾಗಿ ಪ್ರಾಣಬಿಟ್ಟಳು. ಪಲ್ಲವಿಗೆ ಏನು ಮಾಡಬೇಕೆಂದು ಗೊತ್ತಾಗಲಿಲ್ಲ. ಮೌನವಾಗಿ ಮನೆಗೆ ಬಂದಳು.

8

ಕನಸು ನನಸಾಯ್ತು

ಹತ್ತೊಂಭತ್ತನೇ ಶತಮಾನ ಶುರುವಿನಲ್ಲಿ ಬ್ರಿಟಿಷರ ಆಡಳಿತವಿತ್ತು. ಜನಸಂಖ್ಯೆ ಕಡಿಮೆ ಇತ್ತು. ಕಾಡು ಗುಡ್ಡಗಳು, ನದಿಗಳು, ಕಣಿವೆಗಳು ಎಲ್ಲ ಪರಿಶುದ್ಧವಾಗಿತ್ತು. ಅಂದರೆ ವಾಹನಗಳಾಗಲೀ, ಕಾರ್ಖಾನೆಗಳಾಗಲೀ ಇರಲಿಲ್ಲ. ದೊಡ್ಡ ಪಟ್ಟಣಗಳಲ್ಲಿ ಕೂಡಾ ವಾಹನ, ಜನದಟ್ಟಣೆ ಇರಲಿಲ್ಲ. ಸಣ್ಣಪೇಟೆ ಹಳ್ಳಿಗಳಲ್ಲಿ ಸರ್ಕಾರಕ್ಕೆ ಅರ್ಜಿ ಬರೆದುಕೊಟ್ಟು ಅವರು ಹೇಳುವ ಕಂದಾಯ ಕಟ್ಟಿದರೆ ಎಷ್ಟು ಭೂಮಿಯನ್ನಾದರೂ ಸ್ವಂತದ್ದಾಗಿ ಮಾಡಿಕೊಳ್ಳಬಹುದಿತ್ತು. ಹೆಚ್ಚಾಗಿ ನದಿಗಳ ಬದಿಯಲ್ಲಿ ಕಣಿವೆಗಳಲ್ಲಿ ಜನರು ಮನೆ, ಗದ್ದೆ

ತೋಟಗಳನ್ನು ನೀರಿನಾಸರೆ ಇಲ್ಲದ ಕಡೆ ಯಾರೂ ವಾಸಿಸುತ್ತಿರಲಿಲ್ಲ. ಕಾಡು, ಕಾಡುಪ್ರಾಣಿಗಳು ಬೇಕಾದಷ್ಟಿದ್ದವು.

ಹೀಗಿರುವ ಸಮಯದಲ್ಲಿ ಕೃಷ್ಣಯ್ಯ ಎಂಬ ಯುವಕ ಜ್ಯೋತಿಷ್ಯವನ್ನು ಅಭ್ಯಾಸ ಮಾಡಿದ್ದನು. ಜನರ ಜಾತಕ ನೋಡಿ ಭವಿಷ್ಯ ಹೇಳುವುದು, ಹುಟ್ಟಿದ ಮಕ್ಕಳ ಜಾತಕ ಮಾಡಿ ಕೊಡುವುದು ಮಾಡಿ ಒಂದಿಷ್ಟು ಹಣ ಸಂಪಾದಿಸಿದನು. ಅದನ್ನು ತೆಗೆದುಕೊಂಡು ಹುಟ್ಟೂರನ್ನು ಬಿಟ್ಟು ದೂರದಲ್ಲಿ ತನ್ನ ಭವಿಷ್ಯವನ್ನು ಬರೆಯಲು ಹೊರಟನು. ಕುಂಬ್ರ ಎಂಬಲ್ಲಿಂದ ಸ್ವಲ್ಪ ದೂರದಲ್ಲಿ ಮಾರ್ಗದಿಂದ ಅಡ್ಡ ತಿರುಗಿ ಒಂದು ಗುಡ್ಡವನ್ನು ಹತ್ತಿ ಇಳಿದರೆ ಉದ್ದಕ್ಕೆ ಕಣಿವೆಯೊಂದು ಹೆಬ್ಬಾವಿನಂತೆ ಹಾಸಿ ಮಲಗಿತ್ತು. ಬಿದಿರು ಮೊಳೆಗಳು, ಕುರುಚಲು ಗಿಡಗಳು ತುಂಬಿದ್ದವು. ದೊಡ್ಡ ಮರಗಳ ಕಾಡು ಇರಲಿಲ್ಲ. ದೂರದೂರಕ್ಕೆ ಒಂದೊಂದು ನೇರಳೆಮರ, ಹೆಬ್ಬಲಸು, ಕಾಡು ಮಾವಿನ ಮರಗಳಿದ್ದವು. ಬೈನೆ, ತಾಳೆ ಮರಗಳೂ ಇದ್ದವು. ಬೈನೆಮರದಿಂದ ಕಂಬ ಪಕ್ಕಾಸು, ರೀಪುಗಳನ್ನು ತಯಾರಿಸುತ್ತಿದ್ದರು. ಅದರ ಎಲೆಯಿಂದ ಪನೆಕೊಡೆಯನ್ನು ಮಾಡುತಿದ್ದರು. ಅದನ್ನು ಹಿಡಿದು ನಡೆಯುವ ಠೀವಿ, ರಾಜರ ಛತ್ರವನ್ನು ನೆನಪಿಸುತ್ತಿತ್ತು. ಅದರ ಕಾಂಡವನ್ನು ಮಣ್ಣಿನಿಂದ ಎಬ್ಬಿಸಿ ಒಳಗಡೆಯ ಬೆಂಡನ್ನೆಲ್ಲ ತೆಗೆದು ಗದ್ದೆ ತೋಟಗಳಿಗೆ ನೀರು ಮೊಗೆಯುವ ದೊಟ್ಟೆಯನ್ನು ಮಾಡುತ್ತಿದ್ದರು. ಆ ಉಪಕರಣಗಳಿಗೆ ಏತ ಎಂದು ಹೆಸರು. ಈಗಲೂ ಕೆಲವು ಕಡೆ ಏತ ನೀರಾವರಿ ಇದೆ. ಉಪಕರಣ ಬೇರೆ ಇರಬಹುದು.

ಆ ಜಾಗವನ್ನು ನೋಡಿ ಕೃಷ್ಣಯ್ಯನಿಗೆ ತುಂಬಾ ಖಷಿಯಾಯ್ತು. ಇಲ್ಲಿ ತನ್ನ ಸಾಮ್ರಾಜ್ಯವನ್ನು ಕಟ್ಟಬಹುದೆಂದು ನಿರ್ಧರಿಸಿ ಊರಿನ ಹಿರಿಯರನ್ನು ವಿಚಾರಿಸಿದನು. ಅವರು ಗ್ರಾಮ ಕರಣಿಕರನ್ನು ಪರಿಚಯ ಮಾಡಿಸಿದರು. ಅವರಿಗೆ ಶಾನುಭಾಗರೆಂಬ ಹೆಸರೂ ಇತ್ತು. ಗ್ರಾಮ ಭೂಮಿಕಾಣಿಯ ಲೆಕ್ಕ ಕಂದಾಯದ ಬಗ್ಗೆ ಎಲ್ಲ ಅವರೇ ಸಹಾಯ ಮಾಡಿದರು. ಸುಮಾರು ಐವತ್ತು ಎಕರೆಯಷ್ಟು ಜಾಗವನ್ನು ಕೃಷ್ಣಯ್ಯ ತನ್ನ ಹೆಸರಿಗೆ ಮಾಡಿಸಿಕೊಂಡರು. ಮಣೆಗಾರರು, ಶಾನುಭಾಗರ ಮೇಲಿನ ಅಧಿಕಾರಿ, ಮತ್ತೆ ತಹಸೀಲ್ದಾರರು. ಮಣೆಗಾರರು ಮಾಗಣೆಯ ಅಧಿಕಾರಿ, ತಹಸೀಲ್ದಾರರು ಒಂದು ತಾಲೂಕಿನ ಅಧಿಕಾರಿ. ಅವರೆಲ್ಲರ ಕೃಪೆಯಿಂದ ಕೃಷ್ಣಯ್ಯ ಒಬ್ಬ ಜಮೀನುದಾರ ಎನಿಸಿಕೊಂಡನು. ಊರಿನವರ ಸಹಕಾರದಿಂದ ಬೇಸಾಯ, ಅಡಿಕೆ ತೋಟ, ತೆಂಗು ಎಲ್ಲದರ ಕೃಷಿಯಲ್ಲಿ ತೊಡಗಿದನು. ಮುಂದೆ ಇವನ ಬುದ್ಧಿವಂತಿಕೆ ಒಳ್ಳೆಯ ಗುಣಗಳಿಗೆ ಮಾರುಹೋದ ಊರಿನ ಹಿರಿಯರು ಅವನ ತಂದೆ ತಾಯಿಯ ಬಗ್ಗೆ ವಿಚಾರಿಸಿದರು. "ತಂದೆ, ತಾಯಿ ಇಲ್ಲ ನಾನು ಚಿಕ್ಕವನಿರುವಾಗಲೇ ಹೋದರು. ಇಬ್ಬರು ಅಣ್ಣಂದಿರೇ ನನ್ನ ಬಂಧು ಬಳಗ ಎಲ್ಲ. ಅತ್ತಿಗೆಯಂದಿರು ಬಂದಮೇಲೆ ನನಗೆ ಬೇಯಿಸಿ ಹಾಕಲು ಕಷ್ಟವೆಂದು ನನ್ನ ಪಾಲಿನ ಆಸ್ತಿಯನ್ನು ಕೊಟ್ಟು ಬೇರೆ ಮನೆ ಮಾಡಿಕೊ ಎಂದು ಹೇಳಿದರು. ಅವರಿಬ್ಬರೂ ಬೇರೆ ಬೇರೆಯಾದರು. ನಾನು ಆಸ್ತಿಯ ಬೆಲೆಯನ್ನು ಕೊಡಿ, ಆಸ್ತಿಯನ್ನು ನೀವೇ ಇಟ್ಟುಕೊಳ್ಳಿ ಎಂದು ಅವರಿಂದ ದುಡ್ಡು ತೆಗೆದುಕೊಂಡು ಈಕಡೆ ಬಂದೆ" ಎಂದ. ಹಿರಿಯರು ಹುಡುಗಿಯನ್ನು ನೋಡಿ, ಕೃಷ್ಣಯ್ಯ ಒಪ್ಪಿದ ಮೇಲೆ ಅವನ ಅಣ್ಣಂದಿರಿಗೆ ಕಾಗದ ಬರೆದು ಮದುವೆಗೆ ಬರಬೇಕೆಂದು ತಿಳಿಸಿದರು.

ಮದುವೆಗೆ ಮಾತ್ರ ಸಂಸಾರ ಸಮೇತ ಬಂದು ಒಂದು ವಾರ ಚೆನ್ನಾಗಿ ಊಟ ತಿಂಡಿ ಮಾಡಿ ಎಲ್ಲರೊಂದಿಗೂ ಚೆನ್ನಾಗಿ ಮಾತಾಡಿ, ಸೀರೆ, ಪಂಚೆ, ಮಕ್ಕಳಿಗೆ ಬಟ್ಟೆ, ಬಸ್ಸಿಗೆ ದುಡ್ಡು ಎಲ್ಲ ಪಡೆದುಕೊಂಡು ಸಂತೋಷದಿಂದ ಊರಿಗೆ ಹೋದರು.

ಕೃಷ್ಣಯ್ಯನ ಸಂಸಾರ ಬೆಳೆಯಿತು. ಪತ್ನಿ ರಾಧಾ ಅನುಕೂಲಸ್ಥರ ಮನೆಯವಳಾಗಿದ್ದರೂ ಬಿಂಕ ಬಿಗುಮಾನ ಇರಲಿಲ್ಲ. ಕಾಟ ಕೊಡಲು ಅತ್ತೆ, ಮಾವ, ಅತ್ತಿಗೆ, ನಾದಿನಿಯರು ಯಾರೂ ಇರಲಿಲ್ಲ. ಸಹಾಯಕ್ಕೂ ಯಾರೂ ಇರದೆ ಆಳು ಕಾಳುಗಳ ಜತೆಯಲ್ಲಿಯೇ ಚೆನ್ನಾಗಿದ್ದು ಮನೆಯನ್ನು ಚಂದವಾಗಿ ಕಾಣುವಂತೆ ಮಾಡಿದ್ದಳು. ಮಕ್ಕಳು ದೊಡ್ಡವರಾಗುವ ಹೊತ್ತಿಗೆ ರಾಧಾ ಊರಲ್ಲಿ ಎಲ್ಲ ಮನೆಯವರೊಂದಿಗೂ ಹೊಕ್ಕು ಬಳಕೆ ಮಾಡಿಕೊಂಡು ಒಳ್ಳೆಯ ಗೃಹಿಣಿ ಎನಿಸಿಕೊಂಡಿದ್ದಳು.ದೊಡ್ಡ ಮಗನಿಗೆ ಜಾತಕಾನುಕೂಲವಾಯ್ತೆಂದು ಬಡವರ ಮನೆಯ ಹುಡುಗಿಯನ್ನು ಮದುವೆ ಮಾಡಿದರು. ಮದುವೆಯಾಗಿ ಬಂದ ಮೇಲೆ ಸಮ್ಮಾನಕ್ಕೆ ಹೋಗಿ ಬಂದರು. ಮತ್ತೆ ಆಟಿ ಸಮ್ಮಾನಕ್ಕೆ ಒಂದು ಸಲ ಗಂಡ-ಹೆಂಡತಿ ಹೋಗಿ ಬಂದರು. ತಾಯಿ ಮನೆಯವರು ಸಮ್ಮಾನಕ್ಕೆ, ಹಬ್ಬಕ್ಕೆ ಕರೆಯಲು ಮಾತ್ರ ಬಂದು ಹೋಗುತ್ತಿದ್ದರು. ಹತ್ತಿಪ್ಪತ್ತು ಮೈಲು ನಡೆಯಬೇಕಿತ್ತು. ಅಲ್ಲದೆ ಅತ್ತೆ- ಮಾವ ಕಳಿಸಿದರೆ ಮಾತ್ರ ಹೋಗುವ ಕ್ರಮವಿತ್ತು. ಆಮೇಲೆ ರಾಧಾ ಹೋದದ್ದು ಹೆರಿಗೆಗೆ. ಏಳು ತಿಂಗಳಾಗುವಾಗ ಸೀಮಂತ ಮಾಡಿ ಎತ್ತಿನ ಗಾಡಿ ಗೊತ್ತುಮಾಡಿ ಕುಲುಕದ ಹಾಗೆ ಮೆತ್ತೆಯಂತೆ ಬೈಹುಲ್ಲನ್ನು ಹಾಕಿ, ಅದರ ಮೇಲೆ ಜಮಖಾನೆ ಹಾಕಿ ಸೊಸೆಯನ್ನು ತವರಿಗೆ ಕಳಿಸಿಕೊಟ್ಟರು. ಜೊತೆಯಲ್ಲಿ ಮಗ ಹೋಗುವಂತಿರಲಿಲ್ಲ. ಅವನು ಹೋಗುವುದು ಮಗು ಹುಟ್ಟಿ ಅದರ ಶುದ್ಧ ಪುಣ್ಯಾಹಕ್ಕೆ ಮಾತ್ರ. ಮಗು ಹುಟ್ಟಿದಾಗ ಗಂಡಾದರೆ ಕಾಯಿಸಕ್ಕರೆ, ಹೆಣ್ಣಾದರೆ ಕಾಯಿ ಬೆಲ್ಲ ತೆಗೆದುಕೊಂಡು ಬರುತ್ತಾರೆ. ಅದನ್ನು ನೋಡಿಯೇ ಹೆಣ್ಣೊ ಗಂಡೊ ಎಂದು ಊಹಿಸುತ್ತಾರೆ.

ಕೃಷ್ಣಯ್ಯನ ಮಗ ಶ್ರೀನಿವಾಸನಿಗೆ ಹೆಣ್ಣುಮಗುವಾಗಿತ್ತು. ಮನೆಗೆ ಮೊದಲ ಹೆಣ್ಣು ಮಗುವಾದ್ದರಿಂದ ಎಲ್ಲರಿಗೂ ಸಂತೋಷವೇ ಆಗಿತ್ತು. ಸದ್ಯ ಸಾವಿತ್ರಿಗೆ (ಶ್ರೀನಿವಾಸನ ಪತ್ನಿ) ಏನೂ ತೊಂದರೆಯಾಗದೆ ಸುಖಪ್ರಸವ ಆಯ್ತಲ್ಲ ಎಂದು ಸಮಾಧಾನವಾಯ್ತು. ಏಕೆಂದರೆ ಆಗ ಆಸ್ಪತ್ರೆಗಳು ಡಾಕ್ಟ್ರುಗಳು ಎಲ್ಲ ಇರಲಿಲ್ಲ. ಮನೆಯಲ್ಲಿ ತಾಯಿ, ಅಜ್ಜಿ, ಮತ್ತೆ ಊರಲ್ಲಿ ಹೆರಿಗೆ ಮಾಡಿಸುವ ಅಜ್ಜಿಯರ ಸಹಾಯದಿಂದ ಹೆರಿಗೆಯಾಗುತ್ತಿತ್ತು. ಹೆರಿಗೆ ಕಷ್ಟವಾದರೆ ಸುಳ್ಯದಿಂದ, ಪುತ್ತೂರು, ಮಂಗಳೂರಿನಿಂದ ಡಾಕ್ಟ್ರು ಬರಬೇಕಿತ್ತು. ಇಲ್ಲ ಎತ್ತಿನ ಗಾಡಿಯಲ್ಲಿ ಪುತ್ತೂರಿಗೆಲ್ಲ ಗರ್ಭಿಣಿಯನ್ನು ಸಾಗಿಸಬೇಕಿತ್ತು. ಆಯಸ್ಸು ಗಟ್ಟಿಯಾಗಿದ್ದವರು ಉಳಿಯುತ್ತಿದ್ದರು.

ಸಾವಿತ್ರಿ ಆರು ತಿಂಗಳ ಬಾಣಂತನ ಮುಗಿಸಿ ಮಗು ಸೀತೆಯನ್ನು ಕರೆದುಕೊಂಡು ಮನೆಗೆ ಬಂದಳು. ಹೆಣ್ಣುಮಕ್ಕಳಿಗೂ ಒಬ್ಬೊಬ್ಬರಿಗೇ ಮದುವೆಯಾಯ್ತು. ಅವರ ಬಾಣಂತನಗಳೆಲ್ಲ ಸರದಿಯಂತೆ ಆಗುತ್ತಿದ್ದವು. ಒಬ್ಬರಲ್ಲ ಒಬ್ಬರು ಬಸುರಿಯೊ ಬಾಣಂತಿ ಅವರ ಮನೆಯಲ್ಲಿ ಸದಾ ಇರುತ್ತಿದ್ದರು. ಜೊತೆಗೆ ಅವರ ಮೊದಲಿನ ಮಕ್ಕಳೂ ಕೆಲವೊಮ್ಮೆ ಅಳಿಯಂದಿರೂ ಇರುವುದಿತ್ತು. ಮಗು ದೊಡ್ಡದಾಗಿ ಶಾಲೆಗೆ ಸೇರಿದರೆ ಆಮೇಲೆ ರಜೆಯಲ್ಲಿ ಮಾತ್ರ ಅಜ್ಜಿಮನೆಗೆ ಬರುತ್ತಿದ್ದರು.

ರಾಧಮ್ಮ ಮಗಳಂದಿರ ಬಾಣಂತನ ಇತ್ಯಾದಿಗಳನ್ನು ನೋಡುತ್ತಿದ್ದರು. ಕೆಲಸಕ್ಕೆ ಬರುತ್ತಿದ್ದ ಕಮಲಳ ಸಹಾಯ ಪಡೆಯುತ್ತಿದ್ದರು. ಸಾವಿತ್ರಿ ತಿಂಡಿ, ಕಾಫಿ, ಊಟ ಎಂದು ಮನೆಯ ಎಲ್ಲ ಕೆಲಸಗಳನ್ನು ಮಾಡಬೇಕಿತ್ತು. ನಾದಿನಿಯರೂ ಸಹಾಯ ಮಾಡುತ್ತಿದ್ದರು. ಆದರೆ ಜವಾಬ್ದಾರಿ ಸಾವಿತ್ರಿಯದೇ, ರಾಧಮ್ಮನ ಸಲಹೆಯಂತೆ ಎಲ್ಲ ನಡೆಯುತ್ತಿತ್ತು. ಗಂಡಸರು ತೋಟ ಗದ್ದೆಯಲ್ಲಿ ದುಡಿಯುತ್ತಿದ್ದರು. ಶ್ರೀನಿವಾಸ ಮಾತ್ರ ಜ್ಯೋತಿಷ್ಯ ಕಲಿತು ಪಂಚಾಂಗ ನೋಡಿ ಕವಡೆ ಹಾಕಿ ದಿನ ನೋಡುವುದು, ಕಷ್ಟಕ್ಕೆ ಪರಿಹಾರ ಹೇಳುವುದು, ದೇವರ ಪೂಜೆ ಇತ್ಯಾದಿಗಳಲ್ಲಿ ತೊಡಗಿದ್ದರು. ಇನ್ನೊಬ್ಬ ಮಗ ಮಾಸ್ತರಿಕೆ ಮಾಡಿ ಅದನ್ನು ಬಿಟ್ಟು ಮನೆಗೆ ಬಂದು ತೋಟ ಗದ್ದೆ ನೋಡುತ್ತಿದ್ದನು. ಸಣ್ಣ ಮಗ ಶ್ರೀರಾಮನೂ ಮಾಸ್ತರನಾಗಿದ್ದನು.

ಇದೆಲ್ಲದರ ಮಧ್ಯೆ ಸೀತೆಗೆ ತಮ್ಮನೊ ತಂಗಿಯೊ ಬರಲೇ ಇಲ್ಲ. ಸಾವಿತ್ರಿಗೆ ದುಡಿತವೇ ಜೀವನವಾಗಿತ್ತು. ಸೀತೆ ಅತ್ತೆಯಂದಿರ ಮಕ್ಕಳೊಟ್ಟಿಗೆ ಬೆಳೆಯುತ್ತಿದ್ದಳು. ಅತ್ತೆ ನಾದಿನಿಯರ ಮಾತು ಕೇಳಿಕೊಂಡು ಒಮ್ಮೊಮ್ಮೆ ಗಂಡ ಕೊಡುವ ಪೆಟ್ಟುಗಳನ್ನೂ ಸಾವಿತ್ರಿ ಸಹಿಸಿಕೊಳ್ಳಬೇಕಿತ್ತು. ಬೇರೆ ದಾರಿ ಇರಲಿಲ್ಲ. ತವರಿಗೆ ಹೋದರೆ ಅವರಿಗೆ ಭಾರವಾಗಿ ಬದುಕಬೇಕಿತ್ತು. ಅಂತೂ ಸೀತೆಗೆ ಹನ್ನೆರಡು ವರುಷವಾದಾಗ ಸಾವಿತ್ರಿ ಗಂಡು ಮಗುವಿಗೂ ತಾಯಾದಳು. ಆಮೇಲೆ ಮೈದುನಂದಿರಿಗೆ ಮದುವೆಯಾಗಿ ವಾರಗಿತ್ತಿಯರೂ ಬಂದರು. ಕೆಲಸವನ್ನು ಹಂಚಿಕೊಂಡರು. ಮಗ ಹುಟ್ಟಿದ ಮೇಲೆ ಗಂಡ ಹೊಡೆಯುವುದು ಕಡಿಮೆಯಾಗಿ ಈಗ ನಿಂತೇ ಹೋಗಿತ್ತು. ಸಾವಿತ್ರಿಗೆ ಬದುಕಿನಲ್ಲಿ ನೆಮ್ಮದಿ ಸಿಕ್ಕಿತು. ಮುಂದೆ ಸೀತೆಯ ಮದುವೆಯಾಯ್ತು. ಮೈದುನಂದಿರ ಮಕ್ಕಳೂ ಮನೆಯಲ್ಲಿ ಕಲಕಲ ಸದ್ದು ಮಾಡಿದರು. ಶ್ರೀನಿವಾಸ ಅಜ್ಜನಾಗಿ ಮನೆಯವರ ಹಿತಕ್ಕಾಗಿ ಆಸ್ತಿಯನ್ನು ಮಗಂದಿರಿಗೆ ಪಾಲು ಮಾಡಿಕೊಟ್ಟರು. ಮೂವರು ಮಗಂದಿರೂ ಅವರವರ ಮನೆಗಳಲ್ಲಿ ಸುಖವಾಗಿದ್ದರು.

9
ಸಂಸಾರ

ಮೊನ್ನೆ ನನ್ನ ಮಗನ ಪರಿಚಯದವರಲ್ಲಿಗೆ ಹೋಗಿದ್ದೆ. ಜಯಾ ಶ್ರೀನಿವಾಸ ಅಂತ ದಂಪತಿಗಳು, ಅವರಿಗೊಬ್ಬ ಮಗ. ಹೈಸ್ಕೂಲಿನಲ್ಲಿಓದುತ್ತಿದ್ದ. ಹೀಗೇ ಮಾತನಾಡುವಾಗ ಜಯಾ ಹೇಳಿದರು. ನನ್ನ ತಮ್ಮನಿಗೆ ಹೆಣ್ಣು ಹುಡುಕುತ್ತಿದ್ದೇವೆ ಎಲ್ಲಿಯಾದರೂ ಇದ್ದರೆ ಹೇಳಿ ಎಂದು. ತಮ್ಮ ಏನು ಮಾಡುತ್ತಿದ್ದಾರೆ? ಎಂದು ಕೇಳಿದೆ. ತೋಟ, ಗದ್ದೆ, ಊರಿನಲ್ಲೇ ಅಂಗಡಿ ಇಟ್ಟಿದ್ದಾನೆ ಒಳ್ಳೆ ಸಂಪಾದನೆ ಇದೆ. ಡಿಗ್ರಿಯೂ ಆಗಿದೆ ಬುದ್ಧಿವಂತ ಎಂದೆಲ್ಲ ಹೇಳಿದರು. ನನಗೆ ಯಾವ ಹುಡುಗಿಯೂ ನೆನಪಾಗಲಿಲ್ಲ. ಕೇಳಿದೆ ಅಷ್ಟೆಲ್ಲ ಇದ್ದ ಮೇಲೆ ಯಾಕಿಷ್ಟು ಪರದಾಟ

ಎಂದು. ಅದಕ್ಕೆ ಹೇಳಿದರು ಅಯ್ಯೋ ಈಗ ಹುಡುಗಿಯರ ಸಂಖ್ಯೆಯೇ ಕಡಿಮೆಯಾಗಿದೆ. ಇರುವ ಹುಡುಗಿಯರೂ ಇಂಜಿನಿಯರಿಂಗ್ ಓದುತ್ತಿದ್ದಾರೆ, ಡಾಕ್ಟರರಾಗುತ್ತಿದ್ದಾರೆ. ಬರೀ ಡಿಗ್ರಿ ಮಾಡಿ ಮನೆ ಆಸ್ತಿ ಇರುವ ಹುಡುಗನನ್ನು ಮದುವೆಯಾಗಲು ಹುಡುಗಿಯರೇ ಒಪ್ಪುವುದಿಲ್ಲ ಎಂದು.

ನನಗೆ ನಮ್ಮ ಕಾಲದ ನೆನಪಾಯ್ತು. ನಾನು ಹತ್ತನೇ ತರಗತಿ ಓದಿದ್ದೆ. ನನ್ನ ಗೆಳತಿಯರೆಲ್ಲ ೪, ೫, ೭ನೇ ಕ್ಲಾಸಿಗೇ ಮುಗಿಸಿದ್ದರು. ಒಬ್ಬಳು ಮಾತ್ರ ಹತ್ತನೇ ಓದಿದ್ದಳು. ಹದಿನೈದನೇ ವಯಸ್ಸಿಗೆ ಓದುಮುಗಿಸಿ ಬಂದು ಎಮ್ಮೆ ಮೇಯಿಸಿವುದು, ಹುಲ್ಲು ಸೊಪ್ಪು ಎಂದು ಕಾಲಕಳೆಯುತ್ತಿದ್ದೆ. ನೋಡಲು ರೂಪವಂತಿಯಾಗಿರಲಿಲ್ಲ. ವಿದ್ಯೆ ಉಪಯೋಗಕ್ಕೆ ಬರಲಿಲ್ಲ. ಎಲ್ಲಾ ಗೆಳತಿಯರೂ ಮದುವೆಯಾಗಿ ಮಕ್ಕಳ ತಾಯಾಗಿದ್ದರು. ಚಂದದ ಗೆಳತಿ (ಹತ್ತನೇ ಓದಿದವಳು) ಮದುವೆಯಾಗಿ ೨ ಮಕ್ಕಳ ತಾಯಾಗಿ ವಿಧವೆಯಾಗಿಯೂ ಆಗಿತ್ತು. ಅವಳ ಗಂಡ ಹೃದಯಾಘಾತದಿಂದ ಇಲ್ಲವಾಗಿದ್ದರು.

ಉಪಾಧ್ಯಾಯಿನಿಯಾಗಿ ಕೆಲಸಕ್ಕೆ ಸೇರಿದರೆ ಆಗಬಹುದೆಂದು ಪ್ರಯತ್ನಿಸುತ್ತಿದ್ದೆ. ಬೇರೆ ಕೆಲಸಕ್ಕೆ ಆಗ ಹೆಣ್ಣುಮಕ್ಕಳು ಹೋಗಬಹುದೆಂದು ಗೊತ್ತಿರಲಿಲ್ಲ. ಅಂತೂ ಕೊನೆಗೊಮ್ಮೆ ಹತ್ತಿರದಲ್ಲಿ ಹೊಸದಾಗಿ ಪ್ರಾರಂಭವಾದ ಪ್ರೌಢಶಾಲೆಯ ೮ನೇ ತರಗತಿಗೆ ವಾರಕ್ಕೆ ಎರಡು ದಿನ ಪಾಠ ಮಾಡುವ ಕೆಲಸ ಸಿಕ್ಕಿತು. ಹೇಗೋ ಓದಿಕೊಂಡು ಹಿಂದಿ ವಿಶಾರದ ಪಾಸು ಅಂತ ಮಾಡಿಕೊಂಡಿದ್ದೆ. ಅದರ ಸರ್ಟಿಫಿಕೇಟು ತರಿಸಿರಲಿಲ್ಲ. ಆದರೂ ಕೆಲಸ ಸಿಕ್ಕಿತು. ತಿಂಗಳಿಗೆ ೫೦ ರೂ ಸಂಬಳ. ಬೆಳಗ್ಗೆ ೫ ಗಂಟೆಯ ಬಸ್ಸಿಗೆ ಹೋಗಿ ಒಂದು ಕ್ಲಾಸು ಮಾಡಿ ನೆಂಟರ ಮನೆಯಲ್ಲಿ ಉಳಿದು ಮರುದಿನ ಇನ್ನೊಂದು ಕ್ಲಾಸು ಮಾಡಿ ಮತ್ತೆ ಮನೆಗೆ ಬರುವುದು. ಪಾಠ ಪುಸ್ತಕ ಅರ್ಥಕೋಶ ಯಾವುದೂ ಕೈಯಲ್ಲಿರಲಿಲ್ಲ. ಅಲ್ಲದೆ ನನ್ನ ದೃಷ್ಟಿಕೋನವೂ ತೊಂದರೆ ಕೊಡುತ್ತಿತ್ತು. ಒಬ್ಬರನ್ನು ಉದ್ದೇಶಿಸಿ ಪ್ರಶ್ನೆ ಕೇಳಿದರೆ ಇನ್ನೊಬ್ಬರು ಎದ್ದು ನಿಲ್ಲುತ್ತಿದ್ದರು. ಹೆಸರು ಹೇಳಿ ಕರೆಯಲು ಪರಿಚಯವಾಗಿರಲಿಲ್ಲ. ಒಟ್ಟು ಹಿಂಸೆ ಅನಿಸುತ್ತಿತ್ತು. ಹೀಗೆ ಮಾಡು ಎಂದು ಯಾರೂ ಹೇಳಲಿಲ್ಲ.

ಹಾಂ. ಈ ಕೆಲಸ ಸಿಗುವ ಮೊದಲೇ ನಾನು ಚಿಕ್ಕಪ್ಪನ ಮನೆಯಲ್ಲಿದ್ದಾಗ ನೆಂಟರೊಬ್ಬರು ಅವರ ಭಾವನೊಡನೆ ವಧುಪರೀಕ್ಷೆ ಮಾಡಲು ಬಂದಿದ್ದರು. ಹುಡುಗನಿಗೆ ೩೨ ವರ್ಷ, ೮ನೇ ಕ್ಲಾಸು ಆಗಿದೆ. ಮುಂದೆ ಸ್ವಂತ ಓದಿ ಹತ್ತನೇ ತರಗತಿ ಪಾಸು ಮಾಡಿದರೆ ಗುಮಾಸ್ತನಾಗಬಹುದು. ಕಾಫಿ ಬೋರ್ಡಿನಲ್ಲಿ ದಿನಗೂಲಿಗೆ ಕೆಲಸ, ಕ್ಯಾಂಟೀನು. ಮತ್ತೆ ಹುಡುಗಿಗೂ ಕೆಲಸ ಸಿಗುತ್ತದೆ ಎಂದೆಲ್ಲಾ ಹೇಳಿ ಹೋಗಿದ್ದರು. ನನಗೆ ಏನು ಹೇಳಲೂ ತೋಚಲಿಲ್ಲ. ಸುಮ್ಮನಿದ್ದೆ. ಈ ಕೆಲಸ ಸಿಕ್ಕಿದ ಮೇಲೆ ಅವರು ಪುನಃ ಈ ವಿಷಯದಲ್ಲಿ ನಮ್ಮ ಮನೆಯವರ ಅಭಿಪ್ರಾಯ ತಿಳಿಯಲು ಹುಡುಗನ ತಮ್ಮ, ತಮ್ಮನ ಹೆಂಡತಿ ಬಂದಿದ್ದರು. ನನ್ನ ಕೆಲಸವೂ ಸ್ಥಿರವಾಗಿರಲಿಲ್ಲ. ಉಪಾಧ್ಯಾಯಿನಿಯಾಗಿ ಮುಂದುವರಿಯುವುದು ಕಷ್ಟವೂ ಆಗಿತ್ತು. ಮದುವೆಯಾಗಿ ಅಲ್ಲೇ ಕೆಲಸವಾದರೆ ಹೇಗೋ ಒಂದು ಬದುಕು ನನ್ನದಾಗುತ್ತದೆ ಎಂದು ಒಪ್ಪಿಕೊಂಡೆ. ಅಂತೂ ಒಂದುದಿನ ನನಗೂ ಮದುವೆಯಾಯಿತು. ಮದುವೆಯ ದಿನವೇ ಹುಡುಗ ಹೇಳಿಯಾಗಿತ್ತು ೫ ದಿನ ರಜಾ ಇರುವುದು ನನಗೆ ನಾಡಿದ್ದು ಕೆಲಸಕ್ಕೆ

ಹೋಗಬೇಕು ಹುಡುಗಿಯನ್ನು ಕರೆದುಕೊಂಡೇ ಹೋಗುತ್ತೇನೆ ಎಂದೆಲ್ಲ. ನಾನೂ ಹೊಸ ಜೀವನದ ಹುಮ್ಮಸ್ಸಿನಲ್ಲಿ ಹೆಚ್ಚು ಯೋಚಿಸದೆ ಕೆಲಸಬಿಟ್ಟು ಗಂಡನ ಜತೆ ಹೊರಟು ನಿಂತೆ. ಆದರೆ ನಮ್ಮ ದಾಂಪತ್ಯ ನನ್ನ ಕನಸಿನಂತಿರಲಿಲ್ಲ. ಗಂಡ ಮೂಕನೇನೊ ಎನಿಸುತ್ತಿತ್ತು ರಾತ್ರಿ. ಹಗಲಲ್ಲಿ ಬೇರೆಯವರೊಡನೆ ಮಾತನಾಡುತ್ತಿದ್ದರು. ನಮ್ಮಿಬ್ಬರಲ್ಲಿ ಮಾತು ಎಂದರೆ ಊಟಕ್ಕೆ ಬಾ, ತಿಂಡಿ ಏನು, ಸಾಮಾನು ಏನು ಬೇಕು ಇತ್ಯಾದಿ ಮಾತ್ರ.

ಅವರು ಕೆಲಸದಲ್ಲಿದ್ದುದು ಕೊಡಗಿನಲ್ಲಿ. ಅಲ್ಲಿ ನೆಂಟರು, ಪರಿಚಯದವರು ಯಾರೂ ಇರಲಿಲ್ಲ. ನನಗೆ ಹೋದ ದಿನವಂತೂ ಅಳುವೇ ಬಂದಿತ್ತು. ಮದುವೆಯಲ್ಲಿ ಮತ್ತೆ ಹೊರಡುವಾಗ ಎಲ್ಲ ನನಗೆ ಏನೂ ಅನಿಸಿರಲಿಲ್ಲ. ಅಮ್ಮ ಇಲ್ಲದುದರಿಂದ ನನಗಾಗಿ ಅಳುವವರೂ ಇರಲಿಲ್ಲ. ಅಲ್ಲಿಗೆ ಹೋದ ಮೇಲೆ ಮಾತ್ರ ಒಂಟಿ ಎನಿಸಿ ಅಳು ಬಂತು. ಕ್ರಮೇಣ ಕ್ಯಾಂಟೀನಿನ ದಿನಚರಿಗೆ ಹೊಂದಿಕೊಂಡೆ. ಕೆಲಸದವರೆಲ್ಲ ಮಾತನಾಡಿಸುತ್ತಿದ್ದರು.

ನಾವಿದ್ದುದು ಅತಿಥಿಗೃಹದ ಹಿಂಭಾಗದಲ್ಲಿ. ಅದು ಸಣ್ಣಬೆಟ್ಟದ ಮೇಲಿತ್ತು. ಹಿಂಭಾಗದಲ್ಲಿ ಒಂದು ಅಡುಗೆ ಕೋಣೆ ಮತ್ತೊಂದು ಸಾಮಾನಿನ ಕೋಣೆ, ಸಣ್ಣ ವರಾಂಡ ಇತ್ತು. ಸಾಮಾನಿನ ಕೋಣೆಯನ್ನು ಖಾಲಿಮಾಡಿ ಶುಚಿಗೊಳಿಸಿ ನಮ್ಮ ವಾಸದ ಕೋಣೆಯಾಯ್ತು. ವರಾಂಡದಲ್ಲಿ ಒಂದು ಕುರ್ಚಿ ಇತ್ತು. ಅದರಲ್ಲಿ ನಾನು ಕುಳಿತುಕೊಳ್ಳಬಹುದಾಗಿತ್ತು. ಅಡುಗೆಕೋಣೆಯಲ್ಲಿ ನಾವೇ ಇದ್ದುದು. ಹಾಗಾಗಿ ಹೆಚ್ಚು ಕಷ್ಟವಾಗಲಿಲ್ಲ. ಅತಿಥಿಗಳ ಬೇಕು-ಬೇಡಗಳನ್ನು ತಿಳಿದು ಊಟ,ತಿಂಡಿ ಮಾಡಿಕೊಟ್ಟು ದುಡ್ಡು ತೆಗೆದುಕೊಳ್ಳುವುದು ಇವರ ಕೆಲಸವಾಗಿತ್ತು. ಊಟ ತಿಂಡಿಗೆ ಸಾಮಾನು ಇತ್ಯಾದಿ ನಮ್ಮದೇ ಜವಾಬ್ದಾರಿ. ಕೆಲಸಕ್ಕೆಂದು ೬೦ ರೂ ತಿಂಗಳಿಗೆ ಸಂಬಳ ಸಿಗುತ್ತಿತ್ತು. ದಿನದಿನ ಒಂದು ಕಿ.ಮೀ. ನಡೆದು ಸಾಮಾನು ತಂದು ಬೇಯಿಸಿ ಹಾಕುತ್ತಿದ್ದರು. ಕೆಲಸಕ್ಕೆ ಪುಟ್ಟಸ್ವಾಮಿ ಎನ್ನುವವನೂ ಸಹಾಯಕನಾಗಿದ್ದ. ಬೆಳಿಗ್ಗೆ ಕಾಫಿ ತೋಟದಲ್ಲಿ ಕೆಲಸ ಮಾಡುತ್ತಿದ್ದ. ಮಧ್ಯಾಹ್ನ ಕ್ಯಾಂಟೀನಿಗೆ ಬಂದು ಊಟ ಮಾಡಿ ಪಾತ್ರೆ ತೊಳೆದು ಹಿಟ್ಟು ತಿರುವಿ ಮಾಡಿಕೊಡುತ್ತಿದ್ದ. ಒಳ್ಳೆಯ ಹುಡುಗ. ಬಯಲು ಸೀಮೆಯವನಾದರೂ ಕೆಟ್ಟ ಬುದ್ಧಿ ಹವ್ಯಾಸ ಏನೂ ಇರಲಿಲ್ಲ. ಅಮ್ಮ ಅಂತ ನನ್ನ ಮಾತಾಡಿಸುತ್ತಿದ್ದ. ನಮ್ಮ ಊರಲ್ಲಿ ಮಳೆ ಇಲ್ಲ. ಹೊಲ ಇದೆ. ದುಡಿದುಣ್ಣಲು ನೀರಿಲ್ಲ ಹೇಮಾವತಿಗೆ ಅಣೆಕಟ್ಟುತ್ತಿದ್ದಾರೆ. ನಮ್ಮೂರು ಕೆ. ಆರ್ ಪೇಟೆ ಅಲ್ಲಿಗೆ ನಾಲೆ ಬರುತ್ತದೆ.ಆಮೇಲೆ ಊರಿಗೆ ಹೊರಟು ಹೋಗುತ್ತೇನೆ ಎನ್ನುತ್ತಿದ್ದ.ಇದರ ಮಧ್ಯೆ ಒಮ್ಮೆ ೨ ತಿಂಗಳಾಗಿ ಗರ್ಭಸ್ರಾವವಾಯ್ತು. ಮುತ್ತು ಸ್ವಾಮಿ ಎನ್ನುವ ಆಫೀಸರರು ಇವರನ್ನ ಸಲಿಗೆಯಿಂದ ಮಾತನಾಡಿಸುತ್ತಿದ್ದರು. ನನ್ನ ಅನಾರೋಗ್ಯವನ್ನು ತಿಳಿದು ಇವರಿಗೆ ಬೈದು ತಮ್ಮ ಜೀಪಿನಲ್ಲಿ ಕರೆದುಕೊಂಡು ಹೋಗಿ ಡಾಕ್ಟರರಿಗೆ ತೋರಿಸಿ ಎಲ್ಲ ಮಾಡಿಸಿದರು.

ಇದರ ಮಧ್ಯೆ ಅವರ ಓದಿನ ಬಗ್ಗೆ, ನನ್ನ ಕೆಲಸದ ಬಗ್ಗೆ ಕೇಳಿದೆ. ನನಗೆ ಆಘಾತವಾಯ್ತು. ಅವರ ಭಾವ ಎಲ್ಲ ಸೇರಿ ನನಗೆ ಸುಳ್ಳು ಹೇಳಿದ್ದರು. ಇವರು ಓದಿದ್ದು ೪ನೇ ಕ್ಲಾಸು ಅದೂ ಕೇರಳದಲ್ಲಿ ಮಲಯಾಳಂದಲ್ಲಿ. ಅದರ ದಾಖಲೆ ಕೂಡ ಇವರಲಿಲ್ಲ. ಹೇಗೆ ೧೦ನೇ ತರಗತಿ ಪಾಸು ಮಾಡುತ್ತಾರೆ? ಈಗಿನಂತೆ ಆಗ ಮುಕ್ತ ವಿಶ್ವವಿದ್ಯಾಲಯ ಎಲ್ಲ ಇರಲಿಲ್ಲ. ದಾಖಲೆಯೊಂದಿಗೆ ಶಾಲೆಯಲ್ಲಿ ಪರೀಕ್ಷೆ ಕಟ್ಟಿ ಬರೆಯಬೇಕಿತ್ತು. ಮತ್ತೆ ಇವರಿಗೆ ಆ ಬಗ್ಗೆ

ಆಸಕ್ತಿಯಾಗಲೀ ಹಠವಾಗಲೀ ಇರಲಿಲ್ಲ. ನನಗೆ ಕೆಲಸ ಕೊಡಿಸಿ ಖರ್ಚಿಗೆ ಸಾಕಾಗುವುದಿಲ್ಲ. ಎಂದರೆ ನಾನು ಇಲ್ಲಿ ಅಡುಗೆ ಮಾಡುವುದು ನೀನು ಆಫೀಸಿನಲ್ಲಿ ಕೆಲಸ ಮಾಡುವುದು ಬೇಡ ಎಂದರು. ನಾನೇನು ಮಾಡಲಿ? ಜಗಳವಾಡಿದರೂ ಪ್ರಯೋಜನವಿಲ್ಲ. ಹೋಗಲಿ ಎಂದರೆ ಕ್ಯಾಂಟೀನ್ ಆದರೂ ಚೆನ್ನಾಗಿ ನಡೆಸುತ್ತಾರಾ ಎಂದರೆ ಅದೂ ಇಲ್ಲ. ಸಾಲ ತಂದುದರಲ್ಲಿ ೪ ಜನರ ಊಟಕ್ಕೆ ೬ಜನರಷ್ಟು ಖರ್ಚು. ಕೊನೆಗೆ ಸಂಬಳ ಟಪ್ಸ್ ಎಲ್ಲ ಸೇರಿಸಿ ಸಾಲ ತೀರಿಸುವುದು. ಪುನಃ ಸಾಮಾನು ಸಾಲದಲ್ಲಿ ತರುವುದು. ಮಧ್ಯೆ ಔಷಧಿ ಏನಾದರೂ ಬೇಕಾದರೂ ಕೈಸಾಲವೇ ಗತಿ. ಹೀಗಾಗಿ ಒಂದು ಪ್ರಯಾಣ, ಒಂದು ಬಟ್ಟೆಬರೆ, ಒಂದು ಸಿನೆಮಾ ಯಾವುದೂ ನಮಗಿರಲಿಲ್ಲ. ಸಾಲಮಾಡಿ ಬೇಕಾದರೆ ಕೇಳಿದ್ದು ಕೊಡಿಸುತ್ತಿದ್ದರು. ಆದರೆ ನನಗದು ಇಷ್ಟವಾಗುತ್ತಿರಲಿಲ್ಲ. ನಾವಿರುವ ಬೆಟ್ಟದ ಕೆಳಗಡೆ ಆಫೀಸಿನ ಕೆಲಸದವರ ಮನೆಗಳಿದ್ದವು. ಬಿಡುವಾದಾಗ ಆಫೀಸರ ಮನೆಗಳಿಗೆ ಕರೆದುಕೊಂಡು ಹೋಗಿ ಪರಿಚಯ ಮಾಡಿಸಿದ್ದರು. ಅವರಲ್ಲಿ ಒಬ್ಬರು ಲಕ್ಷ್ಮೀ ಮತ್ತೊಬ್ಬರು ವಿಮಲ ನನಗೆ ಹೆಚ್ಚು ಹತ್ತಿರವಾಗಿದ್ದರು. ಕಷ್ಟಸುಖ ವಿಚಾರಿಸುತ್ತಿದ್ದರು. ಆದರೂ ನಾವು ಅಲ್ಲಿ ನಾಲ್ಕನೇ ದರ್ಜೆಯವರು.ಅವರೆಲ್ಲ ೨ನೇ ದರ್ಜೆಯವರು ಆ ಅಂತರದಿಂದ ನನಗೆ ಹೆಚ್ಚು ಸಲುಗೆ ಸಾಧ್ಯವಾಗಲಿಲ್ಲ. ಆದರೂ ಅರಸಿನ ಕುಂಕುಮಕ್ಕೆ, ಹಬ್ಬಗಳಿಗೆ ಕರೆದಾಗ ಹೋಗಿ ಇದ್ದು ಬರುತ್ತಿದ್ದೆ. ಅದೂ ಹೆಚ್ಚು ಹೊತ್ತು ಇರುವ ಹಾಗಿರಲಿಲ್ಲ. ಬಂದ ಕೂಡಲೇ ಏನು ಇಷ್ಟು ಹೊತ್ತು ಎಂದು ವಿಚಾರಣೆ ಇತ್ತು.

ಇದರ ಮೇಲೆ ಪುನಃ ಬಸಿರಾದೆ. ಈ ಸಲ ಶುರುವಿನಲ್ಲಿ ಡಾಕ್ಟರರ ಹತ್ತಿರ ಪರೀಕ್ಷೆ ಮಾಡಿಸಿ ಟಾನಿಕ್ ಎಲ್ಲ ತೆಗೆದುಕೊಂಡು ಸುಧಾರಿಸಿಕೊಂಡೆ. ಆದರೂ ಸುಸ್ತು, ಸಂಕಟ ಇದ್ದೇ ಇತ್ತು. ಬಸಿರಿ ಎಂದು ಅವರಿವರು ಕೊಟ್ಟ ಹಣ್ಣು ಇತ್ಯಾದಿಗಳಿಂದ ಹೇಗೋ ದಿನ ಕಳೆಯುತ್ತಿತ್ತು. ಇದೇ ಸಮಯದಲ್ಲಿ ನನ್ನ ಚಿಕ್ಕಪ್ಪನ ಭಾವನಿಗೆ ಅಲ್ಲೇ ಹತ್ತಿರದಲ್ಲಿದ್ದ ಸೊಸೈಟಿಯಲ್ಲಿ ಇವರು ಕೆಲಸ ಕೊಡಿಸಿದ್ದರು. ಪದವೀಧರನಾದ ಅವನೂ ಬೇಗದಲ್ಲೇ ಅಲ್ಲೇ ಒಳ್ಳೆಯ ಕೆಲಸಕ್ಕೆ ಸೇರಿಕೊಂಡ. ಅಲ್ಲಿಯೇ ಕೆಲಸ ಮಾಡುತ್ತಿದ್ದ ಹುಡುಗಿಯನ್ನು ಮದುವೆ ಮಾಡಿಕೊಂಡು ಮನೆ ಮಾಡಿದ. ೨ ಕಿ.ಮೀ. ದೂರದಲ್ಲಿ ನಮಗೊಂದು ನೆಂಟರ ಮನೆಯಾಯ್ತು. ತೀರ ಬೇಸರವಾದಾಗ ಅಲ್ಲಿಗೆ ಹೋಗಿ ಬರುತ್ತಿದ್ದೆ. ೧೦ ಕಿ.ಮೀ. ದೂರದಲ್ಲಿ ನನ್ನ ಚಿಕ್ಕಮ್ಮನ ಮಗಳಮನೆ, ದೊಡ್ಡಮ್ಮನ ಮಗಳ ಮನೆ ಎಲ್ಲ ಇತ್ತು. ಚಿಕ್ಕಮ್ಮನ ಮಗಳು ಮತ್ತು ನಾನು ಅಕ್ಕಪಕ್ಕದವರಾಗಿ ಊರಲ್ಲಿ ಅವಳ ಮದುವೆಯ ತನಕ ಒಟ್ಟಿಗೇ ಇದ್ದವರು. ಅವಳು ಅನುಕೂಲವಂತರ ಮನೆಗೆ ಸೊಸೆಯಾಗಿ ಹೋಗಿ ಈಗ ಮೂರು ಮಕ್ಕಳ ತಾಯಾಗಿದ್ದಳು. ಒಮ್ಮೆ ಅವರ ಮನೆಗೆ ಹೋಗಿದ್ದೆ. ದೊಡ್ಡಮ್ಮನ ಮಗಳಲ್ಲಿಗೂ ಅಷ್ಟೆ ಒಮ್ಮೆ ಹೋಗಿದ್ದೆ. ಹಾಗೆ ಇವರ ಸೋದರಮಾವನ ಮನೆಯೂ ಇತ್ತು. ಅವರಲ್ಲಿಗೂ ಹೋಗಿದ್ದೆವು. ಆದರೆ ನಾವು ಅವರ ಯಾರ ಸಮಕ್ಕೂ ಇರಲಿಲ್ಲ. ಇನ್ನೊಬ್ಬ ದೊಡ್ಡಮ್ಮನ ಮಗಳೂ ಮಕ್ಕಳೂ ಕೊಡಗಿಗೇ ಬಂದು ಸೇರಿದ್ದರು. ದುಡಿಮೆಯಲ್ಲದೆ ಬೇರೆ ಕಡೆ ತಿರುಗಾಡುವುದು ನಮಗೆ ಕಷ್ಟವಾಗಿತ್ತು. ಹೆರಿಗೆಗೆ ತವರಿಗೆ ಹೋಗಲು ನನಗೆ ಇಷ್ಟವಿರಲಿಲ್ಲ. ಇಲ್ಲಿ ಹತ್ತಿರದಲ್ಲಿ ಒಂದು ಸಣ್ಣ ಆಸ್ಪತ್ರೆಯಾದರೂ ಇತ್ತು. ಆಫೀಸಿನಿಂದ ಜೀಪು ಕೊಡುತ್ತಿದ್ದರು. ಹುಶಾರಿಲ್ಲದಿದ್ದರೆ ಜೀಪಿನಲ್ಲಿ ಹೋಗಬಹುದಿತ್ತು.

ಅಲ್ಲಿ ದೇವರೇ ಗತಿ. ಮತ್ತೆ ನಾನು ಬರಲಿಲ್ಲವೆಂದು ಕೊರಗುವವರು ಇಲ್ಲವಲ್ಲ. ಬಾಣಂತಿ ಕೆಲಸಕ್ಕೆ ಹೆಣ್ಣಾಳು ಕಳುಹಿಸುತ್ತೇನೆಂದು ಅಪ್ಪ ಹೇಳಿದರೂ ನಾನೇ ಬೇಡವೆಂದೆ. ನಮ್ಮ ಕಷ್ಟ ಅವಳಿಗೆ ತಿಳಿಯುವುದೊಂದು, ಅವಳ ಸಂಬಳ ಇತ್ಯಾದಿ ನಮಗೆ ಪೂರೈಸದಿದ್ದರೆ ಎಂಬ ಭಯ ಬೇರೆ. ಕೊನೆಗೆ ನನ್ನ ಚಿಕ್ಕಪ್ಪನ ಹೆಂಡತಿ ಚಿಕ್ಕಮ್ಮ ಹೆರಿಗೆಯಾದ ಮೇಲೆ ಬರುತ್ತೇನೆ ಒಂದು ತಿಂಗಳು ಇರುತ್ತೇನೆ ಎಂದು ಹೇಳಿದರು. ಹಾಗೆ ಅಂತೂ ಮೊದಲ ಹೆಣ್ಣು ಮಗುವಿನ ತಾಯಾದೆ. ಮೈದುನ, ಅತ್ತೆ ಬಂದು ನೋಡಿಕೊಂಡು ಹೋದರು. ಮೈದುನ ಖರ್ಚಿಗೆಂದು ಸ್ವಲ್ಪ ದುಡ್ಡು ಕೊಟ್ಟಹಾಗೆ ನೆನಪು. ಅಪ್ಪ ಬಂದವರು ೧೦೦ ರೂ ಕೊಟ್ಟು ಹೋದರು. ಚಿಕ್ಕಿಯೂ ಕಷ್ಟ ಕಂಡವರಾದುದರಿಂದ ನಮ್ಮಳವಿನಲ್ಲೇ ಬಾಣಂತನ ಮಾಡಿದರು. ತಮ್ಮನ ಮನೆಗೂ ಹೋಗಿ ಬಂದು ಮಾಡಿದರು.

10
ನಾನೂ ಕಾಶಿಗೆ ಹೋದೆ!

ಕಾಶಿಗೆ ತುಂಬಾ ಜನರು ಯಾತ್ರೆ ಕೈಗೊಳ್ಳುತ್ತಾರೆ. ಕಾಶಿ ವಿಶ್ವನಾಥನ ದರ್ಶನ ಮಾಡಿದರೆ ಹಿಂದಿನ ಜನ್ಮದ ಮತ್ತು ಈ ಜನ್ಮದ ಎಲ್ಲಾ ಪಾಪಗಳು ನಾಶವಾಗಿ ಮೋಕ್ಷ ದೊರೆಯುವುದಂತೆ. ಅಲ್ಲೇ ಮರಣಿಸಿದರೂ ಸದ್ಗತಿ ದೊರೆಯುವುದಂತೆ. ಹಿಂದಿನ ಕಾಲದಲ್ಲಿ ಯಾವುದೇ ವಾಹನ ಸೌಕರ್ಯಗಳಿಲ್ಲದಾಗಲೂ ಜನರು ನಡೆದುಕೊಂಡೇ ಕಾಶಿಗೆ ಹೋಗುತ್ತಿದ್ದರಂತೆ. ಸಾಮಾನ್ಯವಾಗಿ ಅರುವತ್ತು ವರ್ಷಗಳು ಕಳೆದ ಮೇಲೆಯೇ ಸಂಸಾರ ಬಂಧವನ್ನು ದೂರಮಾಡಿಕೊಂಡೇ ದಂಪತಿಗಳತೀರ್ಥಯಾತ್ರೆಗೆ ಹೊರಡುತ್ತಿದ್ದರು.

ಸನ್ಯಾಸಿಗಳಾದವರು ಯಾತ್ರೆಯಾಗಿಯೂ ಅಧ್ಯಯನಕ್ಕಾಗಿಯೂ ಕಾಶಿಗೆ ಹೋಗುತ್ತಿದ್ದರು. ಕಾಶಿ ವಿಶ್ವವಿದ್ಯಾಪೀಠ ತುಂಬಾ ಹಳೆಯದು. ಅಲ್ಲಿ ಸಂಸ್ಕೃತ ಕಲಿತು ವೇದೋಪನಿಷತ್ತುಗಳನ್ನು ಕಂಠಪಾಠ ಮಾಡಿಕೊಂಡು ಯಾಗಯಜ್ಞ ಮಾಡಿ ಪುನೀತರಾಗುತ್ತಿದ್ದರು. ಗಂಗಾ ನದಿಯಲ್ಲಿ ಸ್ನಾನವೂ ಪಾಪ ಪರಿಹಾರದ ಮಾರ್ಗವಾಗಿತ್ತು. ಎಷ್ಟೋ ದಿವಸಗಳು ಬೇಕಾಗುತ್ತಿದ್ದವು ಕಾಶಿಗೆ ತಲುಪಲು. ಮಾರ್ಗ ಮಧ್ಯದಲ್ಲಿ ಕಾಯಿಲೆಗಳಿಂದ ನರಳಿ ದೇವರನ್ನು ನೆನೆಯುತ್ತಾ ಪ್ರಾಣ ಬಿಟ್ಟವರಿರಬಹುದು,ಕಳ್ಳ ಕಾಕರ ದಾಳಿಗೆ ಒಳಗಾಗಿ ಕೈಯಲ್ಲಿದ್ದ ಪುಡಿಗಾಸನ್ನು ಕಳೆದುಕೊಂಡು ಕೊನೆಗೆ ಭಿಕ್ಷಾನ್ನದಿಂದ ಜೀವ ಹಿಡಿದುಕೊಂಡು ಕಾಶಿ ತಲುಪಿದವರಿರಬಹುದು. ಗಂಗೆಯಲ್ಲಿ ಕಳೆದು ಹೋದವರಿರಬಹುದು. ಒಟ್ಟಾರೆಯಾಗಿ ಯಾರಾದರೂ ಕಾಶಿಗೆ ಹೊರಟರೆ ಅವರನ್ನು ಕಣ್ಣು ತುಂಬಿಯೇ ಬೀಳ್ಕೊಡುತ್ತಿದ್ದರು. ಅವರೇನಾದರೂ ತಿರುಗಿ ಮನೆಗೆ ಬಂದಲ್ಲಿ ಅದನ್ನು ದೊಡ್ಡ ಹಬ್ಬವಾಗಿಸಿ ಕಾಶೀ ಸಮಾರಾಧನೆ ಎಂದು ಬಂಧು ಬಳಗದವರನ್ನೆಲ್ಲ ಕರೆದು, ಕಾಶೀ ತೀರ್ಥವನ್ನು ಎಲ್ಲರಿಗೂ ಕೊಟ್ಟು, ಊರಿಗೆಲ್ಲ ಸಮಾರಾಧನೆ ಊಟ ಹಾಕಿ ಸಂಭ್ರಮಿಸುತ್ತಿದ್ದರು.

ನಮ್ಮ ಅಜ್ಜಂದಿರ ಕಾಲಕ್ಕೆ ಬ್ರಿಟಿಷರ ಆಡಳಿತವಿತ್ತು. ಅವರ ಸಂಚಾರದ ಅನುಕೂಲಕ್ಕಾಗಿ ರೈಲುಗಳು (ಉಗಿಬಂಡಿ) ಪ್ರಾರಂಭವಾದವು. ಆಗ ದುಡ್ಡಿನ ಅನುಕೂಲವಿದ್ದವರು ರೈಲಿನಲ್ಲಿ ತೀರ್ಥಯಾತ್ರೆಗೆ ಹೊರಡುತ್ತಿದ್ದರು. ಕಾಶಿಯಿಂದ ಹಿಡಿದು ರಾಮೇಶ್ವರದವರೆಗೂ ಸಂಚಾರಮಾಡಿ ಪುಣ್ಯ ಸಂಪಾದನೆ ಮಾಡಿಕೊಂಡು ಬರುತ್ತಿದ್ದರು. ಕಾಶಿಯಿಂದ ಬಂದವರು ಸಮಾರಾಧನೆ ಮಾಡಿ ಊಟ ಹಾಕಿಸುತ್ತಿದ್ದರು. ಆ ಮೇಲೆ ಸೌಕರ್ಯಗಳು ಹೆಚ್ಚಾದಂತೆ ಯಾತ್ರಾರ್ಥಿಗಳೂ ಹೆಚ್ಚಾಗಿ ಕಾಶಿಯಲ್ಲಿ ಸರಿಯಾದ ವ್ಯವಸ್ಥೆಗಳಿಲ್ಲದೆ ನಮ್ಮ ಕಾಲದಲ್ಲಿ ಹೋಗಿ ಬಂದವರು ಕಾಶಿ ವಿಪರೀತ ಕೊಳಕಾಗಿದೆ. ಗಂಗಾನದಿಯಲ್ಲಿ ಹೆಣಗಳು ತೇಲಿ ಬರುತ್ತವೆ ಎಂದು ಹೇಳುತ್ತಿದ್ದರು. ಅದಲ್ಲದೆ ಮೊಗಲರ ಆಡಳಿತದಲ್ಲಿ ಕಾಶಿ ವಿಶ್ವನಾಥನ ಮಂದಿರವನ್ನೇ ಕೆಡವಿ ಅದರ ಮೇಲೆಯೇ ಮಸೀದಿಯನ್ನು ಕಟ್ಟಿದ್ದರಂತೆ. ಶಿವಲಿಂಗವನ್ನು ಹೇಗೋ ಉಳಿಸಿಕೊಂಡ ಹಿಂದುಗಳು ಗುಪ್ತವಾಗಿ ಪೂಜೆ ಸಲ್ಲಿಸುವುದರೊಂದಿಗೆ ಸುತ್ತಲೂ ಮನೆಗಳನ್ನು ನಿರ್ಮಿಸಿಕೊಂಡು ದೇವರನ್ನೇ ಮುಚ್ಚಿಟ್ಟುಕೊಂಡು ಉಳಿಸಿಕೊಂಡರಂತೆ. ಹೀಗಿರುವಾಗ ಅಲ್ಲಿ ಸುವ್ಯವಸ್ಥೆಯನ್ನು ಯಾರು ತರಬೇಕು? ಕೊನೆಗೆ ಅಹಲ್ಯಾ ಬಾಯಿ ಹೋಳ್ಕರ್ ಎಂಬ ರಾಣಿ ಶಿವಮಂದಿರವನ್ನು ನಿರ್ಮಿಸಿಕೊಟ್ಟಳಂತೆ. ಬ್ರಿಟಿಷರ ಆಳ್ವಿಕೆಯಲ್ಲಿ ಮೊಗಲರ ಪ್ರಾಬಲ್ಯ ಕಡಿಮೆಯಾದರೂ ಮುಸ್ಲಿಮರು ಕಾಶಿ ತಮ್ಮದೆಂದುಕೊಂಡು ಹಿಂದುಗಳು ತಲೆಯೆತ್ತದಂತೆ ಮಾಡಿದರು.

ಕೊನೆಗೆ ಸ್ವಾತಂತ್ರ್ಯ ಬಂದ ಮೇಲೆಯೂ ನಮ್ಮ ರಾಜಕಾರಣಿಗಳ ಸಮಯ ಸಾಧಕತನ, ಉದಾರವಾದಿಗಳ ಸೋಗಿನಲ್ಲಿ ಹಿಂದುಗಳು ಜೋರಾಗಿ ಧ್ವನಿಯೆತ್ತದಂತೆ ಮಾಡಿದರು. ಆದರೂ ಹಲವಾರು ಸಾಧು ಸಂತರು, ಉಗ್ರ ಹಿಂದುತ್ವವಾದಿಗಳು, ದೇಶಭಕ್ತರು ಭಾರತದಲ್ಲಿ ಹಿಂದುಗಳ ದನಿಯಾಗಿ ಎಲ್ಲಾ ಪುಣ್ಯಕ್ಷೇತ್ರಗಳ ಉಳಿವಿಗಾಗಿ ಶ್ರಮಿಸುತ್ತಿದ್ದರು. ಇವರ ಜೊತೆಯಲ್ಲಿ ರಾಷ್ಟ್ರೀಯ ಸ್ವಯಂಸೇವಕ ಸಂಘ, ಭಾರತೀಯ ಜನತಾ ಪಾರ್ಟಿ ಕೂಡಾ ಹಿಂದುತ್ವದ ಉಳಿವಿಗಾಗಿ ಹಿಂದುಗಳ ಅಸ್ಮಿತೆಗಾಗಿ ಭಾರತೀಯ ಪರಂಪರೆಯ ರಕ್ಷಣೆಗಾಗಿ

ಶ್ರಮಿಸುತ್ತಿದ್ದರು.

ಭಾ.ಜ.ಪ.ದ. ಸದಸ್ಯರೆಲ್ಲ ಸ್ವಯಂ ಸೇವಕ ಸಂಘದ ಹಿನ್ನಲೆಯಿಂದ ಬಂದವರಾದುದರಿಂದ ಹಿಂದುಗಳ ಜಡತ್ವವನ್ನು ತೊಲಗಿಸಿ ಶೇಕಡಾ ೮೦ ರಷ್ಟಿರುವ ನಮ್ಮ ಸಂಸ್ಕೃತಿ ಪರಂಪರೆಯನ್ನು ಉಳಿಸಿಕೊಳ್ಳಬೇಕೆಂದು ಸದಾ ಎಚ್ಚರಿಸುತ್ತಿದ್ದರು. ನಿಧಾನವಾಗಿಯಾದರೂ ಎಚ್ಚೆತ್ತ ಹಿಂದುಗಳು ತಮ್ಮತನವನ್ನು ಉಳಿಸಿಕೊಳ್ಳಲು ಮನಮಾಡಿದರು. ಇದರಿಂದ ಮುಸ್ಲಿಮರನ್ನು ಓಲೈಸುವ ಕಾಂಗ್ರೆಸಿನ ಸಖ್ಯವನ್ನು ತೊರೆಯಲಾರಂಭಿಸಿದರು. ಎಚ್ಚರವಾದ ಮೇಲೆ ಕೇಳಬೇಕೆ? ಜನ ಮನಸ್ಸು ಮಾಡಿದರೆ ಸರಕಾರವನ್ನು ಅಲುಗಾಡಿಸುವುದು ಎಷ್ಟು ಹೊತ್ತು?

ರಾಜ್ಯಗಳಲ್ಲಿ ಶುರುವಾದ ಹಿಂದೂಪರ ಜನಾದೇಶವೂ ರಾಷ್ಟ್ರವ್ಯಾಪಿಯಾಗತೊಡಗಿತು. ಭಾ.ಜ.ಪ.ವು. ಪ್ರತಿಪಕ್ಷವಾಗಿ ಪ್ರಬಲವಾಗತೊಡಗಿತು. ಅಡೆತಡೆಗಳನ್ನು ದಾಟಿಕೊಂಡು ಗುಜರಾತಿನಲ್ಲಿ ಸರಕಾರವನ್ನು ರಚಿಸಿತು. ಮುಂದಿನ ಚುನಾವಣೆಯ ಹೊತ್ತಿಗೆ ಗುಜರಾತಿನ ಮುಖ್ಯಮಂತ್ರಿಯಾಗಿದ್ದ ನರೇಂದ್ರ ಮೋದಿಜಿಯವರನ್ನು ಮುಂದಿನ ಪ್ರಧಾನಿ ಅಭ್ಯರ್ಥಿ ಎಂದು ಘೋಷಿಸಲಾಯ್ತು. ಇದರೆಡೆಯಲ್ಲಿ ಗುಜರಾತಿನಲ್ಲಿ ಕರಸೇವಕರ ಹತ್ಯೆ, ದೊಂಬಿ, ಗಲಭೆಗಳೆಲ್ಲ ನಡೆದು ಮೋದಿಜಿಯವರಿಗೆ ಸಾವಿನ ವ್ಯಾಪಾರಿ ಎಂಬ ಬಿರುದಿನೊಂದಿಗೆ ಅಮೆರಿಕಾದ ವೀಸಾವನ್ನೂ ನಿರಾಕರಿಸಲಾಯ್ತು. ಆದರೂ ಮೋದಿಜಿಯವರು ಪ್ರಧಾನಿಯಾಗಿ ಆಯ್ಕೆಯಾದರು. ಪ್ರಧಾನಿಯಾದೊಡನೆ ಎಲ್ಲರೊಡನೆ ಎಲ್ಲರ ವಿಕಾಸ ಘೋಷಣೆಯೊಂದಿಗೆ ಭ್ರಷ್ಟಾಚಾರ ನಿರ್ಮೂಲನಾ ಸೇನೆಯ ಬಲವರ್ಧನೆ, ಶತ್ರುರಾಷ್ಟ್ರಗಳ ಬೆದರಿಕೆಗೆ ಬಗ್ಗದೆ ಮರುತ್ತರ ಕೊಟ್ಟು ಅವರನ್ನು ಅಲ್ಲೇ ನಿಲ್ಲಿಸುವುದು, ದೇಶದ ಬಡತನ, ಅಜ್ಞಾನ ಮುಂತಾದವನ್ನು ದೂರಮಾಡಿ ಅಭಿವೃದ್ಧಿಯೆಡೆಗೆ ಕೊಂಡೊಯ್ಯತೊಡಗಿದರು. ಅವರು ಗೆದ್ದ ವಾರಣಾಸಿ ಕ್ಷೇತ್ರವನ್ನು ಅಭಿವೃದ್ಧಿಗೊಳಿಸುತ್ತ ಗಂಗಾನದಿಯ ಶುದ್ಧೀಕರಣದಲ್ಲೂ ಯಶಸ್ಸು ಗಳಿಸಿದರು. ಸ್ವಚ್ಛ ಭಾರತ ಅಭಿಯಾನದಿಂದಲೂ ಸ್ವಲ್ಪ ಮಟ್ಟಿಗೆ ಸಹಾಯವಾಯಿತು. ರೈತರಿಗೆ, ಬಡವರಿಗೆ, ಸಹಾಯವಾಗುವಂತಹ ಹಲವಾರು ಯೋಜನೆಗಳು ಅವರಿಗೆ (ಅಕ್ಕಿ, ಬೇಳೆ ಇತ್ಯಾದಿಗಳನ್ನು ಕೊಡುವುದಲ್ಲದೆ ಅವನ್ನು ತಾವೇ ದುಡಿದು ಗಳಿಸಿದ ಹಣದಲ್ಲಿ ಖರೀದಿಸುವ ಸಾಮರ್ಥ್ಯ ಬರುವಂತಹ ಯೋಜನೆಗಳನ್ನು ರೂಪಿಸತೊಡಗಿದರು. ಇದರಿಂದ ಜನರೆಲ್ಲ ಮೋದಿಯನ್ನು ತಮ್ಮ ನಿಜವಾದ ನಾಯಕನೆಂದು ಒಪ್ಪಿಕೊಂಡರು. ಎರಡನೇ ಬಾರಿಗೂ ಆಯ್ಕೆಯಾದರು. ವಿದೇಶಗಳಲ್ಲೂಮೋದಿಜಿ ಅಪ್ರತಿಮ ನಾಯಕರಾದರು. ಯಾವತ್ತೂ ಕಾಶಿಗೆ ಹೋಗುವ ಅಪೇಕ್ಷೆ ಇಲ್ಲದವರೂ ಕಾಶಿಗೆ ಹೋಗಿ ಈಗಿನ ವಾರಣಾಸಿಯನ್ನು ನೋಡಲು ಹೋಗತೊಡಗಿದರು. ಹಾಗೆಯೇ ಈಗಿನ ಕಾಶಿಯನ್ನು ನೋಡುವ ಆಸೆಯಾಯ್ತು. ಇಲ್ಲವಾದರೆ ಕಾಶಿಯತ್ತ ತಲೆ ಇಟ್ಟು ಕೂಡಾ ಮಲಗಿರಲಿಕ್ಕಿಲ್ಲ. ಅಕಸ್ಮಾತ್ ಗೊತ್ತಿಲ್ಲದೆ ದಿಕ್ಕು ತಿಳಿಯದೆ ಮಲಗಿರಬಹುದಷ್ಟೆ. ಯಾಕೆಂದರೆ ಉತ್ತರಕ್ಕೆ ತಲೆ ಇಟ್ಟು ಮಲಗಬಾರದೆಂದು ಬಾಲ್ಯದಿಂದಲೇ ಪಾಠವಾಗಿತ್ತು. ಆಸೆಪಟ್ಟರೂ ಹೋಗುವುದು ಕಷ್ಟ, ದೂರ ಎಂದು ಸುಮ್ಮನಾಗಿದ್ದೆ. ಹೀಗಿರುವಾಗ ತಮ್ಮ ಮತ್ತು ನಾದಿನಿಯೊಂದಿಗೆ ಊರಿಗೆ ಹೋಗುವಾಗ ನಾದಿನಿ ಒಂದು ಸುದ್ದಿ ಹೇಳಿದಳು. ಜೂನ್ ತಿಂಗಳಿನಲ್ಲಿ ಕಾಶಿಗೆ ಹೋಗುವ

ಯೋಚನೆ ಇದೆ ಎಂದು. ಯಾರೆಲ್ಲ ಎಷ್ಟು ಜನ ಎಂದು ಕೇಳಿದಾಗ ತಮ್ಮ ಹೇಳಿದ, ಆರು ಜನ ಈಗಲೇ ತಯಾರಿದ್ದಾರೆ (ಜನವರಿಯಲಿ) ಒಂದಿಬ್ಬರು ಸ್ವಲ್ಪ ಅನುಮಾನ ಮಾಡುತ್ತಿದ್ದಾರೆ. ವಯಸ್ಸಿನ ಕಾರಣದಿಂದ ನಮಗೆ ಸಾಧ್ಯವೇ ಎಂದು ನಡೆದೇ ಹೋಗುತ್ತಿದ್ದಲ್ಲಿಗೆ ಈಗ ವಿಮಾನದಲ್ಲಿ ಹೋಗುವುದು. ಆಗಲೂ ವಯಸ್ಸಾದವರೇ ಹೋಗುತ್ತಿದ್ದುದು ಎಂದು ವಿವರಿಸಿದ ಮೇಲೆ ಅವರೂ ಒಪ್ಪಿದ್ದಾರೆ ಎಂದ. ಹಾಗಾದರೆ ನಾನೂ ಬರಬಹುದಾ ಎಂದು ಕೇಳಿದೆ. ಓಹೋ ಅದಕ್ಕೇನು ಬರಬಹುದು ಎಂದ. ಹಾಗಾದರೆ ನಾನು ತಯಾರು ಎಂದು ಹೇಳಿದೆ. ಅಲ್ಲಿಂದಕಾಶಿಗೆ ಹೋಗುವ ತಯಾರಿ ಶುರುವಾಯ್ತು. ಒಂದು ವಾರದ ಪ್ರವಾಸಕ್ಕೆ ಬೇಕಾದ ಬಟ್ಟೆಬರೆ, ಔಷಧಿಗಳು, ಆಧಾರ್ ಕಾರ್ಡು ಎಲ್ಲ ಜೋಡಿಸಿಕೊಂಡು ಕಾಯುತ್ತಿದ್ದೆ. ಸ್ವಲ್ಪ ದಿನ ಊರಲ್ಲೇ ಇದ್ದೆ ಬಹುಷಃ ಒಂದು ತಿಂಗಳೇ ಇರಬೇಕು. ಅಲ್ಲಿ ಅಡಿಕೆ ಒಣಗಿಸುವುದು, ನೀರು ಹಾಕುವುದು, ಕೊಬ್ಬರಿ ಮಾಡಿ ಎಣ್ಣೆ ಮಾಡಿಸುವುದು ಇತ್ಯಾದಿ ಎಲ್ಲ ಮೇ ತಿಂಗಳೊಳಗೆ ಆಗಬೇಕು. ಮಧ್ಯೆ ಮಧ್ಯೆ ಮಳೆಯಲ್ಲಿ ಅಡಿಕೆ ನೆನೆಯದಂತೆ ಕಾಪಾಡಿಕೊಳ್ಳಬೇಕು. ಜೊತೆಯಲ್ಲೇ ಪೌರೋಹಿತ್ಯವನ್ನೂ ಮಾಡುತ್ತಿದ್ದುದರಿಂದ ತಮ್ಮನಿಗೆ ಪುರುಸೊತ್ತು ಇರುತ್ತಿರಲಿಲ್ಲ. ಎಲ್ಲರಿಗೂ ಕೈತುಂಬಾ ಕೆಲಸವಿತ್ತು. ಅದನ್ನು ನೋಡುತ್ತಲೇ ನನ್ನ ಸಮಯವೂ ಕಳೆದುಹೋಗುತ್ತಿತ್ತು.

ಜೂನ್ ತಿಂಗಳು ಬಂದೇ ಬಿಟ್ಟಿತ್ತು. ಕಾಲಕ್ಕೆ ಯಾರ ಮುಲಾಜು ಇಲ್ಲವಲ್ಲ. ಜೂನ್ ಏಳರಂದು ಹತ್ತೂವರೆಗೆ ಮಂಗಳೂರಿನಿಂದ ವಿಮಾನದಲ್ಲಿ ಹೈದರಾಬಾದಿಗೆ ಬಂದು ಅಲ್ಲಿಂದ ಇನ್ನೊಂದು ವಿಮಾನದಲ್ಲಿ ಕಾಶಿಗೆ ಬಂದು ತಲುಪಿದೆವು. ನಾವು ಒಟ್ಟು ಹನ್ನೆರಡು ಜನರಿದ್ದೆವು. ತಮ್ಮ, ತಮ್ಮನ ಹೆಂಡತಿ, ಅವರ ಬೀಗರು, ತಂಗಿ ಶಾರದೆ, ಕರಿಕ್ಕಳ ಗಾಯತ್ರಿ- ವಿಶ್ವನಾಥ, ಉದಯ್ ಕುಮಾರ್, ರೈಗಳು, ಶಂಕರನಾರಾಯಣ -ಗೀತಾ (ದಂಪತಿ) ಮತ್ತು ನಾನು. ಹೊರಡಬೇಕಾದರೆ ನನಗೊಂದು ಕಾಲುನೋವು ಅಂಟಿಕೊಂಡಿತ್ತು. ಹೊರಟಮೇಲೆ ಅಡಿಯ ಹಿಂದಡೆ ನರಕ, ಮುಂದಡೆ ಸ್ವರ್ಗ ಎಂದು ಕಾಲೆಳೆದುಕೊಂಡು ಹೊರಟೇಬಿಟ್ಟೆ. ಹಾಗೆ ಹೊರಟವಳು ನಾನೊಬ್ಬಳೇ ಅಲ್ಲ. ನಾದಿನಿ ಪ್ರತಿಭಾ, ಕಲ್ಕಾರು ಅಣ್ಣ- ಅತ್ತಿಗೆ, ರೈಗಳು ಎಲ್ಲ ಹೋಗಬೇಕು ಎಂಬ ಉತ್ಸಾಹದಿಂದಲೇ ಶಕ್ತಿಯನ್ನು ಪಡೆದವರು ಮತ್ತೆ ಕಾಶಿಗೆ ಹೋಗುವುದು ವಯಸ್ಸಾದ ಮೇಲೆಯೇ ಅಲ್ಲವೆ? ಎಲ್ಲ ನೋವುಗಳನ್ನು ಅಲ್ಲಿ ಗಂಗೆಯಲ್ಲಿ ತೊಳೆದು ಬಿಡಬಹುದೆಂದುಕೊಂಡೆ. ಕಾಶಿಗೆ ಹೋಗುತ್ತಿರುವಾಗಲೇ ಜನದಟ್ಟಣೆಯ ಅನುಭವವಾಯ್ತು. ಸ್ವಲ್ಪ ದೂರ ನಡೆಯಬೇಕಾಯ್ತು, ಕಾಲೆಳೆದುಕೊಂಡು ನಡೆದಾಯ್ತು. ನನ್ನದೊಂದು ಚಕ್ರದ ಸೂಟ್ಕೇಸಿತ್ತು. ಅದನ್ನು ತಮ್ಮ ಶಂಕರ ನಾರಾಯಣ ತಲೆಯಲ್ಲಿ ಹೊತ್ತು ಸಾಗಿಸಿದ. ಇಲ್ಲವಾದರೆ ಅದು ನನ್ನ ಕೈಯಿಂದ ಜಾರಿ ಹೋಗುತ್ತಿತ್ತು. ಅಂತೂ ಇಂತೂ ಛತ್ರಕ್ಕೆ ಬಂದು ತಲುಪಿದೆವು. ಅದು ಪೇಜಾವರ ಮಠದ ಒಂದು ಶಾಖೆ. ಶಾರದೆಯ ಮಗ ಅಶೋಕನ ನೆರವಿನಿಂದ ಅಲ್ಲಿ ಮೊದಲಿಗೆ ಕೋಣೆ ಪಡೆದುಕೊಂಡಾಗಿತ್ತು. ಹೋಗಿ ಸ್ನಾನ ಮಾಡಿ ಊಟ ಮುಗಿಸಿ ಮಲದಿದೆವು. ಕಾಶಿಯಲ್ಲಿ ಶೆಖೆ ಎಂದರೆ ನೀರು ಜತೆಯಲ್ಲೇ ಇರಬೇಕು. ಕುಡಿದಷ್ಟು ಸಾಕಾಗುವುದಿಲ್ಲ. ನಾನಂತೂ ಹೊರಡುವವರೆಗೂ ಒದ್ದೆಯಾದ ಸಣ್ಣ ಕೈವಸ್ತ್ರವನ್ನೇ ಹೊದ್ದುಕೊಂಡಿದ್ದೆ. ಬೇರೇನೂ ತೊಂದರೆಯಾಗಲಿಲ್ಲ. ಕೋಣೆಗಳೆಲ್ಲಾ ಶುಚಿಯಾಗಿದ್ದವು.

ನೀರು, ವಿದ್ಯುತ್ ಯಾವಾಗಲೂ ಇರುತ್ತಿತ್ತು. ಸದಾ ತಿಂಡಿ, ಊಟ ಶುಚಿ ರುಚಿಯಾಗಿತ್ತು. ಇಂತಹ ಶಾಖಾ ಮಠಗಳು ಭಾರತದ ಎಲ್ಲಾ ಕ್ಷೇತ್ರಗಳಲ್ಲೂ ಇದೆಯಂತೆ. ಬದರಿ, ಕೇದಾರವರೆಗೂ ಯಾತ್ರಿಕರಿಗೆಂದೇ ಕಟ್ಟಿಸಿದ್ದಾರೆ. ಅಮೆರಿಕಾದಲ್ಲೂ ಇದ್ದರೂ ಆಶ್ಚರ್ಯವಿಲ್ಲ. ಶ್ರೀಗಳ ದೂರದೃಷ್ಟಿ ಹಿಂದುಗಳ, ಹಿಂದುತ್ವದ ಉಳಿವಿಗಾಗಿ ಮಾಡಿರುವ ಈ ವ್ಯವಸ್ಥೆಗಳು ನಿಜಕ್ಕೂಅದ್ಭುತವಾಗಿದೆ. ಇಲ್ಲವಾದಲ್ಲಿ ಅಲ್ಲಿನ ಯಾವುದೋ ಹೋಟೆಲಿನಲ್ಲಿ ಉಳಿದುಕೊಂಡು, ದುಬಾರಿ ಬಾಡಿಗೆ ಕೊಟ್ಟು ಊಟ, ತಿಂಡಿ, ನಿದ್ದೆ ಸರಿಯಾಗದೇ ಆರೋಗ್ಯ ಕೆಡಿಸಿಕೊಳ್ಳಬೇಕಿತ್ತು. ಮೊದಲು ಹೇಳುವುದು ಕೇಳಿದ್ದೆ ಉಡುಪಿ ಹೋಟೆಲ್ಲು ಚಂದ್ರನಲ್ಲೂ ಇರಬಹುದು ಎಂದು. ಈಗ ತಿಳಿಯಿತು ಬರೀ ಹೋಟೆಲಲ್ಲಿ ಅದರಿಂದ ಬಂದ ಲಾಭದಲ್ಲಿ ಯಾತ್ರಿ ನಿವಾಸಗಳೂ ತಯಾರಾಗಿವೆ ಎಂದು.

ಮರುದಿನ ಬೆಳಿಗ್ಗೆ ಕೆಲವರು ಗಂಗಾ ನದಿಯಲ್ಲೇ ಸ್ನಾನ ಮಾಡಲು ಹೋದರು. ಕೆಲವರು ಕೋಣೆಯಲ್ಲೇ ಇರುವ ಸ್ನಾನದ ಮನೆಯಲ್ಲೇ (ಶೌಚವೂ ಸೇರಿ) ಎಲ್ಲಾ ಕೆಲಸ ಮುಗಿಸಿಕೊಂಡೆವು. ವಿಶ್ವನಾಥನ ದರ್ಶನಕ್ಕೆ ರಾತ್ರಿ ಮೂರು ಗಂಟೆಯಲ್ಲಿ ಎದ್ದುಹೋಗಬೇಕಂತೆ. ಆ ಕಾರ್ಯಕ್ರಮವನ್ನು ಮುಂದೆ ಹಾಕಲಾಯಿತು. ಬೇರೆ ಕಡೆಗೆಲ್ಲಾ ಹೋದೆವು. ಬೇರೆ ಬೇರೆ ದೇವಸ್ಥಾನಗಳನ್ನು ನೋಡಿ ಸಾಯಂಕಾಲ ಗಂಗಾ ಆರತಿಯನ್ನು ನೋಡಲು ಹೋದೆವು. ನಾವಿರುವ ಕೋಣೆಯಿಂದಲೇ ಗಂಗಾ ಆರತಿಯನ್ನು ನೋಡಬಹುದಿತ್ತು. ಗಂಗಾನದಿ ಮಠಕ್ಕೆ ಅಷ್ಟು ಸಮೀಪದಲ್ಲಿತ್ತು. ಸರಿಯಾಗಿ ನೋಡಬೇಕಲ್ಲ. ಅದಕ್ಕಾಗಿ ಗಂಗಾ ತಟಕ್ಕೆ ಹೋಗಿ ದೋಣಿಯಲ್ಲಿ ಕುಳಿತೆವು. ದೋಣಿಯಲ್ಲಿ ತುಂಬಾ ದೂರದವರೆಗೆ ಕರೆದುಕೊಂಡು ಹೋದರು. ನಾವಿದ್ದದ್ದು ಅಸ್ಸಿಘಾಟ್ ಪ್ರದೇಶದಲ್ಲಿ. ಅಲ್ಲಿಂದ ಮುಂದೆ ಉದ್ದಕ್ಕೂ ಬೇರೆ-ಬೇರೆ ಹೆಸರಿನ ಘಾಟ್ ಗಳಿವೆ. ಮಣಿಕಾರ್ಣಿಕಾ ಮತ್ತು ಹರಿಶ್ಚಂದ್ರ ಘಾಟ್ ನಲ್ಲಿ ಚಿತೆಗಳು ಉರಿಯುತ್ತಲೇ ಇರುತ್ತವೆ. ಮೊದಲೆಲ್ಲಾ ಅರ್ಧ ಸುಟ್ಟ ಹೆಣವನ್ನು ನದಿಗೆ ಎಸೆದು ಬಿಡುತ್ತಿದ್ದರಂತೆ. ಈಗ ಗಂಗಾ ಶುದ್ಧೀಕರಣವಾಗಿದೆ. ಎಲ್ಲೂ ಕೊಳಕು ಕಾಣುವುದಿಲ್ಲ.ಉದ್ದಕ್ಕೂ ಘಾಟ್ ಗಳಲ್ಲಿ ಗಂಗಾ ಆರತಿ ನಡೆಯುತ್ತದೆ. ಮುಖ್ಯವಾಗಿ ದಶಾಶ್ವಮೇಧ ಘಾಟ್ ನಲ್ಲಿ ತುಂಬಾ ಹೊತ್ತಿನ ಪೂಜೆ ನಡೆಯುತ್ತದೆ. ಹರಹರ ಮಹಾದೇವ ಎಂಬ ಘೋಷ ಮೊರೆಯುತ್ತಲೇ ಇರುತ್ತದೆ. ದೋಣಿಯಲ್ಲಿ ಪಯಣಿಸುತ್ತಲೇ ನಾವು ಇದನ್ನೆಲ್ಲಾ ನೋಡಿದೆವು. ಆ ಸಂಭ್ರಮವನ್ನು ನೋಡಿಯೇ ತಿಳಿಯಬೇಕು. ಗುರುವಾರ ಚಂದ್ರ, ಪ್ರತಿಭಾ, ಶಾರದೆ, ಕಲ್ಕಾರಿನವರೆಲ್ಲಾ ಗಯಾಕ್ಕೆ ಹೋದರು. ನಾನು ಹೋಗಲಿಲ್ಲ. ಕಾಲು ನೋವಿನಿಂದ ನಡೆಯಲು ಕಷ್ಟ. ಕೋಣೆಯಲ್ಲೇ ಇದ್ದು ವಿಶ್ರಾಂತಿ ಪಡೆದೆ. ಶಂಕರನಾರಾಯಣ, ಗೀತಾ, ರೈಗಳು, ವಿಶ್ವನಾಥ, ಗಾಯತ್ರಿ, ಉದಯ ಯಾರೂ ಗಯಾಕ್ಕೆ ಹೋಗಲಿಲ್ಲ. ಹೋದವರು ಗಯಾಶ್ರಾದ್ಧವನ್ನು ಮಾಡಿ ಪಿತೃಗಳಿಗೆ ಪಿಂಡ ಹಾಕಿ ಬಂದರು. ಶುಕ್ರವಾರ ಅಯೋಧ್ಯೆಗೆ ಹೊರಟೆವು. ಕಾಶಿಯಿಂದ ಹೋಗುವಾಗ ರಾಮಮಂದಿರ ನಿರ್ಮಾಣ ಆಗುತ್ತಿರಬಹುದು ಎಂದುಕೊಂಡಿದ್ದೆ. ಆದರೆ ಅಲ್ಲಿ ರಚನಾಕಾರ್ಯ ಶುರುವಾಗಲಿಲ್ಲ. ಅದಕ್ಕೆ ಬೇಕಾದ ಕಲ್ಲು, ಇಟ್ಟಿಗೆಗಳು, ಕಂಬಗಳು ಎಲ್ಲಾ ತಯಾರಿಯಾಗುತ್ತಿದ್ದವು. ಶ್ರೀರಾಮನನ್ನು ಕಬ್ಬಿಣದ ಕೋಟೆಯೊಳಗಿಟ್ಟು ಕಾಯುತ್ತಿದ್ದರು. ಹೆಜ್ಜೆಹೆಜ್ಜೆಗೆ ತಪಾಸಣೆ ಮಾಡಿ ಮುಂದೆ

ಕಳುಹಿಸುತ್ತಿದ್ದರು. ಹಣವನ್ನುಮಾತ್ರ ತೆಗೆದುಕೊಂಡು ಹೋಗಬಹುದು. ಮೊಬೈಲ್ ಎಲ್ಲ ತೆಗೆದಿಟ್ಟುಕೊಳ್ಳುತ್ತಿದ್ದರು. ನಾವ್ಯಾರೂ ಮೊಬೈಲ್ ತೆಗೆದುಕೊಂಡು ಹೋಗಿರಲೇ ಇಲ್ಲ. ಪ್ರತಿಭಾಳ ಚೀಲದಲ್ಲಿದ್ದ ಮುಲಾಮನ್ನು ಮುಲಾಜಿಲ್ಲದೆ ಎತ್ತಿ ಒಗೆದಿದ್ದರು. ಎರಡೂ ಕಡೆ ಕಬ್ಬಿಣದ ಬೇಲಿ, ಅದರ ಮಧ್ಯೆ ನಾವು ಕ್ಯೂನಲ್ಲಿ. ಅಲ್ಲಲ್ಲಿ ಬಂದೂಕುಧಾರಿಗಳಾದ ಯುವಕ-ಯುವತಿಯರು (ಸೈನಿಕರು). ಸಾಲಾಗಿ ಹೋಗಿ ಐವತ್ತು ಮೀಟರ್ ದೂರದಿಂದ ಶ್ರೀರಾಮನನ್ನು ನೋಡಿ ಕೈಮುಗಿದು (ಅಡ್ಡಬೀಳುವಂತಿಲ್ಲ ಜಾಗವೇ ಇಲ್ಲ) ಅವರು ಕೊಡುವ ಮಿಠಾಯಿಯನ್ನು ಪ್ರಸಾದವೆಂದು ಪಡೆದುಅದೇ ರೀತಿ ಸಾಲಲ್ಲಿ ಹೊರಗೆ ಬಂದೆವು. ಎಲ್ಲಿ ಹೋದರು ಭಿಕ್ಷುಕರು, ಚಿಕ್ಕಮಕ್ಕಳು, ವ್ಯಾಪಾರ ಮಾಡುವವರು ಇದ್ದರು. ಬೀದಿಗಳಲ್ಲಿ ಎಲ್ಲಾ ದೇವರ ದೇವಸ್ಥಾನಗಳಿದ್ದವು. ಭಕ್ತರು ತುಂಬಾ ಜನರಿದ್ದರು. ನಾನು ಒಂದೆರಡು ದೇವಸ್ಥಾನಗಳಿಗೆ ಹೋದೆ. ಕಾಲುನೋವಿನಿಂದ ಹೆಚ್ಚು ನಡೆಯಲು ಆಗುತ್ತಿರಲಿಲ್ಲ. ಮತ್ತು ವಿಪರೀತ ಜನಸಂದಣಿಯಲ್ಲಿ ನುಗ್ಗಲಾರದೆ ನೀವೆಲ್ಲಾ ನೋಡಿ ಬನ್ನಿ ನಾನು ಇಲ್ಲೇ ಹೊರಗೆ ಕುಳಿತಿರುತ್ತೇನೆ ಎಂದು ಹೇಳಿದೆ. ಕಾಶಿಯಲ್ಲಿಯೂ ನಾನು ಒಂದೆರಡು ದೇವಸ್ಥಾನಗಳಿಗೆ ಮಾತ್ರ ಹೋಗಿದ್ದು ಬಾಕಿ ಎಲ್ಲಾ ಕಡೆ ಹೊರಗಿನಿಂದಲೇ ಕೈಮುಗಿದು ಒಂದೆಡೆ ಕುಳಿತುಕೊಳ್ಳುತ್ತಿದ್ದೆ. ಅಯೋಧ್ಯೆಗೆ ಉದಯ ಬರಲಿಲ್ಲ. ಊರಿಗೆ ಹೋದರು.

ಒಂದು ದಿನ ಪ್ರಯಾಗಕ್ಕೆ ಹೋದೆವು. ಅದು ಗಂಗಾ, ಯಮೂನಾ, ಸರಸ್ವತಿ ನದಿಗಳ ತ್ರಿವೇಣಿ ಸಂಗಮದ ಸ್ಥಳ. ಅಲ್ಲಿ ಮುಳುಗು ಹಾಕಿದರೆ ಮೂರು ನದಿಗಳಲ್ಲಿ ಸ್ನಾನ ಮಾಡಿದ ಪುಣ್ಯವಂತೆ. ಹಾಗಾಗಿ ನಾನು ಅಲ್ಲೇ ಮುಳುಗುತ್ತೇನೆ ಎಂದು ಗಂಗಾ ಸ್ನಾನವನ್ನು ಮುಂದೂಡಿದೆ. ಶಾರದೆ, ಪ್ರತಿಭಾ, ಗಾಯತ್ರಿ ಎಲ್ಲ ದಿನಾ ಬೆಳಿಗ್ಗೆ ಎದ್ದು ಗಂಗಾ ನದಿಯಲ್ಲಿ ಮಿಂದು ಬರುತ್ತಿದ್ದರು. ಸಂಗಮದಲ್ಲಿಯೂ ದೋಣಿಯಲ್ಲಿ ನಮ್ಮನ್ನು ಕರೆದುಕೊಂಡು ಹೋಗಿ ಸ್ನಾನ ಘಟ್ಟದಲ್ಲಿ ದೋಣಿ ನಿಲ್ಲಿಸಿ ನಮ್ಮನ್ನು ಸ್ನಾನ ಮಾಡಿ ಬನ್ನಿ ಎಂದು ಕಳುಹಿಸಿದರು. ಅಲ್ಲಿ ಉದ್ದಕ್ಕೆ ಬಿದಿರಿನ ಅಟ್ಟಳಿಗೆ ಇತ್ತು. ಅದರಿಂದ ಎದೆಯುದ್ದ ನೀರಿಗೆ ಇಳಿಯಬೇಕು. ಒಬ್ಬರಿಗೊಬ್ಬರು ಕೈಹಿಡಿದು, ಕೆಳಗಿಳಿದು ನೀರಿನಲ್ಲಿ ಮುಳುಗು ಹಾಕಿದೆವು. ನಾನು ಧೈರ್ಯವಾಗಿ ಮೂರು ಸಲ ಮುಳುಗಿ ಎದ್ದುಬಿಟ್ಟೆ. ಮುಳುಗಿದ ಕೂಡಲೇ ಉಸಿರು ಕಟ್ಟಿಎದ್ದು ಬಿಡುವ ಹಾಗಾಗುತ್ತದೆ. ಅಂತೂ ಗಂಗಾ ಸ್ನಾನ ಪೂರೈಸಿತು. ಅಲ್ಲಿಂದ ತೀರ್ಥವೆಂದು ಒಂದೊಂದು ಡಬ್ಬಿ (ಪ್ಲಾಸ್ಟಿಕ್ ಕ್ಯಾನ್ ದುಡ್ಡು ಕೊಟ್ಟು) ಯಲ್ಲಿ ನೀರು ತುಂಬಿಸಿಕೊಂಡು ತಂದೆವು. ಆದರೆ ಅದನ್ನು ವಿಮಾನದಲ್ಲಿ ತರಲು ಬಿಡಲಿಲ್ಲ. ಕುಡಿಯುವ ನೀರಿನ ಬಾಟಲಿಯಲ್ಲಿ ಹಾಕಿ ತರಬೇಕಾಯಿತು. ಡಬ್ಬಿಗಳನ್ನು ಅಲ್ಲೇ ಬಿಟ್ಟೆವು. ಅಂತೂ ಡಬ್ಬಿಗೆ ಕಾಣಿಕೆ ಹಾಕಿ ಆಯಿತು.

ನಮಗೆ ವಿಮಾನ ನಿಲ್ದಾಣದಿಂದ ಛತ್ರಕ್ಕೆ ಅಲ್ಲಿಂದ ಬೇಕಾದಲ್ಲಿಗೆ ಹೋಗಲು ತಕ್ಕುದಾದ ವಾಹನಗಳನ್ನು ಛತ್ರದ ಮೆನೇಜರ್ ಅವರೇ ವ್ಯವಸ್ಥೆ ಮಾಡಿಕೊಡುತ್ತಿದ್ದರು. ಕಾಶಿಯಲ್ಲಿ ಓಡಾಡಲು ರಿಕ್ಷಾ ಕೂಡ ಅವರದ್ದೇ ಇತ್ತು. ಅದರಿಂದ ಪ್ರಯಾಣ ಮಾಡಲು ಸುಲಭವಾಗಿ ಆಯ್ತು. ಕಾಶಿ ವಿಶ್ವನಾಥನ ದರ್ಶನಕ್ಕೆ ಸಾಯಂಕಾಲ ಹೋದೆವು. ಬೆಳಿಗ್ಗೆ ಮೂರು ಗಂಟೆಗೆ ಹೋದರೂ ತುಂಬಾ ಜನ ಇರುತ್ತಾರೆ ಎಂದು ಶಂಕರನಾರಾಯಣ, ಗೀತಾ ಹೇಳಿದರು.

ಚಂದ್ರಶೇಖರ ಎಲ್ಲ ಗಯಾಕ್ಕೆ ಹೋದಾಗ ಅವರು ವಿಶ್ವೇಶ್ವರನನ್ನು ನೋಡಿ ಬಂದಿದ್ದರು. ಹಾಗಾದರೆ ಸಾಯಂಕಾಲವೇ ಹೋದರಾಯ್ತು ಎಂದು ನಾವು ಸಾಯಂಕಾಲವೇ ಹೋದೆವು. ರಿಕ್ಷಾದಲ್ಲಿ ಹೋದರೂ ದೇವಾಲಯಕ್ಕೆ ಸುಮಾರು ದೂರ ನಡೆಯಬೇಕಾಗುತ್ತದೆ. ಅಲ್ಲಿಯವರೆಗೆ ರಿಕ್ಷಾ ಹೋಗಲು ಬಿಡುವುದಿಲ್ಲ. ಅಷ್ಟು ಜನಸಂದಣಿ ಇರುತ್ತದೆ. ಹೇಗೋ ಸುತ್ತಿಕೊಂಡು ಅಲ್ಲಲ್ಲಿ ತಪಾಸಣೆಗೆ ಒಳಪಟ್ಟು ಅಂತೂ ಒಳಾಂಗಣ ತಲುಪಿದೆವು. ಅಲ್ಲಿ ಸರತಿಯಲ್ಲಿ ಹೋಗಬೇಕು. ನಮ್ಮವರೆಲ್ಲ ಚದುರಿ ಹೋದರು. ನಾನು ಮುಂದೆ ಹೋಗಲಾಗಲಿಲ್ಲ. ಒಂದು ಹಿಂದಿ ಪರಿವಾರ ನನ್ನನ್ನು ಹಿಂದೆ ಕಳುಹಿಸಲು ನೋಡಿದಾಗ ನನ್ನ ಕಡೆಯವರೆಲ್ಲಾ ಮುಂದೆ ಹೋಗಿದ್ದಾರೆ ಎಂದೆ. ಸರಿ ಹಾಗಾದರೆ ನಮ್ಮ ಜತೆಗೆ ಬನ್ನಿ ಎಂದು ಮಧ್ಯ ಸೇರಿಸಿಕೊಂಡರು. ಸರಿಯಾಗಿ ಸನ್ನಿಧಿಗೆ ಬಂದಾಗ ಕಟಾಂಜನದ ಒಳಗೆ ಸಣ್ಣ ಬಾವಿ. ಅದರ ನಾಲ್ಕು ಬದಿಯಿಂದ ನಾಲ್ಕು ದಂಬೆಗಳು ಕಂಡವು. ದೇವರನ್ನು ನೋಡಲು ಇಣುಕುವಾಗ ಮುಂದೆ ಹೋಗಿ ಎಂದು ಆಚೆಗೆ ತಳ್ಳಿದರು. ಅಂತೂ ದರ್ಶನವಾಗದೇ ಗುಂಪಿನಿಂದ ಈಚೆ ಬಂದು ಅಂಗಣದ ಒಂದು ಕಡೆ ಕುಳಿತು ಸುಧಾರಿಸಿಕೊಂಡೆ. ಅಲ್ಲೇ ಓಂ ನಮಃ ಶಿವಾಯ ಎಂದು ಜಪಿಸುತ್ತಾ ಸಮಾಧಾನ ಮಾಡಿಕೊಂಡೆ. ಅಲ್ಲೇ ಹತ್ತಿರ ಇದ್ದ ನಂದಿಯನ್ನು ನೋಡಿದೆವು. ನಂದಿ ಯಾಕೋ ಒಡೆಯನ ಮೇಲೆ ಮುನಿಸಿಕೊಂಡಂತೆ ಮಸೀದಿಯ ಕಡೆಗೆ ಮುಖ ಮಾಡಿ ಕುಳಿತ್ತಿದ್ದ. ನಾನು ಕುಳಿತವಳು ಏಳಲೇ ಇಲ್ಲ. ಪ್ರತಿಭಾ, ಶಾರದೆ, ಗಾಯತ್ರಿ ಎಲ್ಲಾ ಪುನಃ ಸರದಿಯಲ್ಲಿ ಹೋಗಿ ದೇವರನ್ನು ನೋಡಿದರಂತೆ. ಶಂಕರನಾರಾಯಣ, ಗೀತಾ, ಚಂದ್ರಶೇಖರ ಎಲ್ಲ ಅಲ್ಲಿಂದ ಹೊಸದಾಗಿ ನಿರ್ಮಿಸಲಾದ ಮೋದಿ ಕಾರಿಡಾರಿನಲ್ಲಿ ನಡೆದು ಗಂಗಾ ತೀರಕ್ಕೂ ಹೋಗಿಬಂದರು. ಎರಡು ಮೂರು ಕಿಲೋ ಮೀಟರ್ ನಡೆದಿರಬಹುದು. ಚೆನ್ನಾಗಿದೆಯೆಂದು ಹೇಳಿದರು. ಮತ್ತೆ ಬಿಡಾರಕ್ಕೆ ಬಂದೆವು. ಕಾಶಿಯಲ್ಲಿಯೂ ತಿಥಿ ಮಾಡುವ ಸಂಪ್ರದಾಯವಿದೆ. ಛತ್ರದ ಪ್ರಬಂಧಕರಾದ ಜಯಪ್ರಕಾಶರು ಅದನ್ನು ವ್ಯವಸ್ಥಿತವಾಗಿ ಅವರೇ ನಿಂತು ನಡೆಸಿಕೊಟ್ಟರು. ಸಾಯಂಕಾಲ ಅವರೇ ಹೇಳಿದ ಒಂದು ರೇಷ್ಮೆ ಫ್ಯಾಕ್ಟರಿ ಮತ್ತು ಅಂಗಡಿಗೆ ಭೇಟಿ ಕೊಟ್ಟೆವು. ದುಬಾರಿಯಲ್ಲದ ಸೀರೆಗಳನ್ನು ಅವರವರೇ ಆರಿಸಿ ಮನೆಯವರಿಗೆಲ್ಲರಿಗೂ ಸೇರಿಸಿ ತೆಗೆದುಕೊಂಡೆವು. ಅದು ಯಾತ್ರೆಯ ಖರ್ಚಿನ ಲೆಕ್ಕದಲ್ಲಿ ಬರಲಿಲ್ಲ. ಅದಕ್ಕೆ ಬೇರೆಯೇ ಹಣದ ಲೆಕ್ಕವಿತ್ತು.

ಅಂತೂ ಕಾಶಿಯ ದರ್ಶನ ಪಡೆದು ಪುನಃ ವಿಮಾನದ ಮೂಲಕವೇ ಹೈದರಾಬಾದಿಗಾಗಿ ಮಂಗಳೂರಿಗೆ ಬಂದು ತಲುಪಿದೆವು. ಅಲ್ಲಿ ಎಲ್ಲರೂ ಚದುರಿದರು.

11

ಉಷಾ

ಉಷಾ ತುಂಬಾ ಮುದ್ದಾದ ಮಗು. ನೋಡಿದವರು ಒಮ್ಮೆ ಎತ್ತಿಕೊಳ್ಳುತ್ತಿದ್ದರು. ಅಂತಹ ಮಗುವಿಗೆ ಒಮ್ಮೆ ಜ್ವರ ಬಂತು. ತಾಯಿ ಜ್ವರದ ಮಾತ್ರೆ ಕೊಟ್ಟರು. ಆಗ ಹತ್ತಿರದಲ್ಲಿ ಡಾಕ್ಟರು ಇರಲಿಲ್ಲ. ಜ್ವರಕ್ಕೆ ಶೀತಕ್ಕೆ ಎಂದು ಮಾತ್ರೆಗಳನ್ನು ತಂದು ಮನೆಯಲ್ಲಿ ಇಟ್ಟುಕೊಳ್ಳುತ್ತಿದ್ದರು. ಮಾತ್ರೆ ತಿಂದ ಮಗು ಅಳಲು ಶುರುಮಾಡಿತು. ಏನೇನು ಮಾಡಿದರೂ ಅಳು ನಿಲ್ಲಿಸಲಿಲ್ಲ. ತೊಟ್ಟಿಲಲ್ಲಿ ಮಲಗಿಸಿ ಜೋರಾಗಿ ತೂಗಿದಾಗ ಮಾತ್ರ ಅಳು ನಿಲ್ಲುತ್ತಿತ್ತು. ಅರ್ಧ ದಿನ ಹಾಗೇ ಇತ್ತು. ಮತ್ತೆ ಸರಿಯಾಯ್ತು. ಆದರೆ ಮುಂದೆ ಅವಳಿಗೆ ಕಿವಿ ಕೇಳುವುದಿಲ್ಲ ಎಂದು ಗೊತ್ತಾಯ್ತು.

ಅಪ್ಪ ಅಮ್ಮ ಕಂಗೆಟ್ಟರು. ವೈದ್ಯರಿಗೆ ತೋರಿಸಿದರು. ಮೈಸೂರಿಗೆ ಕರೆದುಕೊಂಡು ಹೋಗಿ ಕಿವಿ ಮೂಗು ತಜ್ಞರಿಗೆ ತೋರಿಸಿದರು. ಕಿವಿ ಕೇಳದಿರುವುದು ಖಚಿತವಾಯ್ತು ಅಷ್ಟೆ. ಮಗು ತುಂಬಾ ಚುರುಕಾಗಿಯೂ ಇತ್ತು. ಕೈಸನ್ನೆಗಳನ್ನೆಲ್ಲಾ ಕೂಡಲೇ ತಿಳಿದುಕೊಳ್ಳುತ್ತಿತ್ತು. ಆರನೆಯ ವರ್ಷಕ್ಕೆ ಹತ್ತಿರದಲ್ಲೇ ಇದ್ದ ಶಾಲೆಗೆ ಸೇರಿಸಿದರು. ಆದರೆ ಅವಳಿಗೆ ಮಾತು ಬಾರದಿರುವುದರಿಂದ ಕಲಿಯಲಾಗಲಿಲ್ಲ. ಮೈಸೂರಿನಲ್ಲಿ ಕಿವುಡು ಮೂಕರ ಶಾಲೆ ಇದೆ. ಅಲ್ಲಿ ಸೇರಿಸಿದರೆ ವಿದ್ಯೆ ಕಲಿಯಬಹುದೆಂದು ಸಲಹೆ ಬಂತು. ಆದರೆ ಅಷ್ಟು ದೂರಕ್ಕೆ ಅವಳನ್ನು ಕಳಿಸಲು ಮನಸೊಪ್ಪದೆ ಅವಳು ಮನೆಯಲ್ಲೇ ಉಳಿದಳು.

ಓದು ಬರಹ ಹೊರತಾಗಿ ಉಳಿದೆಲ್ಲವನ್ನೂ ಬಹಳ ಸೂಕ್ಷ್ಮವಾಗಿ ಕಲಿಯುತ್ತಿದ್ದಳು. ದೊಡ್ಡವಳಾದಂತೆ ಮನೆಯ ಕೆಲಸಗಳು, ವ್ಯವಹಾರಗಳು ಎಲ್ಲವೂ ಅವಳಿಗೆ ತಿಳಿಯುತ್ತಿತ್ತು. ಆದರೇನು? ಮಾತು ಬಾರದವಳನ್ನು ಮದುವೆಯಾಗಿ ಅವಳಿಗೆ ಬಾಳು ಕೊಡುವ ಆದರ್ಶದ ಯುವಕರು ಯಾರೂ ಬರಲಿಲ್ಲ. ಆಕೆ ಕನ್ಯೆಯಾಗಿಯೇ ಉಳಿದಳು. ಹಾಗೆಂದು ಮನೆಯವರಿಗೆ ಎಂದೂ ಹೊರೆಯಾಗಲಿಲ್ಲ. ಕ್ರಮೇಣ ಆಕೆಗೆ ದೈಹಿಕವಾಗಿ ನೋವುಗಳು ಕಾಣಿಸಿಕೊಂಡವು. ಅವುಗಳೊಡನೆ ಹೋರಾಡುತ್ತಲೇ ಹೊಲಿಗೆ, ಹೆಣಿಗೆ, ಕಸೂತಿ ಎಲ್ಲವನ್ನೂ ಮಾಡುತ್ತಿದ್ದಳು. ಮನೆಯಲ್ಲಿ ಎಲ್ಲಿಯೂ ಧೂಳು, ಬಲೆ ಇರುತ್ತಿರಲಿಲ್ಲ. ಪ್ರಾಣಿ ಪಕ್ಷಿಗಳಲ್ಲಿ ಪ್ರೀತಿ, ಹೂವಿನ ಗಿಡಗಳನ್ನು ನೆಟ್ಟು ಬೆಳೆಸುವುದು ಎಲ್ಲವನ್ನೂ ಮಾಡುತ್ತಿದ್ದಳು. ತಂಗಿಯ ಮಕ್ಕಳು, ಅಣ್ಣನ ಮಕ್ಕಳೊಡನೆ ಪ್ರೀತಿಯಿಂದ ಇದ್ದು ಅವರನ್ನು ನೋಡುತ್ತಿದ್ದಳು. ಒಟ್ಟಿನಲ್ಲಿ ಎಲ್ಲರಿಗೂ ಪ್ರಿಯಳಾಗಿದ್ದ ಉಷಾ ಮಧ್ಯವಯಸ್ಸಿನಲ್ಲೇ ಕಾಯಿಲೆಗೆ ತುತ್ತಾಗಿ ಇಹಲೋಕವನ್ನು ತ್ಯಜಿಸಿದಳು.

12

ಏ ದೇವರೇ!!!

ಶುರುವಿಲೇ ನಿನಗೆ ನೀಟಂಪ ಹೊಡಾಡ್ತೆ. ಎಂತಕೆ ಹೇಳಿ ಗೊಂತಿದ್ದೊ? ಎನಗೆ ಈ ಮನುಷ್ಯ ಜಲ್ಮವ ಕೊಟ್ಟದಕ್ಕೆ. ಬೇರೆ ಪ್ರಾಣಿಗೊ ಪಕ್ಷಿಗೊ ಎಲ್ಲ ಅವಕ್ಕೆ ನೀನು ಹಾಂಗೆ ಹೀಂಗೆ ಬದ್ಕಿ, ಇಂತಾದ್ದು ತಿನ್ನಿ ಎಲ್ಲದನ್ನೂ ಅವರ ಬುದ್ದಿಗೆ ಸಿಕ್ಕುವಾಂಗೆ ಮಾಡಿಬಿಟ್ಟಿದೆ. ಅವು ಅದರ ಒಂಚೂರೂ ಯಾಕೇಳಿ ಕೇಳವು, ಮಾಡೇಳಿ ಹೇಳವು. ಮನುಷ್ಯಂಗೆ ಮಾತ್ರ ಭೂಮಿಲಿ ಬೇಕಾದ್ದರ ಮಾಡಿಕೊಂಡು ತಿಂದು ಬದ್ಕುವಾಂಗೆ ಒಂಚೂರು ಬುದ್ಧಿ ಹೇಳ್ತದರ ಜಾಸ್ತಿ ಕೊಟ್ಟಿದೆ ಹೇಳಿ ಕಾಣ್ತು. ಶುರುವಿಲಿ ನಾವಿಪ್ಪಲ್ಲಿ ಸಿಕ್ಕುವ ಗೆಡ್ಡೆ ಗೆಣಸುಗೊ,ಹಣ್ಣುಗೊ ಬಿದ್ದು ಹುಟ್ಟಿದ ಭತ್ತ

ಗೋಧಿ , ಕೆಲವು ಜನ ಪಾಪದ ಪ್ರಾಣಿಗಳ ಕೊಂದು ತಿಂದವು. ಮತ್ತೆ ಬೆಂಕಿಯ ಮಾಡ್ಳೆ ಕಲ್ತವು. ಹೀಂಗೆ ಕಲ್ತು ಕಲ್ತು ಈಗ ಎಲ್ಲಿಗೆ ತಲ್ಪಿದ್ದವು ಹೇಳಿರೆ ಮನುಷ್ಯರಿಲ್ಲದ್ರೆ ನಿನ್ನ ಸೃಷ್ಟಿ ನೀನಿಟ್ಟ ಹಾಂಗೆ ಇಕ್ಕೊ ಏನೋ ಹೇಳಿ ಕಾಣ್ತು. ಆದರೂ ಎನಗೆ ಈ ಅವಕಾಶ ಕೊಟ್ಟಿದಕ್ಕೆ ನಿನಗೆ ತಿರುಗಿ ನಮಸ್ಕಾರ ಮಾಡ್ತೆ

ಈ ನಿನ್ನ ಸೃಷ್ಟಿ ಎಂತಾ ಚೆಂದ ಇದ್ದು, ಅದ್ಭುತವಾಗಿದ್ದು ಹೇಳಿರೆ ಅದರ ನೋಡಲೆ ಎನ್ನ ಎರಡು ಕಣ್ಣುಗೊ ಸಾಲ. ಭೂಮಿ, ಆಕಾಶ, ಸೂರ್ಯ, ಚಂದ್ರ, ನಕ್ಷತ್ರಂಗೊ ಎಲ್ಲ ಒಂದಕ್ಕಿಂತ ಒಂದು ಚೆಂದ ಇದ್ದು. ಎಂಗೊ ಇಪ್ಪ ಈ ಭೂಮಿಯನ್ನೇ ನೋಡಿ ಮನಸ್ಸು ತಣಿಯ. ಎಷ್ಟೊ ಕೋಟಿಗಟ್ಲೆ ಗಿಡಮರ ಬಳ್ಳಿಗೊ, ಅವುಗೊ ಬಿಡುವ ಹೂವುಗೊ, ಹಣ್ಣುಗೊ, ಅವುಗಳ ಬೀಜಂದ ತಿರುಗಾ ಗಿಡ ಮರ ಆಗಿ ಹೂವು ಹಣ್ಣು ನೋಡಿ ಮುಗಿತ್ತ ಕೆಲಸವಾ ಅದು. ಕಾಡಲಿಪ್ಪ ಪ್ರಾಣಿಗೊ ಒಂದೊಂದೂ ಒಂದೊಂದು ನಮೂನೆ ರೂಪ, ಆಕಾರ, ಅವರ ಆಹಾರ ಜೀವನ ಎಲ್ಲ ನೋಡಿರೆ ಹೀಂಗೆ ನೀನಲ್ಲದ್ದೆ ಬೇರಾರಿಂಗೆ ಎಡಿಗು? ಹೀಂಗೆಲ್ಲ ಮಾಡ್ಳೆ? ನೀರು, ಗಾಳಿ, ಬೆಂಕಿ, ಮಣ್ಣು ಇದಲ್ಲಿಯೂ ಎಷ್ಟೊಂದು ನಮೂನೆ ಇದ್ದಪ್ಪಾ ದೇವರೇ!! ಇದರ ಎಲ್ಲ ನೋಡ್ಳೆ ಎನಗೆ ಎರಡು ಕಣ್ಣು ಕೊಟ್ಟಿದೆನ್ನೆ ಅದರಂದಾಗಿ ಎಷ್ಟೊ ದೂರಲ್ಲಿಪ್ಪ ನಕ್ಷತ್ರಂಗಳ ಕೂಡ ನೋಡ್ಳೆಡಿತ್ತು ಎನಗೆ.

ಅದಕ್ಕಾಗಿ ನಿನಗೆ ಎನ್ನ ನಮಸ್ಕಾರಂಗೊ. ಮತ್ತೆ ಎನ್ನ ಕೆಮಿಗೊ ಇದ್ದನ್ನೆ, ಎಷ್ಟು ಸಣ್ಣ ಶಬ್ಧವನ್ನೂ ಗ್ರೇಶುತ್ತು, ಹಾಂಗೇ ಬಾಂಬು ಹೊಟ್ಟಿರೂ ಕಿವುಡಾಗದ್ದೆ ಒಳಿವ ಹಾಂಗೆ ಇದ್ದು. ಒಳ್ಳೆದನ್ನೂ ಕೇಳ್ತು ಕೆಟ್ಟದನ್ನೂ ಕೇಳ್ತು, ಒಂತರ ಸಮಭಾವಲ್ಲಿರ್ತು. ಮೂಗು ಮಾತ್ರತುಂಬ ಸೂಕ್ಷ್ಮಲ್ಲಿ ಒಳ್ಳೆ ಗಾಳಿ, ಪರಿಮಳ ಎಲ್ಲ ತೆಕ್ಕೊಳ್ತು. ಕೆಟ್ಟಗಾಳಿ, ವಾಸನೆ, ಎಲ್ಲ ಒಳ ಹೋಗಿದ್ದಾಂಗೆ ತಡೆತ್ತು. ಆದರುದೆ ಕೆಲವು ಸರ್ತಿ ಕ್ರಿಮಿಗೊ ನುಗ್ಗಿ ಶೀತ ಜ್ವರ ಎಲ್ಲ ಬರ್ಸುತ್ತವು.

ಬಾಯಿಯ ಶುದ್ಧಿ ಹೇಳದ್ದಿಪ್ಪದೇ ಒಳ್ಳೆದಲ್ಲದೊ? ಆದರೆ ನಿನಗೆ ಎಲ್ಲ ಗೊಂತಿದ್ದನ್ನೆ ಅದರ ವಿಷಯ, ಅದನ್ನೂ ಕೊಟ್ಟದ್ದು ನೀನೆನ್ನೆ, ಹಲ್ಲು ತಿಂಬಲೆ, ಮೋರೆ ಚೆಂದಕಾಂಬಲೆ ಎಲ್ಲ ಒಳ್ಳೆದೆ. ಎನ್ನ ಹಲ್ಲು ಅಷ್ಟು ಚೆಂದ ಇತ್ತಿದ್ದಿಲ್ಲೆ. ಹೋಗಲಿ ಅದರ ಶುದ್ಧಿ ಬೇಡ. ನಾಲಗೆ ಮಾತ್ರ ಬಾರಿ ಸಪಾಯಿ ಕೊಟ್ಟಿದೆ.ತಿಂಬಲೆ ರುಚಿ ಜಾಸ್ತಿ ಮಾಡ್ತುತ್ತೂ ಆದರೆ ಅದು ಹೇಳಿತ್ತೂಳಿ ತಿಂದರೆ ಹೊಟ್ಟೆ ಬೊಬ್ಬೆ ಹೊಡೆತ್ತು. ನಾಲಗೆಲಿ ಒಳ್ಳೆ ಮಾತಾಡೆಕ್ಕು ಹೇಳಿ ನೀನು ಕೊಟ್ಟಿದೆ. ಆದರೆ ಒಂದೊಂದರಿ ಮಾತಾಡ್ವಾಗ ಇತ್ತು ಹೇಳ್ವಾಂಗೆ ಮಾತಾಡ್ತು. ಅದಕ್ಕೆ ಕಾರಣ ಅಪ್ಪದು ನೀನೇ ಕೊಟ್ಟ ಮನಸ್ಸು ಬುದ್ಧಿಗೊ ಆದರೆ ಮನುಷ್ಯರಿಂಗೆ ಅದರ ಹತೋಟಿಲಿ ಮಾಡಕ್ಕೊಂಬಲೆ ಬುದ್ಧಿಯನ್ನೂ ಕೊಟ್ಟಿದೆನ್ನೆ ಹಾಂಗಾಗಿ ಆದಷ್ಟು ಒಳ್ಳೆ ಮಾತಾಡ್ಳೆ ಇಲ್ಲದ್ರೆ ಬಾಯಿ ಮುಚ್ಚಿಗೊಂಡಿದಪ್ಪಲೆ ಕಲಿಯೆಕ್ಕು. ಅದರೂ ಇಂತಾ ಇನ್ನೊಂದರ ಮನುಷ್ಯ ಸೃಷ್ಟಿ ಮಾಡ್ಳೆಡಿಯನ್ನೆ ಅದಕ್ಕಾಗಿ ನಿನಗೆ ತಿರಿಗೀ ತಿರಿಗೀ ನಮಸ್ಕಾರ ಮಾಡ್ತೆ.

ಮತ್ತೆ ಒಳುದ ಎಲ್ಲ ಅಂಗಗಳು ಅವರಷ್ಟಕ್ಕೆ ಅವು ಅವರ ಕೆಲಸ ಮಾಡಿಯೊಂಡು ಹೋವುತ್ತವು. ಈ ಇಷ್ಟು ಸಣ್ಣ ಜೀವಲ್ಲಿಯುದೆ ಎಷ್ಟೋ ಮೀಟರಿನಷ್ಟುದ್ದ ಕರುಳು, ತಿಂದದ್ದರ ಜೀರ್ಣ ಮಾಡುವ ಹೊಟ್ಟೆ ಲಚಡಚ ಹಾಡಿಗೊಂಡೇ ಇಪ್ಪ ಹೃದಯ, ಗಾಳಿ ತೆಕ್ಕೊಂಬ

ಶ್ವಾಸಕೋಶ ಇದರ ಎಲ್ಲ ಲೆಕ್ಕ ಮಾಡ್ಯೇ ಎನಗೆಡಿಯ ಮತ್ತದರ ಈ ಚರ್ಮದ ಹೊದಿಕ್ಕೆಯೊಳ ಎಲುಬಿನ ಗೂಡಲಿ ಎಲ್ಲೆಲ್ಲಿರಕ್ಕೊ ಅಲ್ಲೇ ಮಡಗಿ ಅಬ್ಬಾ ಯೇಚನೆ ಮಾಡಿರೆ ಎಂತಾ ಸೋಜುಗ ಅಲ್ಲದಾ!

ಎನ್ನ ಪುಳ್ಳಿ ಹೇಳಿತ್ತು ಈಗ ಮನುಷ್ಯ ಏನೆಲ್ಲಾ ಕಂಡುಹಿಡ್ದ ಗೊಂತಿದ್ದೊ? ಅಜ್ಜಿ! ಚಂದ್ರ, ಮಂಗಳ ಎಲ್ಲಾ ಕಡೆಯೂ ಹೋಪಲಾವುತ್ತು. ಆನು ಹೇಳಿದೆ "ದೇವರ ಸೃಷ್ಟಿ ಹಾಂಗೆ ಮನುಷ್ಯಂಗೆ ಮಾಡಲೆಡಿಯ ಮಿನಿಯ. ಅವನ ಸೃಷ್ಟಿಯ ಒಂದಾದರೂ ವಸ್ತುವ ಮಾಡಿದ್ದವೊ? ಯಾರೆಲ್ಲ ಬದಲಿ ಹೃದಯ ಮಾಡಿದ್ದವನ್ನೆ ಆದರೆ ಅದು ನಮ್ಮದರ ಹಾಂಗೇ ಇದ್ದೊ? ಕುರಿಯ ಮಾಡಿದ್ದವು ಮನುಷ್ಯನನ್ನೂ ಮಾಡುಗು. ಆದರೆ ಇದ್ದುದರಂದಲೇ ಅಣುಗಳ ತೆಗದು ಬೆಳೆಶಿದ್ದಲ್ಲದೊ? ಇಪ್ಪದರಲ್ಲೇ ಹೊಸತ್ತು ಮಾಡುಗಷ್ಟೆ. ಇದರ ಯಾವದನ್ನೂ ಮುಟ್ಟದ್ದೆ ಹೊಸಾ ಒಂದು ಅಣುವನ್ನಾದರೂ ಮಾಡಲಿ ನೋಡ ಅದೆಂಗಾವುತ್ತಜ್ಜಿ? ಹಾಂಗೆ ಆನು ಹೇಳಿದ್ದು. ದೇವರ ಸೃಷ್ಟಿಯ ನಾವು ಮೀರ್ಸುಲೆಡಿಯ ಹೇಳಿ. ಸರಿ ಹೇಳಿ ಒಪ್ಪಿಕೊಂಡತ್ತು ಕೂಸು.

ಆದರೂ ದೇವರೆ, ಮನುಷ್ಯಂಗೆ ಬುದ್ಧಿ, ಮನಸ್ಸು ಹೇಳಿ ಕೊಡುವಗ ಎಲ್ಲವಕ್ಕೂ ಒಳ್ಳೆ ಬುದ್ಧಿ, ಒಳ್ಳೆ ಮನಸ್ಸನ್ನೇ ನೀಯೇಕೆ ಕೊಟ್ಟತ್ತಿಲ್ಲೆ? ಒಬ್ಬೊಬ್ಬಂಗೂ ಒಂದೊಂತರ ಬುದ್ಧಿ, ಮನಸ್ಸು ನೀನೆ ಅಲ್ಲದೊ ಕೊಟ್ಟದು? ಅದರಂದಲೇ ಅಲ್ಲದೊ ಕೆಲವು ಜನಂಗೊ ಸಜ್ಜನರಪ್ಪದು, ಕೆಲವು ಜನಂಗೊ ದುಷ್ಟರಪ್ಪದು, ಅವರ ದೆಸೆಂದ ಈ ಸಜ್ಜನರುಗೊ ಬಂಜ ಬಪ್ಪದು ಎಲ್ಲ. ಇದೆಲ್ಲ ಬೇಕೊ? ಶುರುವಿಲೇ ಎಲ್ಲ ದುಷ್ಟರಾಗಿ ಹುಟ್ಟುತ್ತವಿಲ್ಲೆ ಮತ್ತೆ ಹಾಂಗಾವುತ್ತವು. ಅದೆಂತಕೆ? ನೀ ಹೇಳ್ತದು ಎಲ್ಲ ಸಜ್ಜನರೇ ಅದರೆ ಈ ಲೋಕಲ್ಲಿ ಸ್ವಾರಸ್ಯ ಎಂತ ಇದ್ದು? ಕೆಲಸ ಮಾಡ್ತವು, ಉಣ್ತವು ಮನುಗುತ್ತವು ಕಾಮ ಕೆಟ್ಟದ್ದು ಹೇಳಿರೆ ಮನುಜ ಕುಲ ಮುಂದುವರಿವದು ಹೇಂಗೆ? ಆದರೆ ದುಷ್ಟರ ಕಾಮ ಬೇರೆಯೋರಿಂಗೆ ಉಪದ್ರ ಆವುತ್ತನ್ನೆ! ಒಳುದ ಕ್ರೋದ, ಲೋಭ, ಮೋಹ ಇತ್ಯಾದಿಗಳಿಂದ ಮನಸ್ಸು ಕೆಟ್ಟು ಏನೇನೊ ಹಾಳು ಕೆಲಸ ಬೇರೆಯವಕ್ಕೆ ಉಪದ್ರ ಅಲ್ಲದೊ. ಹಾಂಗೆಲ್ಲ ಕೆಟ್ಟದು ಮಾಡಿದವಕ್ಕೆ ಕಷ್ಟವೇ ಸಿಕ್ಕುತ್ತೊ? ಇಪ್ಪಲೂ ಸಾಕು. ಇದರ ಎಲ್ಲ ಹಿಂದೆ ನಿಂದುಗೊಂಡು ಮಾಡ್ಸುದು ನಿನಗೆ ಆಟ ಅಲ್ಲದೊ? ಬೆಕ್ಕಿಗೆ ಆಟ ಇಲಿಗೆ ಪ್ರಾಣ ಸಂಕಟ ಹೇಳ್ವಾಂಗೆ.

ಈಗ ಕೆಟ್ಟಕೆಲಸ ಮಾಡ್ಲೆ ರಾಕ್ಷಸರು ಬೇಡ. ಮೊದಲು ರಾಕ್ಷಸಂಗೊ ಮನುಷ್ಯರಿಂಗೆ ಕಾಟ ಕೊಡ್ತಿದ್ದವಡ. ಈಗ ಮನುಷ್ಯರೇ ಮನುಷ್ಯರಿಂಗೆ, ಪ್ರಾಣಿ ಪಕ್ಷಿಗೊಕ್ಕೆ, ಭೂಮಿ, ನೀರು, ಗಾಳಿ ಎಲ್ಲದಕ್ಕೂ ಕಾಟ ಕೊಡ್ತದು. ಆದರೆ ಆರು ಕೆಟ್ಟವು, ಆರು ಒಳ್ಳೆವು ಹೇಳಿಯೂ ಗೊಂತಾಗ. ಕೃಷಿಗೆ, ಮನೆಕಟ್ಟಲೆ ಹೇಳಿ ಕಾಡು ಕಡ್ದು ಗುಡ್ಡೆ ಕಡ್ದು ಮಳೆಗೆ ನೀರಿಂಗೆ ತೊಂದರೆ ಮಾಡಿದವು. ದಾರಿ ಮಾಡಿ ವಾಹನಂಗಳ ಸಿಕ್ಕಾಪಟ್ಟೆ ಮಾಡಿ ಗಾಳಿಯ ಕೆಡಿಸುತ್ತವು. ಅದೆಲ್ಲ ಹಳೇ ಶುದ್ದಿ ಆತು, ಹೇಳ್ತಿಯೊ? ಈಗ ಒಂದು ವರ್ಷಾತು. ಕರೋನ ಹೇಳ್ತ ಮಾರಿ ಹುಟ್ಟಿ. ಎಲ್ಲಿ ಹೇಂಗೆ ಹುಟ್ಟಿತ್ತೊ ಗೊಂತಿಲ್ಲೆ. ಆದರೆ ಭೂಮಿಯ ಮೇಲಿಪ್ಪ ಎಲ್ಲ ದೇಶಂಗೊಕ್ಕೂ ಅದು ಹಬ್ಬಿದ್ದು ಜೆನ ಎಲ್ಲ ಕಡೆಗೂ ಹೊವುತ್ತವನ್ನೆ. ಎಲ್ಲಾ ಕಡೆ ಜೆನ ಸಾಯ್ತುವು. ಅದು ಸರಿ ರೋಗ ಬಂದಾಗ ಜೀವಗಟ್ಟಿ ಇದ್ದವು ಒಳಿತ್ತವು, ಒಳುದವು ಸಾಯ್ತವು. ಆದರೆ ಇದರ ಹೆಸರಿಲಿ ಮನುಷ್ಯ ಎಂತೆಲ್ಲ

ಮಾಡ್ತೆ ಗೊಂತಿದ್ದೊ? ಸರ್ಕಾರಂದ ಕಾನೂನೆಲ್ಲ ಬಯಿಂದು. ಕೊರೊನ ಇದ್ದರೆ ಬೇರೆ ಮಡಗಿ ಮದ್ದು ಕೊಡೆಕ್ಕು, ಮೋರೆ ಮುಚ್ಚಿಗೊಳ್ಳೆಕ್ಕು ಹೇಳಿ ಎಲ್ಲ ಇದ್ದು. ಅದರೆಡಕ್ಕಿಲಿ ಕೆಲವು ಕಡೆಲಿ (ಪೇಟೆಲಿ ಹೆಚ್ಚು) ಶೀತ ಜ್ವರ ಹೇಳಿ ಡಾಕ್ಟ್ರನ ಹತ್ತರೆ ಹೋದರೆ ಕೊರೊನ ಇದ್ದು ಹೇಳಿ ಒಳಹಾಕಿ ಸತ್ತರೆ ಮೋರೆ ನೋಡದ್ದಾಂಗೆ ಸುಟ್ಟಾಕುತ್ತವಡ. ಸತ್ತವರ ಮೂತ್ರಪಿಂಡ ಎಲ್ಲ ತೆಗೆದು ಪೈಸಕ್ಕೆ ಮಾರಿಗೊಳ್ತವಡ. ಈಗ ಎಂತಾಯಿದು ಹೇಳಿರೆ ಅನಿವಾರ್ಯ ಅಲ್ಲದ್ರೆ ಆರೂ ಡಾಕ್ಟ್ರ ಹತ್ರಾಗೆ ಹೋವುತ್ತವೇ ಇಲ್ಲೆ. ಸರೀ ಗುರ್ತಿಪ್ಪ ಒಳ್ಳೆ ಡಾಕ್ಟ್ರಾದರೆ ಮಾತ್ರ ಹೋವುತ್ತವಷ್ಟೆ. ಒಳುದಾಂಗೆ ಜ್ವರಕ್ಕೆಲ್ಲ ಮನೆಲೇ ಕಷಾಯ ಮಾಡಿಯೊಂಡು ಕುಡಿತ್ತವು. ಮನುಷ್ಯಂಗೆ ಇಷ್ಟೊಂದು ಬುದ್ಧಿ (ಕೆಟ್ಟದ್ದು) ಬೇಡ ಇತ್ತು ಅಲ್ಲದೊ?

ಈಗ ಕೊರೊನಕ್ಕೆ ಲಸಿಕೆ ಬಯಿಂದು. ಎಲ್ಲದೂ ಹಾಕ್ಸಿಕೊಳ್ಳೆಕ್ಕು ಹೇಳಿ ಪ್ರಚಾರ ಮಾಡ್ತವು. ಅದಕ್ಕೇಳಿ ಆಸ್ಪತ್ರೆಗೆ ಹೋದವಕ್ಕೆ ಒಂದು ಸರ್ತಿಯಾಣದ್ದು ಕೊಡ್ತವು ಎರಡ್ನೆ ಸರ್ತಿಗೆ ಹೋದರೆ ಮದ್ದು ಬಯಿಂದಿಲ್ಲೆ ಇನ್ನೊಂದರಿ ಬನ್ನಿ ಹೇಳಿ ಕಳ್ಸುತ್ತವು. ಅದು ಸರ್ಕಾರಿ ಆಸ್ಪತ್ರೆಲಿ ಧರ್ಮಕ್ಕೆ ಸಿಕ್ಕುತ್ತು. ಆದರೆ ಅದನ್ನೂ ಸ್ವಂತ ಆಸ್ಪತ್ರೆ ಇಪ್ಪವಕ್ಕೆ ಮಾರಿ ಪೈಸೆ ಮಾಡ್ತವೊ ಆರಿಂಗೊಂತು? ಆರತ್ರೆ ಕೇಳೊದು? ಅಂತೂ ಈಗ ಸತ್ತವೆಲ್ಲ ಕೊರೊನಕ್ಕೆ ಸೇರಿದವೇ ಆಯಿದು. ಅಪಘಾತಲ್ಲಿ ಸತ್ತರೆ ಹಾಂಗೆ ಮಾಡ್ತವಿಲ್ಲೇಳಿ ಕಾಣ್ತು. ಹೀಂಗೆಲ್ಲಾ ಆಟ ಆಡ್ಸಡ ನೀನು ನಿನಗೆ ಕೈಮುಗಿತ್ತೆ ಆನು.

ಒಂದು ಗುಟ್ಟು (ನಿನಗೆ ಗೊಂತಿಕ್ಕು) ಎಂತ ಹೇಳಿರೆ ಜನ ಹೆದರುವಷ್ಟು ಭಯಂಕರ ರೋಗ ಅಲ್ಲ ಈ ಕೊರೊನಾ ಹೇಳ್ತ ಮಾರಿ.ಈಗ ಪ್ರಪಂಚ ಇಡೀ ಸುತ್ತುತ್ತವನ್ನೆ. ಹಾಂಗಾಗಿ ಇದು ಎಲ್ಲಾ ಕಡೆಲಿಯೂ ಬೇಗ ಹಬ್ಬಿದ್ದು ಅಷ್ಟೆ. ಇದಕ್ಕೆ ನಮ್ಮ ಅಜ್ಜಿಮದ್ದುಗಳೇ ಸಾಕಾವುತ್ತು. ಸರಿಯಾಗಿ ಶ್ರದ್ಧೆಂದ ಮಾಡೆಕ್ಕಷ್ಟೆ. ಒಂದನೇದು ಅಜ್ಜಿ ಮಾಡುವಾಂಗೇ ಮಾಡೆಕ್ಕು. ಬೇರೆಯವರ ಮುಟ್ಟಿಗೊಂಬಲಾಗ, ದೂರ ದೂರ ಇರೆಕ್ಕು, ಹೆರ ಹೋಗಿ ಬಂದರೆ ಮಿಂದು ಬೇರೆ ವಸ್ತ್ರ ಸುತ್ತೆಕ್ಕು. ಪೇಟೆಗೆಲ್ಲ ಹೋಗದ್ರೆ ಕೈಕಾಲು ಮೋರೆ ತೊಳದರೂ ಸಾಕು ಮತ್ತೆ ಶೀತ ಆಗದ್ದಾಂಗೆ ಬೆಶ್ನೀರೇ ಕುಡಿವದು, ಉಪ್ಪು, ಶೆಕ್ಕರೆ ಬಿಟ್ಟು ಎಲ್ಲದನ್ನೂ ತೊಳೆದು ಒಣಗಿ ತಿಂಬಲೆ ಮಾಡುದು, ಆದಷ್ಟುಬೇಸಿದ್ದನ್ನೇ ಬಿಸಿಬಿಸಿಯಾಗಿ ತಿಂಬುದು ಹೀಂಗೆ ಶೀತ ಜ್ವರಕ್ಕೆ ಮಾಡ್ತ ಉಪಚಾರವನ್ನೇ ಮಾಡಿರೆ ಸಾಕಾವುತ್ತು ಈಗಾಣ ರಾಕ್ಷಸ ಜನಂಗೊ ಪಾಪದವರ ಹೆದರ್ಸಿಯೇ ಪೈಸೆ ಮಾಡ್ಳೆ ನೋಡ್ತವು. ಅದರಂದವೇ ಇಷ್ಟೆಲ್ಲಾ ಕಷ್ಟ ಅಪ್ಪದು.

ಮತ್ತೆ ಎನಗೊಂದು ಆಶೆ ಇದ್ದು ದೇವರೆ. ಈ ದೇಹ ಹಾಳಾಗಿ ಇಪ್ಪಲೆಡಿಯದ್ದೆ ಅಲ್ಲದೊ ಈ ಜೀವಾತ್ಮ ದೇಹವ ಬಿಡುದು? ಬಿಟ್ಟಮತ್ತೆ ಎಂತಾವುತ್ತು ಹೇಳಿ ಕಾಣೆಕ್ಕು ಹೇಳ್ತ ಆಶೆ ಆದರದು ಆಗದ್ದ ಹೋಗದ್ದ ಆಶೆ ಹೇಳಿಯೂ ಗೊಂತಿದ್ದು. ಎಷ್ಟೋ ತಪಸ್ಸು ಮಾಡಿದವಕ್ಕೆ ಮಾತ್ರ ಅಂತಾ ಜ್ಞಾನ ಸಿಕ್ಕುತ್ತಡ. ಅದೂ ಮದಲಾಣ ಕಾಲಲ್ಲಿ. ಈ ಕಲಿಗಾಲಲ್ಲಿ ಅದೆಲ್ಲ ಅಪ್ಪಲಿದ್ದೊ ಹೋಪಲಿದ್ದೊ ಅಲ್ಲದೊ? ಇರಲಿ ನೀ ಹೇಂಗೆ ನಡೆಶಿರೆ ಹಾಂಗೆ.

ಮೊನ್ನೆ ಒಂದು ಜಾಗೆಗೆ ಹೋಗಿತ್ತಿದ್ದೆ. ಪ್ರಕೃತಿ ಹೇಳುದು ಹೇಂಗಿರ್ತು ಹೇಳಿ ಒಂದು ರಜಾ ಕಾಂಬಲೆ ಸಿಕ್ಕಿತ್ತು. ಎಂಗೊ ಹೋಪಗ ಹೊತ್ತೋಪಲೆ ಆಗಿತ್ತು. ಸೂರ್ಯ ಕೆಂಪಾಗಿತ್ತಿದ್ದ. ಎಂಗೋ ಹೋದಮನೆ ಗುಡ್ಡೆಯ ಮಧ್ಯಲ್ಲಿತ್ತು. ಎಲ್ಲಿಯೂ ಗರ್ಪದ್ದೆ, ಗುಂಡಿ ತೋಡದ್ದೆ ಬರೀ

ಕಂಬಗಳ ನಿಲ್ಸಿ ಮನೆ ಜಾಗೆಯ ಮಾತ್ರ ಚೆಂದ ಮಾಡಿ ಕಟ್ಟಿದ್ದವು. ಮೂರು ಅಂತಸ್ತು ಮೇಲೆ ನಿಂದರೆ ಮರದ ಗೆಲ್ಲು ಎಲೆಗೊ ಕೈಗೆ ಸಿಕ್ಕುವಾಂಗೆ ಇತ್ತು. ಸುತ್ತಾಣ ಮರಂಗಳ ತೆಗದ್ದವಿಲ್ಲೆ. ಸುತ್ತ ತೋಟ (ಕಾಫಿ ತೋಟ) ಮತ್ತೆ ಗುಡ್ಡೆಗೊ, ಕಾಡು, ಒಂದು ನಾಲ್ಕು ಸಣ್ಣ,ಸಣ್ಣ ಮನೆಗೊ ಇದ್ದುದು. ಹೋಪಲೆ ಒಂದು ಸಪೂರದ ಮಾರ್ಗ ಅಷ್ಟೆ. ನಿನ ಸೃಷ್ಟಿಯ ಹಾಂಗೇ ಒಳಿಶಿದ್ದು ನೋಡಿ ಖುಶಿಯಾತು. ಉದಿಯಪ್ಪಗ ಎದ್ದು ನೋಡಿರೆ ಎಂಗೊ ಒಳುದ ಮನೆ, ಸುತ್ತಾಣ ನಾಲ್ಕಾರು ಮರ ಬಿಟ್ರೆ ಬೇರೆ ಎಂತದೂ ಕಾಣ. ಆಕಾಶವೇ ಭೂಮಿ ಮೇಲೆ ಕೌಂಚಿ ಬಿದ್ದಾಂಗೆ ಕಂಡತ್ತು. ಬಿದ್ದ ಹಿಮದ ಬಣ್ಣವೂ ಆಕಾಶದ ಬಣ್ಣವೂ ಒಂದೇ ಆಗಿತ್ತು. ಅದಕ್ಕಿಂತ ಚೆಂದದ್ದು ಎಷ್ಟೊ ಇದ್ದು ನಿನ್ನ ಸೃಷ್ಟಿಲಿ, ಆದರೆ ಆನು ಕಣ್ಣಾರೆ ಕಂಡದು ಎನಗೆ ತುಂಬಾ ಖುಶಿ ಕೊಟ್ಟತ್ತು. ಅದಕ್ಕಾಗಿ ನಿನಗೆ ಇದ ಇನ್ನೊಂದರಿ ನೀಟಂಪ ಹೊಡಾಡ್ತೆ.

13

'ಅಪ್ಪೊ' ರಜ ಬತ್ತೆಯಾ?

'ಅಪ್ಪೊ' ರಜ ಬತ್ತೆಯಾ? ಅಪ್ಪೊ...'ಅಪ್ಪು... ಬಂದೆ' ಅಪ್ಪೆಕ್ಕಾ? ಶೀ ಎಂತ ತಮಾಷೆ ನಿಂಗಳದ್ದು ಈ ಪ್ರಾಯಲ್ಲಿಯುದೆ? ತಮಾಷೆ ಮಾಡ್ಳೆ ಸಣ್ಣ ಪ್ರಾಯವೆ ಆಯೆಕ್ಕಾ? ಅದೂ ಎನ್ನ ಹೆಂಡತಿ ಹತ್ರೆ! ಅದೂ ಯಾರೂ ಇಲ್ಲದ್ದಿಪ್ಪಾಗ! ಎನಗೆ ಗೊಂತೇ ಇತ್ತಿಲ್ಲೆ.

'ಈಗ ದೆನಿಗೇಳಿದ್ದೆಂತಕೆ ಹೇಳ್ತಿರೊ ಇಲ್ಲೆ ಆನು ಒಳ ಹೋಯೆಕ್ಕೊ? ಒಲೆ ಮೇಲೆ ಕಾವಲಿಗೆ ಮಡಗಿ ಬಯಿಂದೆ. ಸುಟ್ಹೋಕು.' ಅಂಬಗ ಆನುದೆ ಅಲ್ಲಿಗೇ ಬತ್ತೆ ನೀನು ದೋಸೆ ಎರೆ ಆನು ತಿಂದೊಕೊಂಡು ಸುದ್ದಿ ಹೇಳ್ತೆ ಆಗದೊ? ಆಗ ಆನು ಕಾವಲಿಗೆಯ ಇಳ್ಸಿಕ್ಕಿ ಬತ್ತೆ. ನಿಂಗೊ

ಸುದ್ದಿ ಹೇಳಿ ಆಡಮತ್ತೆ ದೋಸೆ ಮಾಡಿಕೊಡ್ತೆ. ಆ ಪೇಪರಿನ ಸುಡುಗಾಡು ಸುದ್ದಿ ಎಲ್ಲ ತಿಂಬಗ ಹೇಳುದು ಬೇಡ. ಅಲ್ಲದ್ದೆ ತಿಂಬಾಗ ಮಾತೇ ಆಡ್ಲಾಗ ಹೇಳದ್ದವನ್ನೆ ಹಿರಿಯವು. ಗೆಂಟ್ಳೆಲಿ ಸಿಕ್ಕುತ್ತು ಅದಕ್ಕೆ ಹಾಂಗೆ ಹೇಳಿದ್ದವು. ಸರಿ ಈಗ ಹೇಳಿ ಎಂತ ಸುದ್ದಿ ಹೇಳಿ. ಅದೇ ಕೊರೋನ ಬಯಿಂದಡ ಎಲ್ಲಾ ಕಡೆಲ್ಲಿ. ಅದೆಂತ ಕೊರೋನ ಹೇಳಿರೆ? ಅದು ಒಂದು ಕಾಯ್ಲೆ. ಅಂಟುತ್ತಡ ಅದು ಒಬ್ಬಂದ ಒಬ್ಬಂಗೆ. ಕೆಮ್ಮಿರೆ ಸಾಕಡ ಹಿಡ್ದು ಆಸ್ಪತ್ರೆಗೆ ಹಾಕುತ್ತವಡ. ಅಲ್ಲ ಇಲ್ಲಿ ನಾವಿಬ್ರೇ ಇಪ್ಪದು. ನವಗೆಂತ ಕಾಯ್ಲೆಯೂ ಇಲ್ಲೆನ್ನೆ ಮತ್ತೆಂತಕೆ ಯೋಚ್ನೆ ಮಾಡ್ತಿ? ನವಗೆ ಇಲ್ಲೆ ಆದ್ರೆ ನಮ್ಮ ಮಕ್ಕೊ ಅಮೆರಿಕಾದಲ್ಲಿದ್ದವನ್ನೆ ಅವಕ್ಕೆಲ್ಲ ಅಲ್ಲಿ ಬಾರಿ ಕಷ್ಟ ಆವುತ್ತಡ ಅವು ರಜೆ ಹಾಕಿ ಇಲ್ಲಿಗೆ ಬತ್ತವಡ. ಅಪ್ಪೊ ಹಾಂಗಾರೆ ಒಳ್ಳೆದೇ ಆತು. ಆ ಲೆಕ್ಕಲ್ಲಿ ಯಾರು ರಜ ಸಮಯ ಇಲ್ಲೇ ಇರ್ತವನ್ನೆ. ದೇವರು ದೊಡ್ಡವ ಮಕ್ಕಳ ಹಿಂದೆ ಕಳ್ಸುಲೆ ಒಳ್ಳೆ ಉಪಾಯ ಮಾಡಿದ್ದ ಹೇಳಿ ಎನ್ನ ಹೆಂಡತಿ ಸೀದಾ ಒಳಹೋತು. ಹೇಂಗೆ?

ಅಜ್ಜಿಗೆ ವಸ್ತ್ರದ ಚಿಂತೆ, ಪುಳ್ಳಿಗೆ ನೇವಳದ ಚಿಂತೆ ಹೇಳ್ವಾಂಗೆ ಪ್ರಪಂಚಲ್ಲಿ ಎಲ್ಲವಕ್ಕೂ ಕೊರೋನಾ ಚಿಂತೆ ಇಪ್ಪಗೆ, ಎನ್ನ ಹೆಂಡತಿಗೆ ಮಕ್ಕೊ ಪುಳ್ಳಿಯಕ್ಕೊ ಬತ್ತವು ಹೇಳ್ವ ಸಂಭ್ರಮ. ಹೆರಾಣ ಯಾವ ಸುದ್ದಿಯೂ ಅದಕ್ಕೆ ಬೇಡ. ತಾನು ತನ್ನ ಮನೆ ಗೆಂಡ ಮಕ್ಕೊ ಪುಳ್ಳಿಯಕ್ಕೊ, ದನಕಂಜಿಗೊ ತೋಟ, ಕೆಲಸದವು ಇಷ್ಟೇ ಅದರ ಪ್ರಪಂಚ. ಇರಲಿ ಹಾಂಗೇ ತಣ್ಣಂಗೆ ಇರಲಿ ಅಲ್ಲದೊ?

ಎಂಗಳದ್ದು ಸಂಪ್ರದಾಯಸ್ಥ ಕುಟುಂಬವೇ ಹೇಳ್ಳಕ್ಕು. ಹವ್ಯಕರಲ್ಲಿ ಹೆಚ್ಚಾಗಿ ಎಲ್ಲ ಮನೆಲಿಯೂ ಎಲ್ಲ ಸಂಪ್ರದಾಯವನ್ನೂ ಹೆಚ್ಚು-ಕಮ್ಮಿ ಮಾಡಿಯೊಂಡೇ ಬತ್ತವು. ಈಗ ಕೆಲಸದ ಮೇಲೆ ಹೆರ ಹೋದವಕ್ಕೆ, ದೂರ ಅಮೆರಿಕಾಲ್ಲಿಪ್ಪವಕ್ಕೆ ಹೆಚ್ಚೆಲ್ಲದ್ರೂ ಚೊಕ್ಕಟಮಾಡುದು ಒಳ್ಳೆ ಆರೋಗ್ಯಕ್ಕೆ ಬೇಕಪ್ಪ ಆಹಾರ ಎಲ್ಲ ಬಿಡದ್ದೆ ಮಾಡಿಯೊಂಡೇ ಇರ್ತವು. ಮೊದಲು ಹೆರ ಹೋಗಿ ಬಂದಪ್ಪಗ ಎಲ್ಲ ವಸ್ತ್ರಂಗಳ ಅಬ್ಬಿಲಿ ನೆನೆಸಿ ಮಿಂದೊಂಡು ಅಲ್ಲಿಪ್ಪ ಚೆಂಡಿಹರ್ಕಿನ ಉಟ್ಟೊಂಡೇ ಒಳ ಬರೆಕ್ಕಿತ್ತು. ಹೆಮ್ಮಕ್ಕೊಗೆ ಹೆರ ಹೋಪ ಕೆಲಸವೇ ಇರ್ತಿತ್ತಿಲ್ಲೆ. ಹುಶಾರಿಲ್ಲದ್ರೆ ಮನೆ ಅಜ್ಜಿಯ ಕಷಾಯ ಲೇಹ ಎಲ್ಲ ಇರ್ತಿತ್ತು. ಬಸರಿ, ಬಾಣಂತಿ ಎಲ್ಲವೂ ಮನೆ ಒಳವೇ ಆಯ್ಕೊಂಡಿತ್ತು. ಮತ್ತೆ ಮತ್ತೆ ಹೆರಹೋದ ಗೆಂಡುಮಕ್ಕೊ ವಸ್ತ್ರ ಒಗವಲೆ ಹಾಕಿ ಮಿಂದೊಂಡು ಬತ್ತಿದ್ದವು. ಈಗಾಣವು ಪೇಟೆಗೆ ಹೋಗಿ ಬಂದರೂ ಎಲ್ಲ ಮುಟ್ಟಿಗೊಂಡು ಮತ್ತೆ ಮೀವಲೆ ಹೋವುತ್ತವು. ಪುಣ್ಯಕ್ಕೆ ಕೈಕಾಲು ತೊಳೆತ್ತವು. ಈಗ ಹೆಮ್ಮಕ್ಕಳುದೆ ಹೆರ ಹೋವುತ್ತವು. ಬಂದ ಮತ್ತೆ ಕೈಕಾಲು ತೊಳೆದು ವಸ್ತ್ರ ಬದಲಾಯ್ಸುತ್ತವು. ಆದರೆ ಒಳ ಬಪ್ಪಲಾಗ ಎಲ್ಲ ಮುಟ್ಟಾಗ ಹೇಳಿ ಎಲ್ಲ ಇಲ್ಲೆ. ಅವಕ್ಕೆ ಹೋಗಿ ಬಂದು ಸೆಕೆ ಆವುತ್ತು. ಬೆವರು, ಕೊಳಕ್ಕು ವಾಸನೆ ಬತ್ತು ಹೇಳಿ ಮೀತ್ತವು, ಬಟ್ಟೆ ಬದಲಾಯ್ಸುತ್ತವು. ದಿನಾ ಮೀಯದ್ದೆ ಅಂತೂ ಯಾರೂ ಇರ್ತವಿಲ್ಲೆ.

ಹೆಮ್ಮಕ್ಕೊಗೆ ಮೊದಲು ಮುಟ್ಟಾದಿಪ್ಪಗ ಮೂರು ದಿನ ಹೆರ ಕೂಪ ಸಂಪ್ರದಾಯ ಇತ್ತು. ಹೆರ ಹೇಳಿರೆ ಅವಕ್ಕಾಗಿಯೇ ಹೆರಾಣ ಸುತ್ತಿಲಿ ಒಂದು ಕೋಣೆ ಇರ್ತಿತ್ತು. ಊಟ, ತಿಂಡಿ, ಹೆರಹೋಪಲೆ, ವಸ್ತ್ರ ತೊಳೆವಲೆ ಮಾತ್ರ ಹೆರ ಬತ್ತಿದ್ದವು. ಮತ್ತೆ ಕೋಣೆ ಒಳವೇ ಇಪ್ಪದು. ಇಡೀ ದಿನ ಅವಕ್ಕೆ ವಿಶ್ರಾಂತಿ ಇರ್ತಿತ್ತು. ಮತ್ತೆ ಮತ್ತೆ ಮುಟ್ಟಾಗ ಹೇಳಿ ಮಾತ್ರ ಇತ್ತು. ಹೆರಾಣ

ಕೆಲಸ ಎಲ್ಲ ಮಾಡ್ಳಕ್ಕು ಹೇಳಿ ಆತು. ಇಲ್ಲದ್ರೆ ಸೊಸೆ ಮುಟ್ಟಾದಿಪ್ಪಗ ಅತ್ತೆಗೆ ಕಷ್ಟಾವುತ್ತನ್ನೆ! ಎನಗಂತೂ ಜಾಲುಡುಗುದು ಸಗಣ ಉಡುಗುದು ಪಾತ್ರ ತೊಳವದು ಎಲ್ಲ ಮಾಡ್ಲೆ ಇತ್ತು. ಮತ್ತಾಣವಕ್ಕೆ ದೂರ ಕೂಪಲೆ ಇಲ್ಲ. ದೇವರ ಕೋಣೆ ಅಟ್ಟುಂಬಳಕ್ಕೆ ಹೋಪಲಿಲ್ಲೆ ಹೇಳಿ ಆತು. ಆದರೆ ಹಳ್ಳಿ ಮನೆಗಳಲ್ಲಿ ಈಗಳೂ ಕೂರ್ತವು. ಇದು ಆರೋಗ್ಯದ ವಿಷಯಕ್ಕೆ ಒಳ್ಳೆದು ಹೇಳಿ ಕಾಣ್ತು. ಅಶನ ದೋಸೆ ಎಲ್ಲ ಮುಟ್ಟಿರೆ ಕೈತೊಳೆತ್ತಿತ್ತವು. ಅದು ಎಂತಕೆ ಹೇಳಿ ಎನಗೆ ಇಂದಿಂಗೂ ಗೊಂತಿಲ್ಲೆ.

ಉದಿಯಪ್ಪಗ ಎದ್ದಾಂಗೆ ಶೌಚ ಎಲ್ಲ ಮುಗಿಸಿ ಮಿಂದೊಂಡು ಬಂದರೆ ಮತ್ತೆ ಪೂಜೆ, ತಿಂಡಿ ಎಲ್ಲ ಅಪ್ಪೊರೆಗೆ ಹೆರ ಹೋಪಲಿಲ್ಲೆ. ಹೋದರೆ ಚೆಂದಕ್ಕೆ ಕೈಕಾಲು ಮೋರೆ ಎಲ್ಲ ತೊಳಕ್ಕೊಂಡೇ ಒಳ ಬರೆಕ್ಕು. ಮನೆಯವರ ಬಿಟ್ರೆ ಬೇರಾರನ್ನೂ ಮುಟ್ಟಿಗೊಂಬಲೆ ಇಲ್ಲೆ. ದೂರಂದ ಕೈ ಜೋಡ್ಸಿ ನಮಸ್ಕಾರ ಹೇಳುದು ಮಾತ್ರ ಇತ್ತು. ಮೀಯದ್ದೆ ದೇವರೊಳ, ಅಡಿಗೊಳ ಎಲ್ಲ ಹೋಪಲಿಲ್ಲೆ. ಅಡಿಗೆ ಮಾಡ್ತವು ಬೇರೆಯೋರ ಮುಟ್ಟಿಗೊಂಬಲಿಲ್ಲೆ. ಎಲ್ಲವೂ ಕೈಹಾಕಿ ತೆಕ್ಕೊಂಬಲಿಲ್ಲೆ ಹೀಂಗೆಲ್ಲ ಇತ್ತು. ಹುಶಾರಿಲ್ಲದ್ದವು ಎಲ್ಲ ಕಡೆ ಬಂದು ಮುಟ್ಟಿ ಮೂಸಿ ಮಾಡ್ತಿತ್ತವಿಲ್ಲೆ. ಹಾಂಗಾಗಿ ಕಾಯ್ಲೆ ಎಲ್ಲವಕ್ಕೂ ಹಬ್ಬಿಗೊಂಡಿತ್ತಿಲ್ಲೆ. ಸೂತಕವೂ ಹಾಂಗೇ ಆರೋಗ್ಯಕ್ಕಾಗಿ ಬಂದಿಕ್ಕು ಹೇಳಿ ಕಾಣ್ತು. ಬಾಣಂತಿ, ಮಗುವಿನ ಎಲ್ಲವೂ ಮುಟ್ಟಿರೆ ಅವಕ್ಕೆ ಶೀತ ಎಲ್ಲ ಬೇಗ ಬಕ್ಕಲ್ಲದೊ? ಅದಕ್ಕೆ ಪ್ರತೇಕ ಇಪ್ಪಲೆ ಸೂತಕ ಹೇಳಿ ಮಾಡಿದ್ದವು. ಪಂಚಗವ್ಯವೂ ಕಾಯ್ಲೆ ಬಾರದ್ದಾಂಗೆ ಮಾಡ್ತನ್ನೆ.

ಎಲ್ಲ ಸರಿ ಆದ್ರೆ ಎಂಟು ವರ್ಷಲ್ಲಿ ಮದ್ವೆ ಆಗಿ ಒಂಭತ್ತಕ್ಕೆ ವಿಧವೆ ಆದವಕ್ಕೆ ತಲೆ ಬೋಳ್ಸುತ್ತಿದ್ದವು. ಅದು ಯಾವ ಕಾರಣಕ್ಕೊ ಗೊಂತಿಲ್ಲೆ. ಅಡಿಗೊಳ ಇದ್ದು ಅಡಿಗೆ ಮಾಡ್ವಾಗ ತಲೆಕಸವುಬೀಳ್ತು ಹೇಳಿರೆ ಮುತ್ತದೆಗಳ ತಲೆಕಸವು ಬೀಳ್ತೇ ಇಲ್ಲೆಯೊ? ಗಂಡು ಮಕ್ಕಳ ತಲೆಕಸವು ಬೀಳ್ತಿಲ್ಲೆಯೊ? ಚಂದ ಕಾಂಬದು ಬೇಡ ಹೇಳಿ ಮಾಡ್ತಿದ್ದವು ಹೇಳಿ ಕಾಣ್ತು. ಹುಟ್ಟಿದ್ದಲ್ಲಿಂದ ಸಾವನ್ನಾರ ಒಂದಲ್ಲ ಒಂದು ಸಂಸ್ಕಾರ ಇರ್ತಿತ್ತು. ಶುದ್ಧ ಪುಣ್ಯಾಹ, ನಾಮಕರಣ, ಚವಲ, ಉಪನಯನ, ನಾಂದಿ ಸಮಾವರ್ತನೆ ಹೇಳಿ ಎಲ್ಲಿದಲ್ಲಿಯೂ ಪಂಚಗವ್ಯ ಸೇವನೆ ಇರ್ತಿತ್ತು. ದೇಹ ಶುದ್ಧಿಗೆ ಇದು ಒಳ್ಳೆದಾವುತ್ತಿತ್ತು. ಮನೆಯೂ ಶುದ್ಧ ಮಾಡ್ತಿದ್ದವು. ಮದುವೆಲಿ ಮೊದಲೇ ನಾಂದಿ ಮಾಡಿ ಶುದ್ಧ ಮಾಡ್ತಿದ್ದವು. ಮತ್ತೆ ಷಷ್ಟ್ಯಬ್ಧಿ, ಸಹಸ್ರಚಂದ್ರ ಮತ್ತೆ ಸತ್ತ ಸೂತಕ ಅಂತೂ ತುಂಬಾ ಕ್ರಮವಾಗಿ ಮಾಡಿಯೊಂಡು ಬಕ್ಕು. ಈಗ ಎಲ್ಲದನ್ನೂ ಶಾಸ್ತ್ರಕ್ಕೆ ಹೇಳಿ ಮಾಡ್ವ ಅಭ್ಯಾಸ ಬಯಿಂದು. ಆದರೂ ಕ್ರಮಂಗೊ ಎಲ್ಲ ಹಾಂಗೇ ಇದ್ದು. ಮತ್ತೊಂದೆಂತೇಳಿರೆ ಈಗ ಬಯಿಂದನ್ನ ಕೋವಿಡ್ ೧೯ ಯಾ ಕೊರೋನಾ? ಅದಕ್ಕೆ ನಾವು ಮಾಡುವ ಅಗ್ನಿಹೋತ್ರ, ಹೋಮಂಗೊ ತಡೆ ಅಕ್ಕು ಹೇಳಿ ಕಾಣ್ತು. ಅಗ್ನಿ ಹೋತ್ರಂದ ಮನೆ ಒಳಾಣ ಕ್ರಿಮಿಗೊ ಎಲ್ಲ ಸಾಯ್ತವನ್ನೆ! ಹಾಂಗೇ ಹೋಮ ಸುತ್ತಾಣ ಪರಿಸರಲಿಪ್ಪ ಕ್ರಿಮಿಗಳ ಎಲ್ಲ ನಾಶ ಮಾಡುಗು. ಮನೆಯ ಜಾಲಿಲಿ ತೊಳಷಿ ಕಟ್ಟೆಲಿ ತೊಳಶಿ ಸೆಸಿ ಜಾಲ ಕರೆಲಿ ಹೂಗಿನ ಸೆಸಿಗೊ ಒಟ್ಟಿಂಗೆ ಕಾಮ ಕಸ್ತೂರಿ, ಪಚ್ಚೆ ತೆನೆ ಎಲ್ಲವುದೆ ಕ್ರಿಮಿಗಳ ನಾಶಮಾಡ್ತು. ಸಂಪಗೆ, ಚೆಂಡು ಹೂ ಎಲ್ಲ ಇದ್ದರೆ ನೆಟ್ಟಿಕ್ಕಾ ಎಲ್ಲ ಚೆಂದಕ್ಕೆ ಆವುತ್ತು. ಹಾಂಗಾಗಿ ಮನೆ ಸುತ್ತ ಎಲ್ಲ ಹೂಗಿಡಂಗಳೂ ಇಕ್ಕು.

ಹೀಂಗೆ ನಮ್ಮ ಎಲ್ಲ ಸಂಪ್ರದಾಯಗಳೂ ಶುಚಿತ್ವಕ್ಕೆ ಆರೋಗ್ಯಕ್ಕೆ ಸಂಬಂಧ ಪಟ್ಟೊಂಡೇ ಇರ್ತಿತ್ತು. ಯುಗಾದಿಲಿ ಬೇವು ಬೆಲ್ಲ ತಿಂಬುದು, ವಿಶು ಕಣಿ ಮಡುಗುದು, ದೀಪಾವಳಿಲಿ ಎಣ್ಣೆ ಮೀಯಾಣ, ನವರಾತ್ರಿ, ಷಷ್ಠಿ, ಶಿವರಾತ್ರಿ ಉಪಾಸ, ಜಾಗರಣೆ ಎಲ್ಲವೂ ಆಯಾ ಋತುಮಾನಕ್ಕೆ ಸರಿಯಾಗಿ ನಾವು ಆರೋಗ್ಯವಾಗಿಪ್ಪಲೆ ಬೇಕಾದಂಗೆ ಮಾಡಿ ಮಡಿಗಿದ್ದವು.

14
ಗಂಡು ಹೆಣ್ಣು

ಗಂಡು ಹೆಣ್ಣು, ಪ್ರೀತಿ ಪ್ರೇಮ ಕಾಮ ಪ್ರಕೃತಿ ಸಹಜವಾದದ್ದು. ಪ್ರಾಣಿಗಳಲ್ಲಿ ನಿರ್ದಿಷ್ಟ ಸಮಯದಲ್ಲಿ ಸಂತಾನೋತ್ಪತ್ತಿಯ ತುಡಿತ ಕಾಣಿಸಿಕೊಳ್ಳುತ್ತದೆ. ಅದು ಶಮನವಾಗುವವರೆಗೂ ಆ ತುಡಿತ ಬೇರೆಯವರ ಕಣ್ಣಿಗೂ ಕಾಣಿಸಿಕೊಳ್ಳುತ್ತದೆ. ಸಹಜವಾಗಿ ಅದನ್ನು ತೀರಿಸಿಕೊಳ್ಳುತ್ತವೆ. ಮತ್ತೆ ಸಂತಾನವಾಗುತ್ತದೆ. ನಿಸರ್ಗದ ನಿಯಮಕ್ಕೆ ಅನುಗುಣವಾಗಿ ಎಲ್ಲ ನಡೆದುಹೋಗುತ್ತದೆ.

ಮನುಷ್ಯರೂ ಪ್ರಾರಂಭದಲ್ಲಿ ಹಾಗೆಯೇ ಇದ್ದಿರಬಹುದು. ಪರಸ್ಪರ ಅವಶ್ಯಕತೆಗಳನ್ನು ತೀರಿಸಿಕೊಳ್ಳುವಲ್ಲಿ ಬೇರೊಬ್ಬರ ಪ್ರವೇಶವಾದರೆ, ಅಲ್ಲಿ ಕಲಹ, ಹೊಡೆದಾಟ ಇತ್ಯಾದಿಗಳು ನಡೆದು ಬಲವಿದ್ದವರು ಗೆಲ್ಲುತ್ತಿದ್ದರು, ಇಲ್ಲ ಹೆಣ್ಣನ್ನು ಒಲಿಸಬಲ್ಲ ಗಂಡು ವಿಜಯಿಯಾಗುತ್ತಿದ್ದ. ಹೆಣ್ಣಿಗೆ ತನ್ನಿಷ್ಟದಂತೆ ನಡೆಯುವ ಸ್ವಾತಂತ್ರ್ಯವಿತ್ತು. ಆದರೆ ದೇಹ ಬಲದೆದುರು ಆಕೆ ಸೋಲುತ್ತಿರಬಹುದು. ಕ್ರಮೇಣ ಇದರಿಂದ ನೆಮ್ಮದಿಯ ಬದುಕು ಸಾಗದೆಂದು ಕಂಡು ಮನುಷ್ಯರು ಕೆಲವು ಕಟ್ಟುಪಾಡುಗಳನ್ನು ಮಾಡಿಕೊಂಡರು. ಅದರಲ್ಲಿ ಮದುವೆಯೂ ಒಂದು. ಒಂದು ಗಂಡು ಒಂದು ಹೆಣ್ಣು ಇಷ್ಟಪಟ್ಟು ಮದುವೆಯಾಗುವುದಾದಲ್ಲಿ ಅವರನ್ನು ಬಾಳಿ ಬದುಕಲು ಬಿಡಬೇಕು. ಪರಸ್ಪರ ಪ್ರೀತಿ ವಿಶ್ವಾಸಗಳಿಂದ ಗಂಡ ಹೆಂಡತಿಯಾಗಿ ಜೀವನವನ್ನು ಸಂತೋಷದಿಂದ ಅನುಭವಿಸುವಂತಾಗಬೇಕು ಎಂದು ಸಮಾಜದ ಹಿರಿಯರು ನಿಯಮಗಳನ್ನು ಮಾಡಿದರು. ಆದರೂ ಮನುಜರೆಲ್ಲ ಒಂದೇ ರೀತಿ ಇರುವುದಿಲ್ಲವಲ್ಲ. ಪ್ರತಿಯೊಬ್ಬನೂ ತನ್ನತನವನ್ನು ಉಳಿಸಿಕೊಳ್ಳುವ ಯತ್ನವನ್ನು ಮಾಡುತ್ತಿರುತ್ತಾನೆ. ಹೊಂದಿಕೊಂಡು ಬಾಳುವುದಾಗಿ ಪ್ರತಿಜ್ಞೆಮಾಡಿ ಮದುವೆಯಾಗಿ ಒಂದಾದ ಗಂಡು ಹೆಣ್ಣು ಸಂಸಾರದಲ್ಲಿರುವಾಗ ಪರಸ್ಪರ ಅರ್ಥಮಾಡಿಕೊಂಡು ಇನ್ನೊಬ್ಬರ ಭಾವನೆಗಳನ್ನು ಗೌರವಿಸಿದರೆ ಬಾಳು ನಂದನವಾದೀತು. ಇಲ್ಲವಾದರೆ ಇಜ್ಜೋಡು ದಾಂಪತ್ಯವಾಗುತ್ತದೆ. ಇದಕ್ಕೆ ಉದಾಹರಣೆ ಲೀಲಾ.

ಬಡತನವಿದ್ದರೂ ಇದ್ದುದರಲ್ಲಿ ಸಂತೋಷವಾಗಿದ್ದು ಲೀಲಾಳನ್ನು ಗುರುಮೂರ್ತಿ ಇಷ್ಟಪಟ್ಟ. ಲೀಲಾಳ ವಿದ್ಯಾಭ್ಯಾಸ, ಸಂಗೀತಾಭ್ಯಾಸ ಎಲ್ಲಾ ಗೊತ್ತಿರುವುದರಿಂದ ಅವಳ ಆಸೆಗಳಿಗೆ ಪ್ರೋತ್ಸಾಹ ನೀಡಬಹುದು, ಇಬ್ಬರೂ ಜತೆಯಲ್ಲಿ ದುಡಿದು ಬದುಕು ಕಟ್ಟಿಕೊಳ್ಳಬಹುದು ಎಂಬ ನಂಬಿಕೆಯಿಂದ ಅಪ್ಪ- ಅಮ್ಮ ಮಗಳನ್ನು ಮದುವೆ ಮಾಡಿಕೊಟ್ಟರು. ಅಲ್ಲಿಯವರೆಗೆ ಲೀಲಾ ಹೇಳಿದಕ್ಕೆಲ್ಲಾ ತಲೆಯಾಡಿಸುತ್ತಿದ್ದ ಗುರುಮೂರ್ತಿ ಮದುವೆಯಾದೊಡನೆ ತನ್ನ ವರಸೆ ತೋರಿಸಿದ. ಮದುವೆಯಾಗಿದ್ದು ತನ್ನ ಸುಖಕ್ಕೆ, ತನ್ನ ಅಗತ್ಯಗಳನ್ನೆಲ್ಲ ಆಕೆ ಪೂರೈಸಬೇಕು ಎಂಬ ಮನೋಭಾವದಿಂದ ಅವರಲ್ಲಿ ಹೊಂದಾಣಿಕೆಯಾಗಲೇ ಇಲ್ಲ. ಮದುವೆಯಾದ ತಪ್ಪಿಗೆ ಲೀಲಾ ಅಳುತ್ತಾ ಕರೆಯುತ್ತಾ ಸಂಸಾರ ನಡೆಸಿದಳು.

ಗಂಡನ ಮನೆಯವರೂ ಸ್ಥಿತಿವಂತರೇನಲ್ಲ. ಆದರೆ ಎಲ್ಲರೂ ದುಡಿಯುತ್ತಿದ್ದರು. ಲೀಲಾ ನಾಜೂಕಿನ ಹೆಣ್ಣು. ಒರಟಾಗಿ ನಡೆದುಕೊಳ್ಳಲು ಆಕೆಗೆ ತಿಳಿಯದು. ಇದರಿಂದ ಅತ್ತೆ, ಮಾವ, ಗಂಡ ಎಲ್ಲರಿಂದಲೂ ಮೂದಲಿಕೆ ಕೈಲಾಗದವಳೆಂಬ ಮಾತು. ಒಂದು ಮಗುವೇನೊ ಆಯಿತು. ಆದರೆ ಮನಸ್ಸು ಒಂದಾಗಲೇ ಇಲ್ಲ. ಮಗುವಿಗಾಗಿ ಮತ್ತು ಅಪ್ಪ ಅಮ್ಮ ನೊಂದುಕೊಳ್ಳುತ್ತಾರೆಂಬ ಕಾರಣಕ್ಕೆ ಏನನ್ನೂ ಹೇಳದೆ ತೋರಿಕೆಗೆ ಚೆನ್ನಾಗಿದ್ದಳು.

ಮಗು ಹೆಣ್ಣೆಂಬ ತುಸು ಅತೃಪ್ತಿ ಬೇರೆ, ಮಗುವಿನ ಮೇಲೆ ಪ್ರೀತಿಯೇನೊ ಇತ್ತು. ಸಣ್ಣ ಮಗುವನ್ನು ಎತ್ತಿಕೊಳ್ಳಲು ತಿಳಿಯದೆಂದು ಅಪ್ಪ ಎತ್ತಲಿಲ್ಲ. ಮಧ್ಯೆ ಸ್ವಲ್ಪ ಸಮಯ ಎತ್ತಿದರೂ ಆಕೆಗೆ ನಡೆಯಲು ಬಂದಮೇಲೆ ಕೈ ಹಿಡಿದು ನಡೆಸಿಕೊಂಡೇ ಹೋಗಿದ್ದುಂಟು. ಆದರೂ ಮಗುವಿಗೆ ಅಪ್ಪ ಎಂದರೆ ತುಂಬಾ ಪ್ರೀತಿ. ಹಾಗೆಯೇ ಭಯ ಕೂಡ, ಬೈದರೆ ಎಂದು.

ಮಗುವಿಗೆ ತಿನ್ನಲು, ತೊಡಲು ಏನೂ ತೊಂದರೆ ಇರಲಿಲ್ಲ. ಅಜ್ಜ-ಅಜ್ಜಿಯರ ಪ್ರೀತಿಯೂ ಇತ್ತು. ಆದರೂ ದಿನವೂ ಅಪ್ಪ ಬೈಯೋದು, ಅಮ್ಮ ಅಳೋದು ನೋಡುತ್ತಾ ಬೆಳೆದ ಮಗು ಅದು. ಬೆಳೆದಂತೆ ಅದರ ಮನಸ್ಸು ವ್ಯಗ್ರವಾಗುತ್ತಿತ್ತೊ ಏನೊ ಆದರೂ ಓದು, ಆಟ ಇತ್ಯಾದಿಗಳಲ್ಲಿ ನೋವನ್ನು ಮರೆಯುತ್ತಿತ್ತು.

ಲೀಲಾ ಸಂಗೀತ ಕಲಿತಿದ್ದಳು. ಹಳ್ಳಿಕಡೆ ಮದುವೆಯಾದರೆ ಸಂಗೀತ ಎಲ್ಲಾ ಮೂಲೆಸೇರಿಕೊಳ್ಳುತ್ತದೆ. ಗುರು ಹೇಗೊ ಇಷ್ಟಪಟ್ಟಿರುವುದರಿಂದ ಚೆನ್ನಾಗಿರಬಹುದೆಂದು ತನ್ನ ಆಸೆಗಳಿಗೂ ಆತನಿಂದ ಪ್ರೋತ್ಸಾಹ ಸಿಗಬಹುದೆಂದು ಕೊಂಡಿದ್ದು ಸುಳ್ಳಾಯ್ತು. ಆದರೆ ಆಕೆ ನಿರಾಸೆಯಿಂದ ಕುಸಿಯಲಿಲ್ಲ. ತನ್ನೆಲ್ಲಾ ಚೈತನ್ಯವನ್ನು ಒಟ್ಟುಗೂಡಿಸಿಕೊಂಡು ಸಂಸಾರದಲ್ಲಿದ್ದೇ ಸಂಗೀತ ಕ್ಲಾಸು ಇತ್ಯಾದಿಗಳಿಂದ ತನ್ನ ಆದಾಯವನ್ನು ಗಳಿಸುತ್ತಿದ್ದಳು. ಅದರಲ್ಲೂ ಪಾಲು ಕೊಡೆಂದು ಬರುತ್ತಿದ್ದ ಗಂಡ, ಕೊಡದಿದ್ದರೆ ಬಯ್ಗುಳ, ತೀರ ವಿಕೋಪಕ್ಕೆ ಹೋದಾಗ ಹೊಡೆತ. ಅಂತೂ ಕೊನೆಗೆ ಮಗಳು ಡಿಗ್ರಿಗೆ ಸೇರಿದಾಗ ಅವಳಿಗೋಸ್ಕರ ಅದೇ ಊರಲ್ಲಿ ಮನೆಮಾಡಿ ದೂರ ಇರಲಾರಂಭಿಸಿದಳು. ಗಂಡ ಬಂದರೆ ಬೇಡವೆನ್ನುತ್ತಿರಲಿಲ್ಲ. ಬಾರದಿದ್ದರೆ ವ್ಯಥೆ ಪಡುತ್ತಿರಲಿಲ್ಲ. ಯಾಕೆಂದರೆ ಮಗಳ ಓದಿನ ಖರ್ಚು ಮನೆ ಖರ್ಚು ಎಲ್ಲವನ್ನೂ ಅವಳೇ ನಿಭಾಯಿಸಬೇಕಿತ್ತು. ಕೊನೆಗೂ ಮಗಳಿಗೆ ಅಮ್ಮ ಅನುಭವಿಸುತ್ತಿರುವ ನರಕದ ಸುಳಿವು ಸಿಕ್ಕಿ ಅಪ್ಪನನ್ನು ಪ್ರೀತಿಸಲಾರದೆ ಹೋದಳು.

ಲೀಲಾಗೆ ಅಭಿಮಾನಿಗಳ ಬಳಗವೇ ಇತ್ತು. ಕೆಲವರು ಆತ್ಮೀಯರು ಇದ್ದರು. ಒಬ್ಬರು ಹಿತೈಷಿಗಳ ನೆರವಿನಿಂದ ಮಗಳಿಗೆ ಓದು ಮುಗಿಯುತ್ತಲೇ ಕೆಲಸವೂ ಸಿಕ್ಕಿತು. ಗಂಡ ಹೆಂಡತಿ ಮಗಳಿಂದ ದೂರವಾಗಿದ್ದ. ಮಗಳು ಕೆಲಸಕ್ಕೆ ಸೇರಿದ ಮೇಲೆ ಸಂಗೀತದಲ್ಲಿ ಹೆಚ್ಚಿನ ಕಲಿಕೆಯ ಕಡೆಗೆ ಗಮನ ಹರಿಸಿದಳು. ಅದೇ ನನ್ನ ಜೀವನದ ಧ್ಯೇಯ ಎಂದು ಅದಕ್ಕಾಗಿ ತನ್ನೆಲ್ಲಾ ಸಮಯವನ್ನು ಉಪಯೋಗಿಸಿ ಕಲಿಯತೊಡಗಿದಳು. ಇದರಿಂದ ಅವಳ ಇಷ್ಟದ ಬದುಕನ್ನು ಅವಳು ಬದುಕುವಂತಾಯ್ತು.

15

ದೇವರು ಸತ್ತಿದ್ದಾನಾ?

ಅಜ್ಜೀ! ದೇವರು ಸತ್ತಿದ್ದಾನಾ? ಮೊಮ್ಮಗಳು ಕೇಳಿದ ಪ್ರಶ್ನೆಗೆ ಕ್ಷಣ ಅವಾಕ್ಕಾದೆ. ಯಾಕೆ ಪುಟ್ಟು ಹಾಗೆ ಕೇಳ್ತಿ? ಅಂದೆ. ಅಲ್ಲಾ ಅಜ್ಜನ ಫೋಟೊಗೆ ಹಾಕಿದ ಹಾಗೆ ಹೂ, ದೀಪ ಹಚ್ಚಿ ಎಲ್ಲ ಮಾಡುತ್ತಾನಲ್ಲ ಮಾವ, ಅದಕ್ಕೆ ಕೇಳಿದೆ ಅಜ್ಜ ಸತ್ತ ಹಾಗೆ ದೇವರು ಸತ್ತಿದ್ದಾನಾ ಅಂತ. ಅದು ಹಾಗಲ್ಲ ಪುಟ್ಟೂ, ದೇವರು ದೊಡ್ಡವನು, ಸತ್ತವರು ದೇವರ ಪಾದ ಸೇರಿರುತ್ತಾರೆ. ಅದಕ್ಕೆ ದೇವರಂತೆ ಅವರಿಗೂ ದೀಪ, ಧೂಪ ತೋರಿಸಿ ಭಕ್ತಿ ಪ್ರೀತಿಯನ್ನು ಸಮರ್ಪಿಸುತ್ತೇವೆ ಅಷ್ಟೆ. ಅಜ್ಜೀ, ಹಾಗಾದ್ರೆ ದೇವರು ಎಷ್ಟು ದೊಡ್ಡವನು? ಅವನು ಎಲ್ಲಿರುತ್ತಾನೆ? ಹೇಗಿರುತ್ತಾನಜ್ಜೀ?

ರಾಮರಾಮಾ ಎಷ್ಟೊಂದು ಪ್ರಶ್ನೆಗಳು ಹೀಗೆಲ್ಲ ಕೇಳಿದರೆ ನಾನು ಏನೆಂದು ಹೇಳಲಿ? ಸ್ವಲ್ಪತಡಿ ನಿಧಾನವಾಗಿ ಒಂದೊಂದಾಗಿ ನನಗೆ ತಿಳಿದಷ್ಟು ಹೇಳುತ್ತೇನೆ ಎಂದೆ. ಹೇಳಜ್ಜಿ ಅಂತ ಚಕ್ಕಲ ಮಕ್ಕಲ ಹಾಕಿ ಕುಳಿತಳು.

ದೇವರು ದೊಡ್ಡವನು. ವಿಶ್ವರೂಪಿ ಎಂದೆಲ್ಲ ಹೇಳುತ್ತಾರೆ. ಅಂದರೆ ಈ ಭೂಮಿ, ಸೂರ್ಯ, ಚಂದ್ರ, ನಕ್ಷತ್ರ, ಆಕಾಶ ಎಲ್ಲವೂ ದೇವರ ಮೈಮೇಲೆಯೇ ಇರುವುದಂತೆ. ಅವನ ಎತ್ತರ, ಗಾತ್ರ ಎಲ್ಲ ಊಹೆ ಮಾಡಲು ಸಾಧ್ಯವಿಲ್ಲವಂತೆ. ಇದೆಲ್ಲ ಮೊದಲಿನವರೆಲ್ಲ ಹೇಳಿದ್ದು. ಅರ್ಜುನನಿಗೆ ವಿಶ್ವರೂಪ ದರ್ಶನವಾಗಿದೆ ಎನ್ನುತ್ತಾರೆ. ಆದರೆ ನನ್ನ ಅನಿಸಿಕೆ ಇದೆಲ್ಲಾ ಮನುಷ್ಯನ ಕಲ್ಪನೆಗಳು. ಎಷ್ಟೋ ಸಾವಿರ ವರ್ಷಗಳಿಂದ ಈ ಭೂಮಿಯಲ್ಲಿ ಇರುವ ಮನುಷ್ಯ, ತನ್ನ ಕಲ್ಪನಾ ಶಕ್ತಿಯಿಂದ ಇಂಥ ಕತೆಗಳನ್ನೆಲ್ಲ ಹೇಳುತ್ತಾ ಬಂದಿದ್ದಾರೆ. ಹಾಗೆಂದು ದೇವರೇ ಇಲ್ಲ, ಎಲ್ಲ ಸುಳ್ಳು, ಮನುಷ್ಯನೇ ಸರ್ವಶಕ್ತ ಎಂದು ಹೇಳಲಾಗದು. ಈ ವಿಶ್ವದಲ್ಲಿ ನಾವು ನೋಡುವ ಪ್ರತಿಯೊಂದು ವಸ್ತು ವಿಷಯಗಳೂ ಅದ್ಭುತವಾದುದು. ಸೂರ್ಯ, ಚಂದ್ರ, ಭೂಮಿ ಎಲ್ಲವೂ ಒಂದಕ್ಕಿಂತ ಒಂದು ಅತ್ಯದ್ಭುತಗಳು. ಸೂರ್ಯ ಉರಿಯುತ್ತಿರುವ ಬೆಂಕಿಯ ಚೆಂಡು. ಅವನೇನಾದರೂ ತನ್ನ ಪಯಣದ ದಾರಿ ತಪ್ಪಿದರೆ ಈ ಲೋಕವೆಲ್ಲಾ ಉರಿದು ಬೂದಿಯಾದಿತು. ಆದರೆ ಅವರು ಒಮ್ಮೆಯೂ ದಿಕ್ಕು ದಾರಿ ತಪ್ಪಿದ್ದೂ ಇಲ್ಲ. ಕ್ರಮ ತಪ್ಪಿದ್ದೂ ಇಲ್ಲ. ಅಂತಹ ಒಂದು ಸೃಷ್ಠಿ ಮನುಷ್ಯನಿಂದ ಎಂದಾದರೂ ಸಾಧ್ಯವೇ? ಚಂದ್ರನಲ್ಲಿಗೆ ಪ್ರಯಾಣವೇನೊ ಮಾಡಿದ್ದಾರೆ. ಆದರೆ ಅದು ಸಾಧನೆಯೇ ಹೊರತು ಸಿದ್ಧಿಯಲ್ಲ. ಒಮ್ಮೊಮ್ಮೆ ಅದರಲ್ಲಿ ದುರಂತಗಳೂ ಆಗಿವೆ. ಆದರೆ ಸೂರ್ಯ ಇರುವಷ್ಟೂ ಕಾಲವೂ ಹಾಗೇ ಇರುತ್ತಾನೆ. ಆ ಶಕ್ತಿಗೆ ನಾವು ದೇವರೇ ಎಂದು ಕೈಮುಗಿಯುವುದು. ಅಂದರೆ ನಮ್ಮಿಂದ ಎಂದೂ ಸಾಧ್ಯವಾಗದ ಸೃಷ್ಠಿ ನಿನ್ನದಪ್ಪಾ ಎಂದು.

16
ಮರಳಿ ಗೂಡಿಗೆ

ಟ್ರಿಣ್... ಟ್ರಿಣ್... ಯಾರದಪ್ಪಾ ಫೋನು ಬೆಳಗ್ಗೆಯೇ ಎಂದುಕೊಂಡೇ ಫೋನೆತ್ತಿದೆ. " ಹಾಯ್ ಗ್ರ್ಯಾನೀ" ಎಂದು ಅಭಿಯ ಸ್ವರ ಕೇಳಿಸಿತು. ಏನಪ್ಪಾ ಅದೂ ಹಾಯಿ! ನಾನು ಯಾರಿಗೆ ಹಾಯಲಿ? ನಾನೇನು ದನವಾ ಎಂದು ಕೇಳಿದೆ. ಲಕ್ಷಣವಾಗಿ ಅಜ್ಜಿ ಹೇಗಿದ್ದೀರಿ? ಎಂದು ಕೇಳಬಾರದಾ. ಈಗಿನ ಮಕ್ಕಳಿಗೆ ಎನ್ನುವಷ್ಟರಲ್ಲೇ 'ಅಜ್ಜಿ ಈಗ ಉಪದೇಶ ಶುರು ಮಾಡಬೇಡಿ. ನಾವು ಮುಂದಿನ ವಾರ ಇಂಡಿಯಾಗೆ ಬರ್ತಾ ಇದ್ದೀವಿ. ಒಂದು ತಿಂಗಳು ಅಲ್ಲೇ ಇರ್ತೀವಿ. ಆಗಕ್ಕೆ ನಿಮ್ಮ ಉಪದೇಶವೆಲ್ಲಾ ಒಟ್ಟು ಮಾಡಿ ಇಟ್ಕೊಂಡಿರಿ ಆಯ್ತಾ! ಕೇಳಲು

ತಯಾರಾಗಿಯೇ ಬರುತ್ತೇನೆ. ಬಾಯ್' ಎಂದು ಫೋನಿಟ್ಟು ಬಿಟ್ಟ.

ಮಗ, ಸೊಸೆ, ಮೊಮ್ಮಕ್ಕಳು ಅಮೆರಿಕಾದಿಂದ ಬರುತ್ತಾರೆಂದಾಯ್ತು. ಒಂದು ತಿಂಗಳೆಂದರೆ ಬಂದ ಸಂಭ್ರಮ ತಣಿವಷ್ಟರಲ್ಲೇ ಹೋಗಿಯೂ ಆಗಿರುತ್ತದೆ. ಇಬ್ಬರೂ ಮಕ್ಕಳು ಅಸಾಧ್ಯರು. ಪ್ರಶ್ನೆ ಕೇಳಿದಷ್ಟೂ ಮುಗಿಯದು. ಸೊಸೆಯೂ ಸುಸಂಸ್ಕೃತಳು. ಮಗಳಂತೆಯೇ ಪ್ರೀತಿ, ವಿಶ್ವಾಸದಿಂದ ಮಾತಾಡಿಕೊಡು ಹಾಯಾಗಿರುತ್ತಾಳೆ. ನಮ್ಮ ಮನೆ ಹೊಸದೂ ಅಲ್ಲ, ಪುರಾತನ ಕಾಲದ್ದೂ ಅಲ್ಲ., ಮಧ್ಯಮ ವರ್ಗದವರ ಮನೆ. ಮಗ ಕಳಿಸಿದ ದುಡ್ಡಲ್ಲಿ ಕೆಲವಾರು ಅನುಕೂಲಗಳನ್ನು ಮಾಡಿಕೊಂಡಿದ್ದೇವೆ. ವರ್ಷಕ್ಕೊಮ್ಮೆ ಬಂದಾಗ ಅವರೂ ಆರಾಮವಾಗಿ ಸಂತೋಷವಾಗಿರಬೇಕಲ್ಲ. ಮನೆ ಮುಂದಿನ ಜಗಲಿಯಲ್ಲಿ ಸೋಫಾ, ಕುರ್ಚಿಗಳು, ಒಂದು ಟಿಪಾಯಿ ಇರುವುದರಿಂದ ವಿರಾಮದ ಸಮಯವೆಲ್ಲ ಅಲ್ಲೇ ಕಳೆಯುತ್ತದೆ.ಚಾವಡಿಯಲ್ಲಿ ಟಿ.ವಿ., ಓದಲು ಬರೆಯಲು ಅನುಕೂಲವಾಗುವಂತೆ ಮೇಜು ಕುರ್ಚಿ ಇದೆ. ದಿವಾನ ಕಾಟು ಇದೆ. ಊಟದ ಮನೆ ಸುಮಾರಾಗಿ ದೊಡ್ಡದೇ ಇದೆ. ಮಗಳು, ಅಳಿಯ ಮೊಮ್ಮಕ್ಕಳೆಲ್ಲಾ ಬಂದರೂ ಜಾಗ ಸಾಕಾಗುತ್ತದೆ. ಎಲ್ಲಾ ಕಡೆಯಲ್ಲಿಯೂ ಧೂಳು ಹೊಡೆಸಿ ಕಿಟಕಿಯ ತೆರೆಗಳನ್ನು ಬದಲಾಯಿಸಿ ಮನೆಯನ್ನು ಶುಭ್ರವಾಗಿ ಮಾಡಿದ್ದು ನಮ್ಮ ಮನೆಯಲ್ಲಿಯೇ ಇರುವ ಮಂಗಳಮ್ಮ. ಮಕ್ಕಳೆಲ್ಲಾ ದೂರ ಮಾಡಿದರೂ ದುಡಿದು ಬದುಕುತ್ತೇನೆಂದು ನಮ್ಮಲ್ಲಿ ಕೆಲಸಕ್ಕೆ ಸೇರಿದ್ದಾರೆ. ಹಿಂಬದಿಯ ಒಂದು ಕೋಣೆಯಲ್ಲಿ ವಾಸ ಮಾಡುತ್ತಾರೆ. ಊಟ-ತಿಂಡಿ, ಸ್ನಾನ ಎಲ್ಲಾ ನಮ್ಮಲ್ಲಿಯೇ. ಮನೆಯವರೇ ಆಗಿದ್ದಾರೆ. ಅಮೆರಿಕಾದಿಂದ ಮಕ್ಕಳು ಬರುತ್ತಾರೆಂದರೆ ಅವರಿಗೂಸಂಭ್ರಮ. ಬಗೆಬಗೆಯ ತಿಂಡಿ ಮಾಡುತ್ತಾರೆ. ಬೇಕಾದ ಅಡುಗೆ ಕೇಳಿ ಕೇಳಿ ಮಾಡಿ ಬಡಿಸುತ್ತಾರೆ.

'ಹಾಯ್ ಗ್ರ್ಯಾನೀ' ಎಂದ ಅಭಿ. ಹೇಗಿದ್ದಿ ಪುಟ್ಟ? ಚೆನ್ನಾಗಿದ್ದೇನೆ ಅಜ್ಜಿ. ಅಬ್ಬಾ! ಅಂತೂ ಕನ್ನಡ ಬರುತ್ತೆ ಅಲ್ವಾ? ಬರದೇ ಏನಜ್ಜಿ? ಮನೆಯಲ್ಲಿಅಪ್ಪ ಕನ್ನಡದಲ್ಲೇ ಮಾತಾಡಿಸ್ತಾರೆ. ಅಮ್ಮನೂ ಹವ್ಯಕ ಮಾತಾಡುತ್ತಾರೆ. ಗೆಳೆಯರು ಹಿಂದಿ ಇಂಗ್ಲೀಷ್ ಮಾತಾಡ್ತಾರೆ. ಹಾಗಾಗಿ ಎಲ್ಲಾ ಭಾಷೆನೂ ಬರುತ್ತೆ. ಅಜ್ಜಿ ಮನೆ ಎಲ್ಲಾ ಹೊಸದಾಗಿ ಕಾಣುತ್ತದೆ. ಎಲ್ಲಿಯೂ ಧೂಳು ಇಲ್ಲವಲ್ಲ? ಮಂಗಳಮ್ಮ ಎಲ್ಲ ಮಾಡಿಸ್ತಾರೆ. ಕೆಲಸದವರ ಜತೆಗೇ ಇದ್ದು ನೀಟಾಗಿ ಮಾಡಿಸ್ತಾರೆ. ಬಚ್ಚಲು, ಶೌಚಾಲಯ ಕೂಡ ಚೆನ್ನಾಗಿದೆಯಲ್ಲಾ? ನೀವೆಲ್ಲಾ ಬಂದಾಗ ಕಷ್ಟಪಡಬಾರದೆಂದು ಹಳೆಯದನ್ನು ಕೆಡವಿ ಹೊಸ ಬಚ್ಚಲು ಎಲ್ಲಿ ಮಾಡಿದ್ದು. ನಮಗೂ ಖುಷಿಯಾಗುತ್ತದೆ. ಕೊಚ್ಚೆ ನೀರೆಲ್ಲ ತೋಟದ ಕೊನೆಗೆ ಸಾಗಿಸಿ ಇಂಗು ಗುಂಡಿಯಲ್ಲಿ ಇಂಗುವ ವ್ಯವಸ್ಥೆ ಇದೆ. ಅದರಿಂದ ಮನೆಯ ಸುತ್ತ ಮುತ್ತ ಶುಚಿಯಾಗಿರುತ್ತದೆ. ಸೊಳ್ಳೆ ಕಾಟ ಇರುವುದಿಲ್ಲ. ಭಾವಿ ಅದರ ಸುತ್ತೆಲ್ಲ ಕಾಡು ಕಸ ತೆಗೆಸಿ ಶುದ್ಧ ನೀರು ಸಿಗುತ್ತದೆ. ಆದರೂ ಕುಡಿಯಲು ಅದನ್ನು ಕುದಿಸಿ ತಣಿಸಿ ಮಣ್ಣಿನ ಹೂಜಿಯಲ್ಲಿ ಹಾಕಿಡುವುದರಿಂದ ನೀರು ಕುಡಿಯಲೂ ಸಂತೋಷವಾಗುತ್ತದೆ. ಸೋಲಾರ್ ಇರುವುದರಿಂದ ವಿದ್ಯುತ್ ಕಡಿತದ ಅನುಭವವೇ ಆಗುವುದಿಲ್ಲ. ಅಜ್ಜೀ ತಿಂಡಿ ಏನಜ್ಜೀ? ಇಡ್ಲಿ ಮಗಾ. ಜೊತೆಗೆ ವಡೆ ಸಾಂಬಾರ್. ಓ ಎಷ್ಟೊಂದು ಹಣ್ಣುಗಳು! ಪೇಟೆಯಿಂದ ತರ್ಸಿದ್ರಾ? ಇಲ್ಲಪ್ಪಾ.ತೋಟದ ಮಧ್ಯೆ, ಸುತ್ತ ಎಲ್ಲ ಹಣ್ಣಿನ ಗಿಡಗಳಿವೆ. ನಿನ್ನ ಚಿಕ್ಕಪ್ಪ ಕೃಷಿ ಪಂಡಿತನಲ್ಲವೇ? ಎಲ್ಲಾ ಬಗೆಯ ಹಣ್ಣು ತರಕಾರಿ

ಧಾನ್ಯ ಇತ್ಯಾದಿಗಳನ್ನು ನಮ್ಮ ಜಮೀನಿನಲ್ಲೇ ಬೆಳೆಸುತ್ತಾನೆ. ಉಪ್ಪು ಸಕ್ಕರೆ, ಬೆಂಕಿಪೆಟ್ಟಿಗೆ, ಬಟ್ಟೆ ಇತ್ಯಾದಿಗಳನ್ನು ಮಾತ್ರ ಪೇಟೆಯಿಂದ ತರುವುದು. ಸಾಂಬಾರ ಪದಾರ್ಥಗಳನ್ನು ಬೆಳೆಸುವ ಪ್ರಯತ್ನ ಮಾಡ್ತಾ ಇದ್ದೇನೆ. ಸ್ವಾವಲಂಬಿ ಜೀವನಕ್ಕೆ ಬೇಕಾದ ಎಲ್ಲವನ್ನೂ ಮಾಡಬೇಕು ಎಂದು ಅವನಿಗೆ. ಅಜ್ಜಿ ತುಪ್ಪ ಘಮ ರುಚಿ ತುಂಬಾ ಚೆನ್ನಾಗಿದೆ. ಹೌದು ನಾಲ್ಕು ದನಗಳಿವೆ. ಎರಡು ಹಾಲು ಕೊಡುತ್ತವೆ. ಮನೆಗೆ, ಕೆಲಸದವರಿಗೆ ಎಲ್ಲಿ ಸಾಕಾಗುತ್ತದೆ.ಹಾಲು ಮಾರುವುದಿಲ್ಲ. ತೋಟಕ್ಕೆ ಗೊಬ್ಬರ ಹೊರಗಿಂದ ತರುವುದಿಲ್ಲ.

ಅಮ್ಮನಿಗೆ ಮೊಮ್ಮಗ ಇದ್ರೆ ಸಾಕು. ಅವನತ್ರ ಮಾತಾಡ್ತಾ ಇದ್ದು ಬಿಡ್ತಾಳೆ ಎಂದು ಮಗ ತಮಾಷೆ ಮಾಡಿದ. ನಿನಗೆ ಇದರಲ್ಲಿ ಆಸಕ್ತಿ ಇಲ್ಲ. ಅವನು ಆಸಕ್ತಿಯಿಂದ ಕೇಳಿದ, ಹೇಳುತ್ತಿದ್ದೇನೆ. ನೀವು ಯಾಕಜ್ಜಿ ಬೆಳಗ್ಗೆ ಅಷ್ಟು ಬೇಗ ಏಳ್ತೀರಾ? ತಿಂಡಿ ಎಲ್ಲಾ ನೀವೆ ಮಾಡಿದ್ರಾ? ಇಲ್ಲಪ್ಪಾ ನಾನೇನೂ ಮಾಡಲ್ಲ. ಆದ್ರೆ ನಂಗೆ ವಯಸ್ಸಾಗ್ತಾ ನಿದ್ದೆ ಕಡಿಮೆ ಆಗ್ತದೆ. ಬೆಳಗ್ಗೆ ಬೇಗ ಎಚ್ಚರವಾಗಿ ಬಿಡುತ್ತೆ. ಮತ್ತೆ ಹಾಸಿಗೆಯಲ್ಲಿ ಹೊರಳಾಡುವುದಿಲ್ಲ. ಎದ್ದು ಶೌಚ, ಸ್ನಾನ ಎಲ್ಲ ಮಾಡಿ ಕೂತು ಬಿಟ್ರೆ ದೇಹ ಮನಸ್ಸು ಎಲ್ಲಾ ಶುಚಿಯಾಗಿ ಆರಾಮ ಆಗುತ್ತೆ. ಕಣ್ಮುಚ್ಚಿ ಕೂತ್ರೆ ಏನೇನೊ ಯೋಚ್ನೆ ಶುರು. ಅದನ್ನು ತಪ್ಪೋದಕ್ಕೆ ದೇವ್ರ ಹೆಸ್ರನ್ನು ಜಪಮಾಡ್ತಾ ಇರ್ತನೆ. ಸಮಯಕ್ಕೆ ಸರಿಯಾಗಿ ತಿಂಡಿ ಊಟ ಮಾಡ್ತೇನೆ. ಮಧ್ಯಾಹ್ನ ಸ್ವಲ್ಪ ವಿಶ್ರಾಂತಿ ಅಷ್ಟೇ ಕೆಲ್ಸ ಮಾಡ್ದೇ ಇದ್ರೂ ಸುತ್ತಾಡ್ತಾಇರ್ತೇನೆ. ಕೂಡಿದ್ದು ಮಾಡ್ತೇನೆ. ರಾತ್ರಿ ಹತ್ತು ಗಂಟೆಗೆ ಮಲಗಿ ಬಿಡ್ತೇನೆ. ಆಗ ಸರಿಯಾಗಿ ನಿದ್ರೆ ಬಂದ್ರೆ ಬೆಳಿಗ್ಗೆ ಬೇಗ ಎಚ್ಚರವಾಗುತ್ತೆ. ಹಾಗೆ ಒಂದೇ ತರ ದಿನಚರಿ ಇದ್ರೆ ಆರೋಗ್ಯ ಸರಿಯಾಗಿರುತ್ತೆ.

ಅಜ್ಜಿ ತೋಟಕ್ಕೆ ಹೋಗೋಣ್ವಾ? ನಿಮಗೆ ನಡೆಯಲು ಆಗುತ್ತಾ? ಹಾಂ ನಿಧಾನವಾಗಿ ತೋಟ ಸುತ್ತಾಡುತ್ತೇನೆ. ಇಡೀ ದಿನ ಮತ್ತೇನು ಕೆಲಸ ನನಗೆ? ಬಾ ಹೋಗೋಣ. ಓಹ್ ಎಷ್ಟೊಂದು ಪೇರಲ ಮನೆಯಲ್ಲೂ ಅಷ್ಟೊಂದಿತ್ತಲ್ಲಾ. ಹೂಂ ನಮಗೆ ಬೇಕಾದಷ್ಟು ನಾವು ಕೊಯ್ಯುತ್ತೇವೆ. ಉಳಿದದ್ದು ಕೆಲಸದವರಿಗೆ, ಮತ್ತೆ ಹಕ್ಕಿಗಳಿಗೆ.ನೋಡು ನಮ್ಮನ್ನು ನೋಡಿ ಗಿಳಿವಿಂಡು ಹಾರಿ ಹೋಯಿತು. ನಾವು ಆಚೆ ಹೋದ ಮೇಲೆ ಪುನಃ ಬಂದು ತಿನ್ನುತ್ತವೆ ಬಿಡು. ಅಳಿಲುಗಳಿಗೂ ಪೇರಲ ಇಷ್ಟ ಬಂದು ತಿನ್ನುತ್ತವೆ.ಎಲ್ಲಾ ಹಣ್ಣಿನ ಗಿಡಗಳೂ ಕಸಿಕಟ್ಟಿದವು. ಹಾಗಾಗಿ ಯಾವಾಗಲೂ ಕಾಯಿ ಹಣ್ಣು ಇದ್ದೇ ಇರುತ್ತದೆ. ಸಮಯಕ್ಕೆಸರಿಯಾಗಿ ಗೊಬ್ಬರ ಹಾಕಬೇಕು. ಬೇಸಿಗೆಯಲ್ಲಿ ನೀರು ಹಾಕಬೇಕಷ್ಟೆ. ಚಿಕ್ಕು ದಾಳಿಂಬೆ ಎಲ್ಲವನ್ನೂ ಸಾವಯವ ಗೊಬ್ಬರದಲ್ಲೇ ಬೆಳೆಸುವುದು. ಗೋಬರ್ ಗ್ಯಾಸ್ ಪ್ಲಾಂಟ್ ಇದೆ. ಸ್ಲರಿಯನ್ನು ತೋಟಕ್ಕೆ ಗಿಡಗಳಿಗೆ ಹಾಕುತ್ತೇವೆ.ಹಾಗಾಗಿ ಹುಳಪಳ ಬರುವುದು ಕಡಿಮೆ. ಹೂವಾದಾಗ ಜೇನು ನೊಣಗಳು ತುಂಬಾ ಬರುತ್ತವೆ. ಅದಕ್ಕಾಗಿ ಜೇನುಪೆಟ್ಟಿಗೆ ಇಟ್ಟಿದ್ದೇವೆ. ಒಳ್ಳೆ ಜೇನು ಸಿಗುತ್ತದೆ. ಮಾವಿನ ಗಿಡ ನಾಲ್ಕೈದು ಜಾತಿ ಇದೆ. ಅಪ್ಪೆಮಿಡಿ ಮರವೂ ಉಂಟು. ನಮ್ಮಲ್ಲಿ ಮಾವು ಪ್ರತಿ ವರ್ಷವೂ ಹೂ ಬಿಡುತ್ತದೆ. ಹಾಗೇ ಹಲಸು ಕೂಡಾ ಬೇರೆ ಬೇರೆ ತಳಿಗಳುಂಟು. ಮೇಣವೇ ಇಲ್ಲದ ಜೇನು ಬಕ್ಕೆಯೂ ಉಂಟು. ಮತ್ತೆ ಜನವರಿಯಿಂದ ಜೂನ್ ವರೆಗೂ ಎಳೆಮಿಡಿಯಿಂದ ಹಣ್ಣಿನವರೆಗೂ ಉಪಯೋಗಕ್ಕೆ ಸಿಗುತ್ತದೆ. ಮಿಡಿಯಿಂದ ಚಟ್ನಿ ಮಾಡಲು ಶುರು. ಗುಜ್ಜೆಪಲ್ಯ, ಹಲಸಿನ ಹಪ್ಪಳ, ಹುಳಿ, ಇರ್ಶರಿ, ನೀರ್ಸೊಳೆ, ಹಣ್ಣಿಂದ ದೋಸೆ, ಕಡುಬು, ಹಣ್ಣಿನ ಹಪ್ಪಳ,

ಮಾಂಬಳ, ಮಾವಿನ ಹಣ್ಣಿನ ಮಾಂಬಳವೂ ಮಾಡುತ್ತೇವೆ. ಬೆರಟಿ ಮಾಡಿ ಇಟ್ರೆ ಎರಡು ವರ್ಷ ಆದ್ರೂ ಹಾಳಾಗುವುದಿಲ್ಲ. ಅದನ್ನು ತೆಗ್ದು ಬೇಕಾದಾಗ ಪಾಯ್ಸ ಮಾಡಬಹುದು.

ಇದೇನು ಹಣ್ಣು ಅಜ್ಜಿ? ಬೇಲಿ ಬದಿಯಲ್ಲಿ ರಾಶಿ ಬಿದ್ದಿದೆ? ಅದು ನೇರಳೆ ಹಣ್ಣು ಮಗಾ. ಕಾಡಿಂದ ಆಹಾರಕ್ಕಾಗಿ ಮಂಗಗಳು ಈಗ ಊರಿಗೇ ಬರುತ್ತವೆ. ಮೊದಲೆಲ್ಲ ಕಾಡಿನಲ್ಲೇ ತುಂಬಾ ಬಗೆಯ ಹಣ್ಣುಗಳು ಇರುತ್ತಿದ್ದವು. ಈಗ ಒಳಗಿನ ಕಾಡು ಹೊರತು ಮನುಷ್ಯರು ಹೋಗ ಬಹುದಾದಲ್ಲೆಲ್ಲ ಒಂದೊ ನೆಡುತೋಪು (ನೀಲಗಿರಿ, ತೇಗ, ಸಿಲ್ವರ ಇತ್ಯಾದಿ) ಇಲ್ಲ ತೋಟ, ರಬ್ಬರ್ ತೋಟ ಆಗಿದೆ. ಕಾಡಿನಲ್ಲಿರುವ ಪ್ರಾಣಿಗಳಿಗೆ ಹಣ್ಣುಗಳುಇಲ್ಲದೆ, ಅವೂ ನಮ್ಮ ತೋಟಗಳಿಗೆ ಬರುತ್ತವೆ. ಅದಕ್ಕಾಗಿ ನಾವು ತೋಟದ ಸುತ್ತಲೂ ಹೆಬ್ಬಲಸು, ನೇರಳೆ,ಕಾಟು ಮಾವು,ಹಲಸು ಇತ್ಯಾದಿ ನೆಟ್ಟಿದ್ದೇವೆ. ಅದರ ಹಣ್ಣುಗಳೆಲ್ಲ ಮಂಗ, ಬಾವಲಿ,ಆನೆ, ಕಡವೆಇತ್ಯಾದಿಗಳಿಗೆ ಮೀಸಲು. ಮರಗಳು ಕೆಲವು ಉದ್ದವಾಗಿಯೂ ಕೆಲವು ಅಗಲವಾಗಿ ಹರಡಿ ಬೆಳೆಯುವಂತೆಯೂ ವ್ಯವಸ್ಥೆ ಮಾಡಿರುವುದರಿಂದ ಅವುಗಳು ತೋಟಕ್ಕೆ ಬರುವುದಿಲ್ಲ. ತೋಟದ ಹೊರಗಡೆಯೇ ಸಣ್ಣ ಸಣ್ಣ ಗುಂಡಿಗಳನ್ನು ಮಾಡಿ ಬೇಸಿಗೆಯಲ್ಲೂ ನೀರಿರುವಂತೆ ನೋಡಿಕೊಳ್ಳುತ್ತೇವೆ. ಪ್ರಾಣಿ ಪಕ್ಷಿಗಳೂ ನೀರು ಕುಡಿದು ಹಣ್ಣು, ಸೊಪ್ಪು ಎಲ್ಲ ತಿಂದು ಅವರ ವಾಸ ಸ್ಥಾನಕ್ಕೆ ಹೋಗುತ್ತವೆ. ಹಾಗೆ ಅಲ್ಲಲ್ಲಿ ಗುಂಡಿಗಳಿರುವುದರಿಂದ ಮಳೆ ಬಂದಾಗ ಗುಂಡಿಗಳಲ್ಲಿ ತುಂಬಿ ನೀರು ನೆಲದೊಳಗೆ ಸೇರುತ್ತದೆ. ನಮ್ಮ ತೋಟದ ಕೆರೆಯಲ್ಲಿ ನೀರು ತುಂಬುತ್ತದೆ. ಅದರಿಂದ ಬಾವಿಯೂ ತುಂಬುತ್ತದೆ. ವರ್ಷವಿಡೀ ನೀರಿರುತ್ತದೆ.

ತೋಟದಲ್ಲಿಯೂ ಬರಿಯ ಅಡಕೆ ಬೆಳೆಯುವುದಿಲ್ಲ. ತೆಂಗು, ಕೊಕೊ, ಕಾಳುಮೆಣಸು, ಲವಂಗ, ದಾಲ್ಚಿನಿ, ಏಲಕ್ಕಿ ಎಲ್ಲ ಇದೆ. ಮಧ್ಯೆ ಬಾಳೆ, ಕೇನೆ, ಮರಗೆಣಸು ಎಲ್ಲ ಸ್ವಲ್ಪ ಸ್ವಲ್ಪ ಇದೆ. ಜೊತೆಗೆ ಒಂದೆಕರೆಯಷ್ಟು ಗದ್ದೆಯಿದೆ. ಒಂದು ಬೆಳೆ ಭತ್ತ. ಅದಾದ ಮೇಲೆ ಬಣ್ಣದ ಸೌತೆ, ಅಲಸಂಡೆ, ಹೀರೆ, ಸೋರೆ, ಕುಂಬಳಕಾಯಿ, ಮೆಣಸು, ಶುಂಠಿ, ಅರಸಿನ ಇತ್ಯಾದಿಗಳೂ ಬೆಳೆಯುತ್ತವೆ. ಮನೆಯ ಹಿಂದಿನ ಜಾಗದಲ್ಲಿ ತೊಂಡೆ, ಬಸಳೆ ಚಪ್ಪರ, ಕರಿಬೇವಿನ ಗಿಡ, ಹರಿವೆ ಮೊದಲಾದ ಸೊಪ್ಪುಗಳು ಇವೆ. ಇಷ್ಟೆಲ್ಲಾ ಇದ್ದ ಮೇಲೆ ಇದನ್ನೆಲ್ಲ ಮಾಡಲು ಕೆಲಸದವರು ಬೇಕಲ್ಲ. ನಮ್ಮ ಜಾಗದ ಪಕ್ಕದಲ್ಲೇ ಎರಡು ಕುಟುಂಬಗಳು ಮನೆ ಸಣ್ಣ ತೋಟ ಎಲ್ಲ ಮಾಡಿಕೊಂಡಿದ್ದಾರೆ. ಅವರ ಕೆಲಸ ಆದ ಮೇಲೆ ನಮ್ಮಲ್ಲಿಯೂ ಬಂದು ದುಡಿಯುತ್ತಾರೆ. ಅಲ್ಲದೆ ನಮ್ಮಲ್ಲಿ ಬೆಳೆದುದರಲ್ಲಿ ಅವರಿಗೂ ಪಾಲು ಸಿಗುತ್ತದೆ. ಅದರಿಂದ ಅವರೂ ಹೆಚ್ಚಿನ ಆದಾಯ ಗಳಿಸಿ ನೆಮ್ಮದಿಯಾಗಿದ್ದಾರೆ. ಮಕ್ಕಳನ್ನು ಶಾಲೆಗೆ ಕಳಿಸುತ್ತಾರೆ. ಕಷ್ಟಸುಖಗಳಲ್ಲಿ ನಾವೆಲ್ಲರೂ ಒಂದಾಗಿರುತ್ತೇವೆ.

ಗದ್ದೆ ಬೇಸಾಯ, ಅಡಿಕೆಗೆ ಮದ್ದು ಬಿಡುವುದು. ಕೊನೆ ಕೊಯ್ಲು ಮಾಡುವುದಕ್ಕೆ ಕೆಲವು ಯಂತ್ರೋಪಕರಣಗಳನ್ನು ಬಳಸುತ್ತೇವೆ. ಟ್ರಾಕ್ಟರಿನಲ್ಲಿ ಉಳುಮೆ, ಬಿತ್ತನೆ, ಕೊಯ್ಲು ಅಗುತ್ತದೆ. ಸೋಮಣ್ಣ ಟ್ರಾಕ್ಟರ್ ಕೆಲಸ ಚೆನ್ನಾಗಿ ಮಾಡುತ್ತಾರೆ. ಟ್ರಾಕ್ಟರಿನಲ್ಲೇ ಪೇಟೆಗೆ ಅಡಿಕೆ, ಭತ್ತ ಎಲ್ಲ ಸಾಗಿಸುತ್ತೇವೆ. ಅವರ ಮನೆಗಳ ಅಡಿಕೆಯೂ ನಮ್ಮ ಟ್ರಾಕ್ಟರಿನಲ್ಲೇ ಸಾಗುತ್ತದೆ. ಅಡಿಕೆಗೆ ಮದ್ದು ಬಿಡುವ ಪಂಪು, ಕೊನೆ ಕೊಯ್ಯುವುದನ್ನೆಲ್ಲ ವೆಂಕಟೇಶ ನಿರ್ವಹಿಸುತ್ತಾನೆ. ಇದು ೩ ಮನೆಗಳಿಗೂ ಸೇರಿ ನಡೆಯುತ್ತದೆ. ಡೀಸೆಲ್ಲು ಖರ್ಚಾದ ಲೆಕ್ಕದಲ್ಲಿ

ಅವರಿಗೆ ಮಜೂರಿ ಸಲ್ಲುತ್ತದೆ. ಅಡಿಕೆ ಸುಲಿಯುವುದು ಎಲ್ಲಾ ಮನೆಯವರೇ ಮಾಡುತ್ತೇವೆ. ಇಲ್ಲ ಹೊರಗಿನಿಂದ ಜನ ಕರೆಸಿ ಮಾಡಿಸುತ್ತೇವೆ.

ಅಜ್ಜೀ ಈ ಊರಲ್ಲಿ ಡಾಕ್ಟರು,ಆಸ್ಪತ್ರೆ ಎಲ್ಲ ಇಲ್ಲವಲ್ಲ. ಹುಷಾರಿಲ್ಲದಿದ್ರೆ ಏನ್ಮಾಡ್ತೀರಿ? ಸಣ್ಣ ಪುಟ್ಟದಕ್ಕೆಲ್ಲಾ ಅಂದ್ರೆ ಶೀತ, ತಲೆನೋವು, ಜ್ವರ ಇತ್ಯಾದಿಗಳಿಗೆ ಹಿರಿಯರಿಂದ ಕಲಿತ ಮನೆಮದ್ದುಗಳನ್ನು ಉಪಯೋಗಿಸುತ್ತೇವೆ. ತುಂಬ ಜೋರಾಗುವ ಹಾಗಿದ್ದಾಗ ಜೀಪಿನಲ್ಲಿ ಆಸ್ಪತ್ರೆಗೆ ಕರೆದುಕೊಂಡು ಹೋಗುತ್ತೇವೆ. ಪ್ರಾಥಮಿಕ ಆರೋಗ್ಯಕೇಂದ್ರಗಳಿವೆ. ಅಲ್ಲಿ ಒಬ್ಬರು ಡಾಕ್ಟರ್, ಒಬ್ಬ ನರ್ಸ್ ಇರುತ್ತಾರೆ. ಹೆರಿಗೆಇತ್ಯಾದಿಗಳಿದ್ದರೆ ಪೇಟೆಯಿಂದ ಅವರೇ ಡಾಕ್ಟರನ್ನು ಕರೆಸುತ್ತಾರೆ. ಆಸ್ಪತ್ರೆಯಲ್ಲಿ ರಕ್ತ, ಮಲಮೂತ್ರ ಪರೀಕ್ಷೆಗೆ, ಎಕ್ಸರೇಗೆ ಸೌಲಭ್ಯಗಳಿವೆ. ನಮ್ಮ ಗ್ರಾಮದವರೇ ಒಬ್ಬರು ಆಯುರ್ವೇದ ಕಲಿತು ಊರಿನಲ್ಲೇ ಜಮೀನು, ಮನೆ ನೋಡಿಕೊಂಡು ವೈದ್ಯಸೇವೆಯನ್ನೂ ನಡೆಸುತ್ತಿದ್ದಾರೆ. ಹೆಚ್ಚಿನವರು ಅವರ ಹತ್ತಿರವೇ ಮದ್ದಿಗೆ ಹೋಗುತ್ತಾರೆ. ಅವರು ನೋಡಿ ಆಗುವುದಿಲ್ಲವೆಂದರೆ ಬೇರೆ ಡಾಕ್ಟರಲ್ಲಿಗೆ ಹೋಗುತ್ತಾರೆ.

ನಮ್ಮ ಊರು, ಗ್ರಾಮಗಳಲ್ಲಿ ಕೊಳೆಗೇರಿಗಳಿಲ್ಲ. ಎಲ್ಲರೂ ಅವರವರ ಸ್ವಂತ ಮನೆ (ಗೂಡಾದರೂ ಸರಿ) ಕಟ್ಟಿಕೊಂಡು ಮನೆ ಸುತ್ತಲಿನ ಪರಿಸರವನ್ನು ಸ್ವಚ್ಛವಾಗಿಟ್ಟುಕೊಳ್ಳುತ್ತಾರೆ. ಕಾರ್ಖಾನೆಗಳಿಲ್ಲದಿರುವುದರಿಂದ ಕೊಳಕು ನೀರಿಲ್ಲ. ಪ್ಲಾಸ್ಟಿಕ್ಕಿನ ಬಳಕೆ ಆತೀ ಕಡಿಮೆ ಹಾಗಾಗಿ ಕಸದ ಗುಡ್ಡ ಇರುವುದಿಲ್ಲ. ಹಸಿ ಕಸವನ್ನೆಲ್ಲ ಗೊಬ್ಬರ ಮಾಡಿ ಉಪಯೋಗಿಸುತ್ತೇವೆ. ಇದರಿಂದ ಸಾಂಕ್ರಾಮಿಕ ರೋಗಗಳಿಲ್ಲ. ಎಲ್ಲರೂ ಶ್ರಮ ಜೀವಿಗಳಿರುವುದರಿಂದ ರಕ್ತದ ಒತ್ತಡ ಮಧುಮೇಹದಂತವೂ ಅಪರೂಪ. ಕೆಲವರು ಸೋಮಾರಿಗಳು ಕಿಡಿಗೇಡಿಗಳು ಇದ್ದರೂ ಅವರ ಸಂಖ್ಯೆ ಕಡಿಮೆ ಇರುವುದರಿಂದ ಹೆಚ್ಚಿನ ಗೂಂಡಾಗಿರಿಗಳೆಲ್ಲ ನಡೆಯುವುದಿಲ್ಲ. ಎಲ್ಲರಿಗೆ ಎಲ್ಲರ ಪರಿಚಯವೂ ಇರುವುದರಿಂದ ಮಾನಕ್ಕೆ ಅಂಜಿ ನಡೆಯುತ್ತಾರೆ. ಒಂದು ತರದಲ್ಲಿ ರಾಮರಾಜ್ಯ ಇದ್ದ ಹಾಗೆ ಇದೆ ನಮ್ಮ ಗ್ರಾಮ ಜೀವನ.

ಹೌದು, ಇಷ್ಟರವರೆಗೂ ನನ್ನ ಪುರಾಣವೇ ಆಯ್ತು. ನಿಮ್ಮ ಅಮೆರಿಕಾದ ಜೀವನ ಬಗ್ಗೆ ನಾನೇನೂ ಕೇಳಲೇ ಇಲ್ಲವಲ್ಲ? ಹೇಳು ನೀವೆಲ್ಲಾ ಹೇಗಿದ್ದೀರಿ? ಅಲ್ಲಿ ಆರಾಮ ಅನಿಸುತ್ತಾ? ಅಲ್ಲೇ ಇರಬೇಕೆಂದು ಕೊಂಡಿದ್ದೀರಾ? ಅಜ್ಜೀ, ನಾವೆಲ್ಲಾ ಅಲ್ಲಿ ಚೆನ್ನಾಗಿಯೇ ಇದ್ದೇವೆ. ಅಪ್ಪನಿಗೆ ಕೈತುಂಬಾ ಸಂಬಳ ಬರುತ್ತದೆ. ಅಮ್ಮನಿಗೂ ಕೆಲಸ ಇದ್ದು ಜೀವನಕ್ಕೆ ಯಾವುದೇ ಕೊರತೆ ಇಲ್ಲ. ದೊಡ್ಡ ಮನೆ ಇದೆ. ಹತ್ತಿರದಲ್ಲೇ ದೊಡ್ಡ ನಗರವಿದೆ. ಬೇಕಾದ ಎಲ್ಲ ವಸ್ತುಗಳೂ ಸಿಗುತ್ತವೆ. ಮನೆಯ ಸುತ್ತ ಒಂದೆಕರೆ ಜಾಗ ಇದೆ. ಅಲ್ಲಿ ಹಣ್ಣಿನ ಗಿಡಗಳಿವೆ. ತರಕಾರಿ ಬೆಳೆಸುತ್ತಾರೆ. ಆದರೆ ಇಲ್ಲಿನ ಹಾಗೆ ಅಲ್ಲಿ ಕೆಲಸಕ್ಕೆ ಜನ ಇಲ್ಲ. ಯಂತ್ರಗಳ ಸಹಾಯದಿಂದ ಅಪ್ಪ ಅಮ್ಮನೇ ತೋಟದ ಕೆಲಸ ಮಾಡುತ್ತಾರೆ. ನಾನು ಅಕ್ಕನೂ ಸಹಾಯ ಮಾಡುತ್ತೇವೆ. ಮನೆಯನ್ನು ಕಂಪೆನಿಗಳೇ ಕಟ್ಟಿ ಕೊಡುತ್ತವೆ. ಓದಲು ಒಳ್ಳೆ ಶಾಲೆ, ಕಾಲೇಜುಗಳಿವೆ. ನಮ್ಮ ಇಷ್ಟದ ವಿಷಯಗಳನ್ನು ಮಾತ್ರ ಓದಬಹುದು. ಕಲೆ, ಸಂಗೀತ, ನೃತ್ಯ, ಕರಾಟೆ ಇತ್ಯಾದಿ ಆಸಕ್ತಿಯ ವಿಷಯಗಳನ್ನೂ ಕಲಿಯಬಹುದು. ಆದರೆ ನಮ್ಮ ಮನೆಯ ಹತ್ತಿರ ಯಾರೂ ಇಲ್ಲ. ಪರಿಚಿತರನ್ನು ಭೇಟಿಯಾಗಲು ಮೊದಲೇ ತಿಳಿಸಿ ಸಮಯ ನಿಗದಿ ಮಾಡಿಕೊಂಡು

ಹೋಗಬೇಕು. ನಮ್ಮಭಾರತೀಯರು ಪರಿಚಯವಾದರೆ ತುಂಬಾ ಆತ್ಮೀಯವಾಗಿ ಮಾತಾಡಿಸುತ್ತಾರೆ. ಮನೆಗೆ ಕರೆಯುತ್ತಾರೆ. ಅವರೂ ಬರುತ್ತಾರೆ.ಆದರೆ ಅದೆಲ್ಲಾ ವರ್ಷದಲ್ಲಿ ಒಂದೆರಡು ಸಲ ಅಷ್ಟೆ. ಈಚೆಗೆ ಸಂಘಟನೆಗಳು ಹುಟ್ಟಿಕೊಂಡು ಭಾರತೀಯ ಹಬ್ಬಗಳನ್ನು ಆಚರಿಸುವುದು,ಕನ್ನಡದವರೇ ಸೇರಿಕೊಂಡು ಸಮ್ಮೇಳನಗಳನ್ನು (ಅಕ್ಕ ಸಮ್ಮೇಳನ) ನಡೆಸುತ್ತಾರೆ. ಇವುಗಳಿಂದೆಲ್ಲಾ ನಾವು ನಮ್ಮ ಪರಕೀಯತೆಯನ್ನು ಮರೆಯಲು ಸಾಧ್ಯವಾಗುತ್ತದೆ. ಇಲ್ಲವಾದರೆ ಅಲ್ಲಿನವರು ನಮ್ಮನ್ನು ಒಂದು ಥರಾ ಸ್ಪರ್ಧಿಗಳಂತೆಯೋ ಅವರಿಗಿಂತ ಕಳಪೆಯವರಂತೆಯೋ ನೋಡುತ್ತಾರೆ. ಇಂಡಿಯನ್ಸ್, ಬ್ಲಾಕೀ ಅಂತೆಲ್ಲ ಸಸಾರ ಮಾಡುತ್ತಾರೆ. ಆಗ ನಮ್ಮ ನೆಲದಲ್ಲಿ ನಾವೇ ರಾಜರಾಗಿ ಬಾಳಬಹುದಲ್ಲಾ ಎನಿಸುವುದುಂಟು. ಆದರೆ ಅಲ್ಲಿನ ದೊಡ್ಡ ದೊಡ್ಡ ಸಂಸ್ಥೆಗಳಲ್ಲಿ ಇಂಜಿನಿಯರುಗಳು, ಆಸ್ಪತ್ರೆಗಳಲ್ಲಿ ಪ್ರಸಿದ್ಧ ಡಾಕ್ಟರುಗಳು ಎಲ್ಲ ಭಾರತೀಯರು, ಇಲ್ಲ ಭಾರತೀಯ ಮೂಲದವರು ಇದ್ದಾರೆ. ಅವರೆಲ್ಲಾ ನಮ್ಮನ್ನು ವಿಶ್ವಾಸದಿಂದ ಕಾಣುತ್ತಾರೆ. ಹಾಗಾಗಿ ತುಂಬಾ ಅನಾಥ ಪ್ರಜ್ಞೆ ಕಾಡುವುದಿಲ್ಲ.ಈಗ ಇಲ್ಲಿ ಬಂದು ನೋಡಿದ ಮೇಲೆ ನೀವು ಹೇಳಿದ್ದೆಲ್ಲ ಕೇಳಿದ ಮೇಲೆನನಗೆ ಒಂದು ಆಲೋಚನೆ ಬಂದಿದೆ ಅಜ್ಜಿ. ಅಪ್ಪ ಅಮ್ಮ ಅಕ್ಕ ಹೇಗೂ ಅಲ್ಲೇ ಇರಲು ಇಷ್ಟ ಪಡುತ್ತಾರೆ. ಅಕ್ಕನೂ ಅಲ್ಲೇ ಒಬ್ಬರನ್ನು ಇಷ್ಟಪಟ್ಟು ಮದುವೆಯಾಗುತ್ತಾಳೆ. ಆದರೆ ನನಗೆ ಭಾರತದ ಬಗ್ಗೆ ಒಂದಷ್ಟು ಹೆಮ್ಮೆ ಮತ್ತು ಪ್ರೀತಿಯಿದೆ. ನನ್ನ ವಿದ್ಯಾಭ್ಯಾಸ ಮುಗಿದ ಮೇಲೆ ನಾನೇಕೆ ಇಲ್ಲೇ ಬಂದು ಚಿಕ್ಕಪ್ಪನಂತೆ ಏನಾದರೂ ಮಾಡಿಕೊಂಡು ನೆಮ್ಮದಿಯಾಗಿರಬಾರದು?

ಹೌದು ಕಂದ ನಿನಗೆ ಇಷ್ಟವಾದರೆ ಇಲ್ಲೇ ಈ ಊರಿನಲ್ಲೇ ನೆಲೆಸಬಹುದು. ಇಲ್ಲಿ ನಮ್ಮದು ಒಟ್ಟು ೧೦ ಎಕರೆ ಜಾಗ ಇದೆ. ಅಜ್ಜ ಇರುವಾಗಲೇ ಇದನ್ನು ನಿನ್ನ ಅಪ್ಪನಿಗೂ ಚಿಕ್ಕಪ್ಪನಿಗೂ ಪಾಲು ಮಾಡಿದ್ದರು. ಆದರೆ ನಿನ್ನಪ್ಪ ತನಗೆ ಇಲ್ಲಿನ ಪಾಲು ಬೇಡವೆಂದು ಅಮೆರಿಕದಲ್ಲಿ ಆರಾಮವಾಗಿದ್ದೇವೆಂದು ತಮ್ಮನಿಗೇ ಎಲ್ಲ ನೋಡಿಕೊಳ್ಳಲು ಹೇಳಿದ ಆದರೆ ನಿನ್ನ ಚಿಕ್ಕಪ್ಪ ಆ ಪಾಲನ್ನು ಹಾಗೇ ಉಳಿಸಿಕೊಂಡು ಅದರ ಅಭಿವೃದ್ಧಿಯನ್ನು ಮಾಡಿ ಆದಾಯ ಖರ್ಚಿನ ಲೆಕ್ಕವನ್ನೂ ಬರೆದಿಟ್ಟಿದ್ದಾನೆ. ಉಳಿತಾಯದ ಹಣವನ್ನು ನಿನ್ನ ಹೆಸರಿನಲ್ಲೇ ಠೇವಣಿ ಇಟ್ಟದ್ದಾನೆ.ಅದೇ ಸುಮಾರು ಮೊತ್ತವಾಗಿರಬಹುದು. ನೀನು ಇಲ್ಲಿಗೆ ಬಂದರೆ ನಿನಗೆ ಏನೂ ತೊಂದರೆಯಾಗದು. ನಿನಗೆ ಸಹಾಯಕ್ಕಾಗಿ ನಿನ್ನ ಚಿಕ್ಕಪ್ಪ, ಚಿಕ್ಕಮ್ಮ ಯಾವಾಗಲೂ ತಯಾರಿರುತ್ತಾರೆ. ವಯಸ್ಸಾಗಿ ಅಪ್ಪ ಅಮ್ಮನಿಗೆ ಬರಬೇಕೆನಿಸಿದರೆ ಅವರೂ ಬಂದು ಇಲ್ಲೇ ಇರಬಹುದು. ಈಗ ಮೊದಲಿನ ಹಾಗೆ ಇಲ್ಲಿ ಕೆಲಸಗಳಿಗೂ ಲಂಚಕೊಡಬೇಕಾಗಿಲ್ಲ. ಮೊಬೈಲಿನಲ್ಲೇ ಸುಮಾರು ಕೆಲಸಗಳನ್ನು ಮಾಡಿಕೊಳ್ಳಬಹುದು. ರೈತರಿಗೂ ಒಳ್ಳೇಯ ಕಾಲ ಶುರುವಾಗಿದೆ. ಕಷ್ಟಪಟ್ಟು ದುಡಿದ ಎಲ್ಲರಿಗೂ ಕೈತುಂಬ ದುಡ್ಡು ಬರುವ ಅವಕಾಶ ಇದೆ. ಸಾವಯವ ಬೆಳೆಗಳನ್ನು ಮನೆಗೇ ಬಂದು ನಗದು ಕೊಟ್ಟು ಕೊಂಡು ಹೋಗುತ್ತಾರೆ. ವಿದ್ಯಾವಂತ ಯುವಕ ಯುವತಿಯರು ರಾಜಕೀಯಕ್ಕೂ ಸೇರುತ್ತಿರುವುದರಿಂದ ಮೊದಲಿನ ದರಿದ್ರ ರಾಜಕೀಯ ಈಗ ನಡೆಯುವುದಿಲ್ಲ.ಅಲ್ಲದೆ ಯುವಕ ಯುವತಿಯರು ಅವರವರ ಅಪ್ಪ ಅಮ್ಮಂದಿರನ್ನು ಒಟ್ಟಾಗಿ ನೋಡಿಕೊಂಡು ಅವರಿಗೂ ನೆಮ್ಮದಿಯಾಗಿರಲು ಸಾಧ್ಯವಾಗಿದೆ. ಎಲ್ಲಾ ತರದಲ್ಲೂ ಒಳ್ಳೆಯದಾಗುತ್ತಿದೆ. ಕೆಲವು ಅಪವಾದಗಳಿರಬಹುದು. ಸೋಮಾರಿಗಳು

ವಂಚಕರು, ಕ್ರೂರಿಗಳು ಇದ್ದರೂ ಸಮಾಜದಲ್ಲಿ ಅವರಾಟ ನಡೆಯುವುದು ಕಷ್ಟವಾಗಿದೆ. ಏಕೆಂದರೆ ತುಂಬಾ ಜನ ತಿಳುವಳಿಕೆಯವರಾಗಿರುತ್ತಾ ಸುಲಭವಾಗಿ ಯಾರನ್ನೂ ಗೋಳು ಬರಿಸಲು ಸಾಧ್ಯವಾಗುವುದಿಲ್ಲ. ಯಾರಾದರೂ ಸಹಾಯ ಮಾಡುತ್ತಾರೆ.

ಸರಿ ಅಜ್ಜಿ ನನ್ನ ಡಿಗ್ರಿ ಮುಗಿಯಲು ಇನ್ನೂ ೨ ವರ್ಷ ಇದೆ.ಆಗ ಇನ್ನೂ ಒಳ್ಳೆಯ ಭವಿಷ್ಯ ಇರಬಹುದು. ನಾನು ಖಂಡಿತವಾಗಿ ಇಲ್ಲಿಗೇ ಬರುತ್ತೇನೆ. ನಿಮ್ಮೊಂದಿಗೇ ಇರುತ್ತೇನೆ, ಎಂದು ಮೊಮ್ಮಗ ಅಜ್ಜಿಗೆ ನಮಿಸಿ ಹೊರಟು ನಿಂತ. ಅವರನ್ನೆಲ್ಲ ಕಳಿಸಿಕೊಟ್ಟ ಅಜ್ಜಿ ಭವಿಷ್ಯದ ಸಂತೋಷದ ಕನಸು ಕಾಣುತ್ತಾ ನಿಂತೇ ಇದ್ದರು.

17
ಸಿರಿ

ಮಳೆಗಾಲದಲ್ಲಿ ಕಾಲೇಜಿಗೆ ಹೋಪುದು ಅದೂ ಎಂಗ್ಳ ಮನೆಂದ ಸಣ್ಣ ಒಂದು ಚಾರಣವೇ ಆಗ್ತು.ಮನೆ ಇಪ್ಪದು ಗುಡ್ಡೆಯ ಮಧ್ಯಲ್ಲಿ ಜೋಡ್ಪಾಲಲ್ಲಿ ಇಳ್ದು ಒಂದುವರೆ ಮೈಲು ನಡಿಯೆಕ್ಕು . ಆ ಹೊಡೆಲಿ ಎಂಗ್ಳದ್ದು ಒಂದೇ ಮನೆ. ಹಾಂಗಾಗಿ ಅಲ್ಲಿಗೆ ಒಂದು ಗಾಡಿ ಹೋಪ ದಾರಿಯೂ ಇಲ್ಲೆ. ಒಬ್ಬ ಮನುಷ್ಯ ಹೋಪಷ್ಟು ಅಗಲಲ್ಲಿ ಗಿಡಮರ ಇಲ್ಲೆ ಅಷ್ಟೆ. ಇನ್ನೊಬ್ಬ ಎದುರಿಂದ ಬಂದ್ರೆ ಜೀವ ಕೈಲಿ ಹಿಡ್ಕೊಂಡು ಇಬ್ರೂ ಆಚೆ ಈಚೆ ಕಡೆಗೆ ದಾಟೆಕ್ಕು. ಅಷ್ಟಕ್ಕೂ ಅಲ್ಲಿಗೆ ಹಾಂಗೆ ಬಪ್ಪವೂ ಇಲ್ಲೆ ಹೇಳ್ವ. ದಿನಾ ಹೋಗಿ ಬಂದು ಮಾಡುದು ಆನು ಮಾತ್ರ. ಅಪ್ಪ ಅಮ್ಮ

ಎಲ್ಲಿಯಾದ್ರೂ ಹುಶಾರಿಲ್ಲದ್ರೆ ಮಾತ್ರ ಕಷ್ಟಲ್ಲಿ ನಡ್ಕೊಂಡು ಬಂದು ಸುಳ್ಯಕ್ಕೆ ಡಾಕ್ಟ್ರ ಹತ್ರೆ ಹೋಗಿ ಬಕ್ಕು.

ಎನ್ನ ಅಜ್ಜ ಕೊಡಗಿಲಿ ಒಂದು ದೇವಸ್ಥಾನಲ್ಲಿ ಪೂಜೆ ಮಾಡಿಕೊಂಡು ಇತ್ತಿದ್ದವಡ. ಅವ್ಕೆ ಜೀವನಕ್ಕೆ ಬೇಕಾದಷ್ಟು ಅಕ್ಕಿ, ತೆಂಗಿನಕಾಯಿ ಎಲ್ಲ ವಂತಿಗೆ ಬತ್ತಿತ್ತು. ಹಾಂಗಿಪ್ಪಗ ಅಲ್ಲೇ ಹತ್ರಲ್ಲಿಪ್ಪ ದೇಚಮ್ಮ ಹೇಳ್ವ ಕೊಡವತ್ತಿ ಹುಡುಗಿ ದಿನಾ ದೇವಸ್ಥಾನಕ್ಕೆ ಬಂದು ಸುತ್ತ ಎಲ್ಲ ಗುಡ್ಸಿ ಸಾರ್ಸಿ ಮಾಡಿ ಹೋಗ್ತಿತ್ತಡ. ಅಜ್ಜ ನೋಡ್ಲೆ ಚಂದ ಇತ್ತಿದ್ದವಡ. ಹುಡುಗಿಗೆ ಅವ್ರ ಇಷ್ಟ ಆತು. ಅಜ್ಜಂಗೂ ಅಕ್ಕು ಹೇಳಿ ಕಂಡತ್ತು. ಆದ್ರೆ ಜಾತಿ ಬೇರೆಯನ್ನೇ?

ದೇವಸ್ಥಾನದ ಮೊಕ್ತೇಸರಂಗೆ ಇವ್ರ ವಿಷಯ ಗೊತ್ತಾತು. ಇಬ್ರನ್ನೂ ಕರ್ಸಿ ಹೇಳಿದವಡ. ನಿಂಗೊ ಮದ್ವೆ ಅಪ್ಪುದಾದ್ರೆ ಇಲ್ಲಿಂದ ದೂರ ಹೋಯೆಕ್ಕು. ದೇವಸ್ಥಾನಲ್ಲಿ ಪೂಜೆ ಮಾಡ್ಳೆಡಿಯ ಹೇಳಿ. ಅಜ್ಜ ಪೂಜೆಯ ಬಿಟ್ಟು "ದೇವ್ರೇ ನಿನ್ನ ಪೂಜೆ ಬಿಡ್ಲೆ ಎನಿಗೆ ಮನ್ಸಿಲ್ಲೆ. ಆದ್ರೆ ಆನು ಎನ್ನ ಮನ್ಸಿಗೆ ಸರಿ ಹೇಳಿ ಕಂಡದ್ರ ಮಾಡ್ತೆ. ಮನ್ಸಿದ್ರೆ ಎನಗೆ ಆಶೀರ್ವಾದ ಮಾಡು. ಆನು ತಳ ಊರಿದಲ್ಲೇ ನಿನಿಗೆ ನಂದಾದೀಪ ಇಡ್ತೆ" ಹೇಳಿ ಅಲ್ಲಿಂದ ಹೋದ್ವಡ. ದೇಚಮ್ಮಂಗೆ "ಸ್ವಲ್ಪ ಸಮ್ಯ ಬಿಟ್ಟು ಹೋಗ್ತೆ, ನೀನಿಲ್ಲೇ ದೇವ್ರ ಸೇವೆ ಮಾಡಿಕೊಂಡು ಇರು. ಎಲ್ಲಿಯಾದ್ರೂ ಇಪ್ಲೆ ಒಂದು ನೆಲೆ ಮಾಡಿಕೊಂಡು ಬಂದು ನಿನ್ನ ಕರ್ಕೊಂಡು ಹೋಗ್ತೆ" ಹೇಳಿದವಡ. ಹಾಂಗೆ ಒಂದಷ್ಟು ನಡ್ಕೊಂಡು ಬಪ್ಪಗ ಜೋಡ್ಪಾಲದ ಹತ್ರ ತೋಡು ನೋಡಿ ಈ ತೋಡಿನ ಆಚೆ ಈಚೆ ಕಡೆ ತೋಟ ಮಾಡಿರೆ ಅಕ್ಕು ಹೇಳಿ ಅಲ್ಲೇ ಮಾರ್ಗದ ಕಡೆಯ ಒಂದು ಮನೆ ಜಗ್ಲಿಲಿ ಮನುಗ್ಗೆ. ಮನೆವ್ರ ಒಪ್ಪಿಗೆ ತೆಕ್ಕೊಂಡು ಒಬ್ನೇ ಕಾಡು ಸವ್ರಿ ಗಿಡ ನೆಡುದು (ಕಾಫಿ, ಬಾಳೆ) ಎಲ್ಲ ಮಾಡಿದವಡ. ಖರ್ಚಿಗೆ ಅಜ್ಜ ಪೂಜೆ ಮಾಡ್ವಾಗ ಸೇರ್ಸಿಟ್ಟ ಸಣ್ಣ ಗಂಟಿತ್ತಡ.

ಅದ್ರಲ್ಲಿ ಸ್ವಲ್ಪ ಆ ಮನೆವ್ಕೆ ಕೊಟ್ಟು ಎರ್ಡು ಹೊತ್ತಿನ ಊಟಕ್ಕೂ ದಾರಿ ಮಾಡಿಕೊಂಡವು. ಮಾರ್ಗದ ಕರೆಲಿ ಜಾಗೆ ಮಾಡ್ಳೆ ಅಲ್ಲೆಲ್ಲಾ ದೊಡ್ಡ ಮರಗ್ಳದ್ದೇ ದರ್ಬಾರು. ಮತ್ತೆ ಫಾರೆಸ್ಟಿನವು ಎಲ್ಲಾ ಉಪದ್ರ ಮಾಡಗು ಹೇಳಿ ತೋಡು ಕರೆಲೇ ಒಳ ಹೋಗಿ ಮರಕಡಿಮೆ ಇಪ್ಪಲ್ಲಿ ನೋಡಿ ಕಾಡುಕಡ್ಡು ದಿನಕ್ಕೆ ಅರ್ಧ ಎಕ್ರೆ ಜಾಗೆ ಒಪ್ಪ ಮಾಡಿ ಮತ್ತೆ ಎಲ್ಲಿಂದ್ಲೊ ಕಾಫಿ ಗಿಡ, ಬಾಳೆ ಎಲ್ಲ ತಂದು ನೆಟ್ಟವಡ. ಅಲ್ಲಿಗೆ ಹೋಪ್ಲೆ ದಾರಿಯೂ ಅಜ್ಜನೇ ಕಾಡು ಸವ್ರಿ ಮಾಡಿದ್ದಡ. ಆ ದಾರಿ ಈಗ್ಲೂ ಹಾಂಗೇ ಇದ್ದು ಗಿಡ ನೆಟ್ಟ ಮೇಲೆ ಸ್ವಲ್ಪ ದಿನ ದೇಶಾವರ ಹೋಗಿ ಬಂದವಡ. ದುಡ್ಡು ಹೇಳಿ ಸಿಕ್ಕದ್ರೂ ಮಳೆಗಾಲದ ಹೊಟ್ಟೆಪಾಡು ಹೋದಲ್ಲಿ ಕಳ್ದು ಇದುಗಂಟು ಕರ್ಗದ್ದೆ ಹಾಂಗೆ ಒಳ್ತನ್ನೆ. ದೇಶಾವರ ಹೋಪುದು ಹೇಳಿರೆ ಊರೂರು ತಿರ್ಗುದು. ಬ್ರಾಹ್ಮಣ್ರ ಮನೆಗ್ಳಲ್ಲಿ ಅನ್ಕೂಲ ಇದ್ದವ್ರಲ್ಲಿ ಹೋಗಿ ಒಂದೆರ್ಡು ದಿನವೋ ಸರಿಯಾದ್ರೆ ಒಂದು ವಾರವೋ ಇಪ್ಪುದು. ಅವ್ರಲ್ಲಿ ದೇವರ ಪೂಜೆ ಮಾಡುದು. ಅಲ್ಲಿಂದ ಇನ್ನೊಂದೂರಿಗೆ ಹೋಪುದು. ಆ ಕಾಲದಲ್ಲಿ ಹಾಂಗೆ ಬಪ್ಪವು ಇದ್ದದ್ರಂದ ಅಜ್ಜ ಹೋದ್ದು ವಿಶೇಷ ದ್ದಾಗಿತ್ತಿಲ್ಲೆ . ಅಂತೂ ಮಳೆ ಕಮ್ಮಿ ಆದ ಮೇಲೆ ಜೋಡ್ಪಾಲಕ್ಕೆ ಬಂದು ನೋಡಿರೆ ಗಿಡಗೊ ಎಲ್ಲ ಜೀವ ಹಿಡ್ದವಡ. ಕುಷಿಯಾಗಿ ಇಲ್ಲೇ

ಮನೆ ಮಾಡುದು ಹೇಳಿ ಜೋಡ್ಪಾಲಲ್ಲಿ ಇದ್ದ ಜನಗೊಕ್ಕೆ ಕೂಲಿ ಕೊಟ್ಟು ಮರದ ಕಂಬ ಬೆದ್ರಿನ ಮಾಡು ಮಣ್ಣ ಗೋಡೆಯ ಸಣ್ಣ ಮನೆ ಮಾಡಿಯೇ ಬಿಟ್ಟವಡ. ಮತ್ತೆ ಆ ಕೂಸಿನ ಕರ್ಕೊಂಡು ಬತ್ತೆ ಹೇಳಿ ಕೊಡಗಿಗೆ ಹೋದ್ರೆ ಅದ್ರಮದ್ವೆ ಮಾಡ್ಳೆ ಪ್ರಯತ್ನ ಮಾಡ್ತಿದ್ದವಡ. ಅದ್ರ ಅಪ್ಪನ ಕೇಳಿದಕ್ಕೆ ಕೊಡ್ತಿಲ್ಲೆ ಹೇಳಿದ್ನಡ. ಆದ್ರೆ ಆ ಕೂಸು (ದೇಚಮ್ಮ) ಅಜ್ಜನ ಗುಟ್ಟಿಲಿ ಕಂಡು ಆನು ನಿನ್ನ ಜತೆಲಿ ಬತ್ತೆ ಎನ್ನ ಕರ್ಕೊಂಡು ಹೋಗು ಹೇಳಿತ್ತಡ. ಹಾಂಗೆ ಅಜ್ಜ ಅದ್ರ ಕರ್ಕೊಂಡು ರಾತ್ರಿಯೇ ಹೊರ್ಟು ಒಳದಾರಿಲಿ ಬಂದು ಮನೆಗೆ ಸೇರಿದವಡ. ಮನೆ ಸೇರಿದ ದೇಚಮ್ಮ ಸುಮಾರು ಒಂದು ತಿಂಗ್ಳು ಮನೆ ಒಳವೇ ಇತ್ತಡ. ಯಾರೂ ಹುಡ್ಕಿಕೊಂಡು ಬಾರದ್ದು ನೋಡಿ ಮತ್ತೆ ಹೆರಬಂತಡ. ಊರಿನವ್ರ ಹತ್ರ ಎಲ್ಲ ಹೇಳಿ ಅವ್ರ ಸಹಾಯಂದ ಇಬ್ರೂ ಮದ್ವೆ ಆದವಡ. ದೇವಸ್ಥಾನಲ್ಲಿ ಮದ್ವೆ ಆಗಿ ಕೂಸಿನ ಕರ್ಕೊಂಡು ಬಂದವೇ ಮನೆ ಒಕ್ಲು, ವಧೂ ಗೃಹಪ್ರವೇಶ ಒಟ್ಟಿಗೆ ಮಾಡಿ ದೇಚಮ್ನ ಹತ್ರವೇ ದೀಪ ಹೊತ್ಸುಲೆ ಹೇಳಿದವಡ. ಅದು ನಂದಾದೀಪ ಆಗಿ ಇಷ್ಟ್ರೂರೆಗೂ ಹೊತ್ತಿಕೊಂಡೇ ಇದ್ದು. ಅಪ್ಪ ಅಮ್ಮನೂ ಅದ್ರ ಹಾಂಗೇ ನಡ್ಸಿಕೊಂಡು ಬಂದಿದವು.

ಅಜ್ಜ ಮಾಡಿದ ತೋಟವ ಅಪ್ಪನೂ ನೋಡಿಕೊಂಡು ಅದಕ್ಕೆ ಸ್ವಲ್ಪ ಏಲಕ್ಕಿ ಗಿಡ,ಒಳ್ಳೆ ಮೆಣ್ಸಿನ ಬಳ್ಳಿ ಎಲ್ಲ ಸೇರ್ಸಿದವು. ಕಾಡಿನೊಳ ತೋಟ ದೊಡ್ಡ ಮಾಡ್ಳೆ ಹೆದ್ರಿಕೆ. ಅಲ್ಲದ್ದೆ ಗುಡ್ಡೆ ಕಡ್ದು ತಟ್ಟು ಮಾಡೆಕ್ಕು. ಅಜ್ಜನಲ್ಲಿದ್ದಷ್ಟು ಹಟ, ಧೈರ್ಯ ಎನ್ನ ಅಪ್ಪಯ್ಯಂಗೆ ಇಲ್ಲೆ. ಅಮ್ಮನೂ ಹದಾಕೆ ಮನೆಕೆಲ್ಸ, ಮಕ್ಕಳ ಚಾಕ್ರಿ ಎಲ್ಲ ಮಾಡುಗು, ತೋಟಲ್ಲಿ ಕೆಲ್ಸ ಮಾಡ್ವಷ್ಟು ಶಕ್ತಿ ಅಮ್ಮಂಗೆ ಇಲ್ಲೆ. ಅಂತೂ ಇದ್ದದ್ರಲ್ಲಿ ಹೊಟ್ಟೆ ತುಂಬ ಅನ್ನ, ಉಡ್ಲೆ, ಹೊದಿಕೆ ವಸ್ತ್ರ ಇಂತಾದ್ದಕ್ಕೆಲ್ಲ ಸಾಕಾಗ್ತಿತ್ತು. ಎನ್ನ ಅಪ್ಪಯ್ಯ ಒಬ್ಬೆ ಮಗ ಅಪ್ಪಯ್ಯಂಗೆ ಅಣ್ಣ ಶ್ರೀಕರ ಆನು,ಸಿರಿ ಹೇಳಿ ಇಬ್ರೂ ಮಕ್ಕೊ. ಎಂಗೊಗೆ ಶಾಲೆಗೆ ಹೋಪ್ಲೆ ಕಷ್ಟ. ಒಂದುವರೆ ಮೈಲು ನಡ್ಕೊಂಡು ಬಂದು ಮತ್ತೆ ಬಸ್ಸಿಲಿ ಎರ್ಡು ಮೈಲು ಹೋಯೆಕ್ಕು. ಹಾಂಗಾಗಿ ಅಣ್ಣನೂ ಆನೂ ಶಾಲೆಗೆ ಹೋಪಗ ಇಬ್ರಿಗೂ ಏಳು ವರ್ಷ ಆಗಿತ್ತು. ಅಣ್ಣ ಹತ್ನೇ ಕ್ಲಾಸು ಆದ ಮೇಲೆ ಶಾಲೆಗೆ ಹೋಯ್ದಿಲ್ಲೆ. ತೋಟಲ್ಲಿ ಕೆಲ್ಸ ಮಾಡ್ತೆ ಹೇಳಿ ಅಪ್ಪಯ್ಯಂಗೆ ಸಾಯ ಮಾಡಿಕೊಂಡು ಇದ್ದು ಬಿಟ್ಟ. ಆದ್ರೆ ಅವಂಗೆ ಅಪ್ಪಯ್ನ ಹಾಂಗೆ ಇದ್ದದ್ರಲ್ಲೇ ಗೈದು ಹೊಟ್ಟೆ ಬಟ್ಟೆಗೆ ಸಾಕು ಹೇಳ್ವ ಅಲ್ಪ ತೃಪ್ತಿ ಇತ್ತಿಲ್ಲೆ. ತೋಟ ಜಾಸ್ತಿ ಮಾಡೆಕ್ಕು. ಸಾಧ್ಯ ಆದ್ರೆ ಒಂದಾದ್ರು ಗದ್ದೆ ಮಾಡೆಕ್ಕು ಮನೆಗೆ ಬೇಕಪ್ಪಷ್ಟು. ಭತ್ತ, ಮೆಣ್ಸು, ನಟ್ಟಿಕಾಯಿ, ಹಲ್ಸು, ಮಾವು ಎಲ್ಲ ನಡೆಕ್ಕು ಹೇಳಿ ಎಲ್ಲ ಆಸೆ ಇತ್ತು. ಮನೆಯೂ ಸ್ವಲ್ಪ ದೊಡ್ಡ ಮಾಡೆಕ್ಕು ಹೇಳಿ ಇತ್ತು. ಆದ್ರೆ ಕೈಲಿ ದುಡ್ಡು ಇತ್ತಿಲ್ಲೆನ್ನೆ. ಅಪ್ಪಯ್ನ ಒಪ್ಸಿ ಬೇಂಕಿಲಿ ಸಾಲಕ್ಕೆ ಅರ್ಜಿ ಕೊಡ್ಳೆ ಹೋದಾಗ ಭೂಮಿಗೆ ಸಂಬಂಧ ಪಟ್ಟ ದಾಖ್ಲೆ ಎಲ್ಲ ತನ್ನಿ ನೋಡ್ವ ಹೇಳಿದವು. ಆದ್ರೆ ಅಪ್ಪಯ್ನ ಹತ್ರ ದಾಖ್ಲೆಯೇ ಇಲ್ಲೆನ್ನೆ. ಮತ್ತೆ ಸುಳ್ಯಲ್ಲಿ ಒಬ್ಬ ವಕೀಲ್ರ ಹಿಡ್ದು ಅವರ ಹತ್ರೆ ಸಮಸ್ಯೆಗ್ಳ ಹೇಳಿ ಅವು ಹೇಳಿದಾಂಗೆ ಫಾರೆಸ್ಟ್ರ ಕಂಡು ಅವ್ಕೆ ದಮ್ಮಯ್ಯ ಹಾಕಿ ಬಡವ ಬದ್ಕಿಕೊಳ್ತೆ ಹೇಳಿ. ಅವು ಹೇಳಿದಾಂಗೆ ಐದು ವರ್ಷದ್ದು ತೀರ್ವೆ ಕಟ್ಟಿ ದರ್ಖಾಸ್ತು ಮಾಡ್ಸಿಕೊಂಡು, ಅವ್ಕೆ ಸ್ವಲ್ಪ ದಕ್ಷಿಣೆ ಎಲ್ಲ ಕೊಟ್ಟು ಅಂತೂ ರಿಕಾರ್ಡು ಮಾಡ್ಸಿಕೊಂಡಾತು. ಮತ್ತೆ ಅದ್ರ ಹಿಡ್ಕೊಂಡು ಬೇಂಕಿಗೆ ಹೋಗಿ ಮೆನೇಜರತ್ರ ಮಾತಾಡಿ, ರಿಕಾರ್ಡು ಅಡವಿಟ್ಟು ಸಾಲ ಮಂಜೂರು

ಮಾಡ್ಸಿಕೊಂಡವು.

ಅಷ್ಟಪ್ಪಗ ಮಣ್ಣು ನೀಕ ತೆಗಿಲೆ ಒಂದು ಯಂತ್ರ ಎಲ್ಲಾ ಕಡೆಲಿ ಬಪ್ಲೆ ಶುರುವಾಗಿತ್ತು. ನೂರು ಆಳುಗ್ಳ ಕೆಲ್ಸವ ಆ ಜೆಸಿಬಿ ಹೇಳ್ವ ಯಂತ್ರ ಒಂದೆರಡು ದಿನಲ್ಲೇ ಮಾಡಿ ಮುಗ್ಸುತ್ತು. ಅಣ್ಣಂಗೆ ಕುಶೀ ಆತು. ಬೇಗ ಕೆಲ್ಸ ಆಗ್ತು ಹೇಳಿ ಜೆಸಿಬಿ ತರ್ಸಿ (ಬಾಡಿಗೆಗೆ) ಮನೆ ಹಿಂದಾಣ ಗುಡ್ಡೆಯ ಮಾರು ಜೆರ್ಸಿ ಮಣ್ಣು ತೆಗ್ದು ಮನೆ ಎದುರು ಅಂಗ್ಳವ ಅಗಲ ಮಾಡ್ಸಿದ. ಮನೆ ಸುತ್ತ ಜಾಗೆ ತಟ್ಟಾತು. ಹಾಂಗೆ ಎಂಗೊ ಹೋಗಿ ಬಪ್ಪ ದಾರಿಯೂ ಅಗಲ ಆತು. ಎರ್ಡೇ ಕೋಣೆ ಇದ್ದ ಮನೆಗೆ ಎದುರು ಚಾವಡಿ ಸೇರ್ಸಿದವು. ಹಿಂದೆ ಒಂದು ಜಗ್ಲಿ ಆತು. ಕೋಣೆಗ್ಳ ಅಡ್ಡಕ್ಕೆ ಹಲಗೆ ಹಾಕಿ ಅಟ್ಟ ಮಾಡಿದವು.

ಈಗ ಎಂಗ್ಳ ಮನೆ ಅಲ್ಲಿ ಇದ್ದು ಹೇಳಿ ಸುಮಾರು ಜನಕ್ಕೆ ಗೊತ್ತಾತು. ಬೇಂಕಿನವು ಮನೆಗೆ ಒಂದು ಹೆಸ್ರು ವಿಳಾಸ ಬೇಕು ಹೇಳಿದವು. ಮನೆಗೆ ವನಸಿರಿ ಹೇಳಿ ಹೆಸ್ರಿಟ್ಟ್ಯೊ, ಪೋಷ್ಟು ಜೋಡುಪಾಲ, ಕೊಡಗು ಜಿಲ್ಲೆ ಹೇಳಿ ಆತು. ಸಾಲ ತೆಕ್ಕೊಂಡದ್ರ ಎಂತ ಮಾಡ್ತವು ಹೇಳಿ ನೋಡ್ಲೆ ಬೇಂಕಿನವು ಬಂದವು. ಎಲ್ಲಾ ನೋಡಿ ಊಟ ಮಾಡಿಕೊಂಡು ಹೋದವು. ಅಣ್ಣಂಗೂ ಸಮಾಧಾನ ಆದ್ರೆ ಉತ್ಪತ್ತಿ ಹೆಚ್ಚಾಗದ್ರೆ ಸಾಲಕ್ಕೆ ಕಟ್ಟೆಕ್ಕನ್ನೆ. ಅಪ್ಪಯ್ಯ, ಅಣ್ಣ ಇಬ್ರೂ ತುಂಬ ಕುಶಿಲಿ ಕಾಡು ಸಪ್ರಿ ಗಿಡ ತಂದು ನೆಡುದು ಎಲ್ಲಾ ಮಾಡಿದವು. ಗೆದ್ದೆಯ ಯೋಚ್ನೆ ಬಪ್ಪೊರ್ಷ ಮಾಡ್ವ ಹೇಳಿ ಮುಂದಕ್ಕೆ ಹಾಕಿದವು. ಫಾರೆಸ್ಟ್ರು ಗಾರ್ಡುಗೋ ಎಲ್ಲ ಮನೆಗೆ ಬಂದು ತೋಟಮನೆ ಎಲ್ಲಾ ನೋಡಿ ಎಂಗೆಂಗೊ ಗೊತ್ತಿಲ್ಲದ್ದೆ ನಿಂಗೊ ಇಲ್ಲಿ ಇಷ್ಟೆಲ್ಲ ಮಾಡಿದ್ದಿ, ಕಾನೂನು ಪ್ರಕಾರ ತಪ್ಪಾದ್ರೂ ನಿಂಗ್ಳ ಈ ಸಾಹಸ ಮೆಚ್ಚೆಕ್ಕಾದ್ದೆ ಹೇಳಿ ಹೊಟ್ಟೆ ತುಂಬಾ ಉಂಡು ಒಳ್ಳೆದಾಗ್ಲಿ ಹೇಳಿಹೋದವು.

ಇಷ್ಟೆಲ್ಲಾ ಅಪ್ಪಗ ಎಂಗ್ಳ ಮನೆ ಹಿಂದಾಣ ಗುಡ್ಡೆಲಿ ಒಬ್ಬ ಮಲೆಯಾಳಿ ಹೋಂಸ್ಟೇ ಹೇಳಿ. ಆ ಮನೆಯ ಸ್ವಲ್ಪ ದಿನಕ್ಕೆ ಬಾಡಿಗೆಗೆ ತೆಕ್ಕೊಂಡು ಅಲ್ಲೇ ಇಪ್ಪುದು ಬೇಸಿಗೆ ರಜೆಲಿ ಸೆಖೆ ಇಪ್ಪಗ ಇಲ್ಲಿ ಕಾಡಿನೊಳ ತಂಪಿರ್ತು. ಹಾಂಗಾಗಿ ಜನ ಸಂಸಾರ ಸಮೇತ ಬಂದು ಇಲ್ಲಿರ್ತವು. ಅವ್ಕೆ ಬೇಕಾದ ಎಲ್ಲ ಸಾಮಾನುಗ್ಳು ಇರ್ತು. ಮನೆ ಅಂಗಳ, ಈಜುಲೆ ಸಣ್ಣಕೆರೆ, ಆಡ್ಲೆ ಮೈದಾನ ಹೇಳಿ ಒಂದೆರಡೆಕ್ರೆ ಗುಡ್ಡೆಯ ಜೆಸಿಬಿಲಿ ಹೊಡ್ಸಿ ಮಟ್ಟ ಮಾಡಿದವು. ಅಮ್ಮಂಗೆ ಇದು ಯಾಕೊ ಸರಿ ಹೋಯಿದಿಲ್ಲೆ. ನಮ್ಮ ತಲೆ ಮೇಲೆ ಕೂತಂಗೆ ಕೂತಿದವು. ನಾಳೆ ಹೇಂಗೋ ಏನೋ ಹೇಳಿ ಹೆದ್ರಿಕೆ ಸುರು ಮಾಡಿದವು. ಕಡೆಗೆ ಫಾರೆಸ್ಟ್ರಿಗೆ ಹೇಳಿ ಎಂಗೊಗೆ ತೊಂದ್ರೆ ಆಗದ್ದಾಂಗೆ ವಿಲೇವಾರಿ ಮಾಡಿದವು. ಆದ್ರೆ ಆ ನೀರೆಲ್ಲ ಸುತ್ತಿಕೊಂಡು ಬಂದು ಎಂಗ್ಳ ಮನೆ ತೋಟದ ಎದುರಾಣ ತೋಡಿಗೆ ಸೇರ್ತಿತ್ತು. ಮಳೆಗಾಲಲ್ಲಿ ಜೋರು ಮಳೆಗೆ ಬೆಳ್ಳ ಬಪ್ಪಗ ಮಾತ್ರ ಒಂದ್ಸರ್ತಿಯಾಣ ಕೊಳ್ಕೆಲ್ಲ ತೊಳ್ಕೊಂಡು ಹೋಗಿ ತೋಡು ಶುದ್ಧ ಆಗ್ತಿತ್ತು.

ಎಂಗ್ಳ ಮನೆ ಇಪ್ಪುದು ಕೊಡಗು ಜಿಲ್ಲೆಲಿ ಆದ್ರೂ ಎಂಗೊ ಹೈಸ್ಕೂಲಿಗೆ ಹೋಪುದು ಸುಳ್ಯಕ್ಕೆ

ಜಿಲ್ಲೆಯ ಕಚೇರಿ ಕೆಲ್ಸಗೊಕ್ಕೆ ಮಾತ್ರ ಮಡಿಕೇರಿಗೆ ಹೋಪುದು ಬಾಕಿ ಎಲ್ಲ ವ್ಯವಹಾರಕ್ಕೆ ಸುಳ್ಯವೇ ಅನುಕೂಲ. ಎಲಿಮೆಂಟ್ರಿ ಶಾಲೆ ಜೋಡ್ಪಾಲಲ್ಲೇ ಇದ್ದು. ಅಲ್ಲಿಗೆ ಹೋಗಿ ಏಳ್ನೇ ಕ್ಲಾಸು ಕಲ್ತು ಹೈಸ್ಕೂಲಿಗೆ ಸುಳ್ಯಕ್ಕೆ ಹೋದೆ. ಆನು ಅಣ್ಣ ಪಾಸಾಯ್ಕೊಂಡು ಹೋಯಿದ್ದ್ಯೊ. ಅಣ್ಣ ಮನೆಲೇ ಒಳುದ. ಆನು ಈ ವರ್ಷ ಪಿಯೂಸಿಗೆ ಸೇರಿದೆ. ಸೇರುವಾಗ್ಲೆ ಮಳೆ ಶುರುವಾಗಿತ್ತು. ಆದ್ರೆ ದಿನಾ ಹೋಗಿ ಬಂದು ಅಭ್ಯಾಸ ಆಗಿ ಈಗ ಆ ದಾರಿ ಅಗಲವೂ ಆದ್ರಿಂದ ಆನು ಒಬ್ನೇ ನಡ್ಕೊಂಡು ಹೋಗಿ ಬತ್ತಿದೆ.

ಈ ವರ್ಷ ಅಗೋಸ್ತಿಲಿ ಹಿಡ್ದ ಮಳೆ ಬಿಟ್ಟಿದೇ ಇಲ್ಲೆ. ದಿನಾ ಚೆಂಡಿ ಆಯ್ಕೊಂಡೇ ಹೋಗಿ ಬಪ್ಪುದು. ಅಮ್ಮಂಗೆ ಆನು ಹಾಂಗೆ ಚೆಂಡಿ ಆಯ್ಕೊಂಡು ಬಪ್ಪಾಗ ಹೆದ್ರಿಕೆ ಶೀತ ಜ್ವರ ಎಲ್ಲ ಶುರುವಾದ್ರೆ ಹೇಳಿ ಮಳೆ ಕಡಿಮೆ ಆದ ಮೇಲೆ ಹೋಗು ಹೇಳಿತ್ತು. ಇಲ್ಲೆಮ್ಮಾ ಪಾಠ ತಪ್ಪಿ ಹೋಗ್ತು ಮತ್ತೆ ಎನಿಗೇ ಕಷ್ಟ ಹೇಳಿ ದಿನಾ ಹೋಯ್ಕೊಂಡಿತ್ತಿದ್ದೆ. ತೋಡಿಲಿ ನೀರು ಕೆಂಪಾಗಿ ದಿನಂದ ದಿನಕ್ಕೆ ಮೇಲೆ ಬತ್ತಾ ಇತ್ತು. ತೋಟಲ್ಲೆಲ್ಲಾ ನೀರೇ ನೀರು. ಅಮ್ಮಂಗೆ ಹೆದ್ರಿಕೆ ಶುರುವಾತು. ಹೊಸಮಣ್ಣು ಜೆರುದ್ರೆ ಹೇಳಿ ಅಣ್ಣ ತಮಾಷೆ ಮಾಡಿದ. ಅಮ್ಮ ತೋಡಿನ ನೀರು ಎಷ್ಟು ಮೇಲೆ ಬಂದ್ರು ನಮ್ಮ ಮನೆವರೆಗೆ ಬಾರ. ನಿನಗೆ ಹೆದ್ರುಲೆ ಒಂದು ಕಾರ್ಣ ಬೇಕನ್ನೆ ಅದಿಕ್ಕೆ ಜೆರಿಗು ಹೇಳಿ ಶುರು ಮಾಡಿದ್ದೆ ಹೇಳಿದ. ಆದ್ರು ಸ್ವಲ್ಪ ಪುಕುಪುಕು ಇದ್ದೇ ಇತ್ತು. ಈಗ ಎರ್ಡು ದಿನಂದ ಹನಿ ಕಡಿಯದ್ದ ಮಳೆ ಬತ್ತಾ ಇದ್ದು. ಅಮ್ಮ ಎನ್ನ ಮನೆಂದ ಹೆರ ಹೋಪ್ಲೆ ಬಿಟ್ಟಿದಿಲ್ಲೆ. ನಾಕು ದಿನ ಶಾಲೆಗೆ ಹೋಗದ್ರೆ ಏನೂ ಮುಳುಗಿ ಹೋಗ ನಿನ್ನ ಶಾಲೆ. ಜೀವಕ್ಕಿಂತ ಹೆಚ್ಚಲ್ಲ ಹೇಳಿ ಜೋರು ಮಾಡಿತ್ತು. ಅಣ್ಣ, ಅಪ್ಪಯ್ಯೂ ಬೇಡ ಹೇಳಿದವು. ಇನ್ನೆಂತ ಮಾಡುದು. ಚಾವಡಿಲಿ ಕೂತು ಮಳೆಯ ನೋಡುದು. ಅಮ್ಮ ಸುಟ್ಟು ಕೊಟ್ಟ ಹಪ್ಪ ತಿಂಬುದು ಮಾಡಿಕೊಂಡಿತ್ತಿದ್ದೆ. ಮಳೆಯ ಶಬ್ದ ತೋಡಿನ ನೀರಿನ ಶಬ್ದ ಬಿಟ್ರೆ ಬೇರೇನೂ ಇಲ್ಲೆ. ಮಳೆಯ ಹೊಡ್ತ ನೋಡಿ ಒಂದು ತಿಂಗ್ಳಿಗೆ ಅಪ್ಪಷ್ಟು ಸಾಮಾನು ಅಣ್ಣ ತಂದಿತ್ತಿದ್ದ. ಇಲ್ಲದ್ರೆ ವಾರ ವಾರ ಹೋಗಿ ತಪ್ಪುದಿತ್ತು. ಹಾಂಗೇನಾದ್ರೂ ಆಗಿದ್ರೆ ಉಪಾಸ ಇರೆಕ್ಕಾಗಿತ್ತು.
ಇಂದು ಬೆಳಿಗ್ಗೆಂದ ಮಳೆ ಕುಂಭದ್ರೋಣ ಹೇಳ್ತವನ್ನೆ ಹಾಂಗೆಸುರಿತ್ತಾ ಇದ್ದು. ಉಂಡು ತಿಂದು ಮಾಡಿ ಸುಮ್ನೆ ಕೂರುದು. ಇಂದು ಏನಾದ್ರೂ ಆಗ್ತು ಹೇಳಿ ಅಮ್ಮ ಮಾತ್ರ ಕಾಲು ಸುಟ್ಟ ಬೆಕ್ಕಿನಾಂಗೆ ಒಳ ಹೆರ ಮಾಡ್ತ ಇತ್ತು.

ಕರೆಂಟಿಲ್ಲೆ. ಎಲ್ಲಾ ಕಡೆ ಮಳೆ ಕಸ್ತ್ಲೆ. ನಂದಾದೀಪ ಒಂದು ಹೊತ್ತಿಕೊಂಡೇ ಇದ್ದು. ಅಮ್ಮ ದೇವ್ರಕೋಣೆಲೇ ಕೂತು ರಾಮಾ ರಾಮಾ ಹೇಳಿ ಜಪ ಮಾಡ್ತಿತ್ತು. ಹೊತ್ತು ಎಷ್ಟಾತು ಹೇಳಿಯೂ ಗೊತ್ತಾಗ ಗೋಡೆ ಗಡಿಯಾರ ನೋಡಿ ಗಂಟೆ ಏಳಾತು. ಬೆಳಿಗ್ಗೆ ಆದ್ದಲ್ಲ.ಹಾಂಗಾಗಿ ರಾತ್ರೀದೆ ಇರೆಕ್ಕು ಹೇಳಿ ಎಲ್ಲ ಉಂಡು ಮನುಗ್ಲೆ ಹೊರಟೆಯೋ. ಆನು ಅಟ್ಟಲ್ಲಿ ಸ್ವಲ್ಪ ಜಾಗೆ ಮಾಡಿಕೊಂಡು ಎನ್ನ ಬಿಡಾರವ ಅಲ್ಲೇ ಮಾಡಿಕೊಂಡಿದ್ದೆ. ಓದ್ಲೆ ಎಲ್ಲ ಒಳ್ಳೆದಾಗ್ತು ಹೇಳಿ ಮನುಗಿದ್ದೇ ಎನಗೆ ಒಳ್ಳೆ ನಿದ್ದೆ ಬಂತು.

"ಸಿರೀ ಬೇಗ ಬಾ" ಹೇಳಿ ಅಮ್ಮ ಕರ್ದು ನಿದ್ದೆಲಿದ್ದ ಎನಿಗೆ ಕನ್ಸೊ ಏನೋ ಹೇಳಿ ಆತು. ಅಷ್ಟೊತ್ತಿಗೆ ಎಂತಂಥದೊ ಶಬ್ದ ಧಡಧಡ ಹೇಳಿ ಕೇಳ್ತಿತ್ತು. ಆನು ಕಣ್ಣು ಬಿಟ್ರೆ ಏನೂ ಕಾಣ್ತಿಲ್ಲೆ ಶಬ್ದ ಮಾತ್ರ ಕೇಳ್ತು. ಮತ್ತೆ ಮಳೆಯ ಧೋ ಶಬ್ದ ಮಾತ್ರ ಕೇಳ್ತಿತ್ತು. ಏನಾರಾಗ್ಲಿ ಕೆಳ ಹೋಗ್ತೆ ಹೇಳಿ ಮೊಬೈಲ್ ಬೆಳ್ಕಿಲಿ ಮೆಲ್ಲ ಇಳ್ದು ಬಂದೆ. ಯಾರನ್ನೂ ಕಾಣ್ತಿಲ್ಲೆ. ಚಾವಡಿಯ ಬಾಗ್ಲು ತೆಕ್ಕೊಂಡಿದ್ದು.ಅಲ್ಲಿಕ್ಕು ಹೇಳಿ ಹೆರ ದಾಟ್ಲೆ ನೋಡಿದ್ರೆ ಅಲ್ಲಿ ಚಾವಡಿಯೇ ಇಲ್ಲೆ. ಬದ್ಲಿಗೆ ಪ್ರಪಾತ ಇದ್ದಾಂಗಿತ್ತು. ಮಳೆ ನೀರು ಒಳಂಗೆ ಹೊಡಿತ್ತಿತ್ತು. ಹೆದ್ರಿ ಕಣ್ಣು ಕಸ್ತ್ಲೆ ಬಪ್ಪಾಂಗಾತು. ಹೆಂಗೋ ಬಾಗ್ಲು ಹಾಕಿದೆ. ಗಾಳಿಯೂ ಬಡಿತ್ತಿತ್ತು.ಹಿಂದೊಡೆ ಬಾಗ್ಲು ತೆಗಿಲೇ ಎಡಿಯದ್ದಾಂಗೆ ಕಂಡತ್ತು. ಹಾಂಗಾರೆ ಮನೆವೆಲ್ಲ ಎಲ್ಲಿ ಹೋದವು ? ಅಮ್ಮಾ ಹೇಳಿ ಕಿರ್ಚಿದೆ. ಅಪ್ಪಾ ಅಣ್ಣಾ ಹೇಳಿ ಕರುದ್ರು ಎಂತ ಶಬ್ದವೂ ಇಲ್ಲೆ ಜೆರಿವ ಶಬ್ದ ಕೇಳಿ ಮನೆ ಬಿಟ್ಟು ಹೋಯ್ದವೋ? ಅಮ್ಮ..ಸಿರೀ ಬೇಗ ಬಾ ಹೇಳಿ ಕರ್ದು ನಿಜವೊ, ಆನು ಬಾರದ್ದು ನೋಡಿ ಬಿಟ್ಟೋಡಿದವೊ? ಇಲ್ಲಿ ಜೆರ್ದು ನೋಡಿರೆ ಅವು ಎಷ್ಟು ದೂರ ಓಡಿ ಹೋಪ್ಲೆಡಿಗು? ಹಂಗಾರೆ! ಯೋಚ್ನೆ ಮಾಡ್ಲೇ ಎಡಿಯ ಎನ್ನಂದ. ತಲೆ ಮೇಲೆ ಕೈಯಿಟ್ಟು ಕೂತೆ. ನೀರು ಕುಡಿಯೆಕ್ಕು ಹೇಳಿ ಆತು. ಮೆಲ್ಲ ಎದ್ದು ಅಡಿಗೊಳ ಹೋದೆ.ದೇವ್ರ ದೀಪದ ಬೆಳ್ಕಿಲಿ ನೀರು ತೆಗ್ದು ಕುಡ್ದೆ. ಮೊಬೈಲ್ ನೋಡಿರೆ ಎರ್ಡು ಕಡ್ಡಿ ಮಾತ್ರ ಇದ್ದು ಕರೆಂಟಿಲ್ಲದ್ದೆ ವಾರ ಕಳ್ದು. ಅಷ್ಟಿಪ್ಪುದೆ ಹೆಚ್ಚು. ಸ್ವಿಚ್ಚಾಫ್ ಮಾಡಿ ಇಟ್ಟೆ. ಹೆರ ಮಳೆಯ ಆರ್ಭಟ ಇನ್ನೂ ಕೇಳ್ತಾ ಇದ್ದು. ಮಳೆ ಬಿಡದ್ದೆ ತಲೆ ಹೆರ ಹಾಕ್ಲೆಡಿಯ. ಸಧ್ಯ ಈಗ ಇಪ್ಪ ಮನೆ ಹಳ್ತು ಮಾತ್ರ. ಅದು ಗಟ್ಟಿಯಾಗಿ ಉಳ್ಕೊಂಡಿದು, ಇನ್ನು ಬಹುಶಃ ಬೀಳ ಹೇಳಿ ಕಾಣ್ತು. ಆದ್ರೂ ಧೈರ್ಯ ಇಲ್ಲೆ. ಅಲ್ಲಿದ್ದೆ ಅಪ್ಪ, ಅಮ್ಮ, ಅಣ್ಣ ಏನಾದವೊ ಗೊತ್ತಿಲ್ಲೆ. ಹೊಟ್ಟೆ ಮಾತ್ರ ಅದ್ರ ಕೆಲ್ಸ ಮಾಡಿಕೊಂಡೇ ಇದ್ದು. ಬೇರೆ ಎಲ್ಲಾ ಸರೀ ಇದ್ದು ಮೆದುಳು ಮಾತ್ರ ಎಂತ ಕೆಲ್ಸವೂ ಮಾಡ್ತಾ ಇಲ್ಲೆ. ಬೆಳ್ಕಿಗೆ ದೇವ್ರ ದೀಪಕ್ಕೆ ಎಣ್ಣೆ ಹಾಯ್ಕೊಂಡು, ಹಶುವಪ್ಪಗ ಅವಲಕ್ಕಿ ಬಾಳೆಹಣ್ಣು ಬೆಲ್ಲ ಕೊಬ್ರಿ ತಿಂದು, ಬಚ್ಚುವಾಗ ಅಲ್ಲೇ ಮುರುಟಿಕೊಂಡು ನಿದ್ದೆ ಮಾಡ್ತಿದ್ದೆ. ಅಟ್ಟದ ಮೇಲೆ ಹೋಪ್ಲೆ ಹೆದ್ರಿಕೆ. ಮಾಡಿನ ಮೇಲೆ ಮರ ಬಿದ್ದುಕೊಂಡಿದ್ದು ಹೇಳಿ ಎನ್ನ ಅಂದಾಜು. ಅಂತೂ ಎರಡ್ದಿನ ಕಳ್ತು. ಈಗ ಸ್ವಲ್ಪ ಸ್ವಲ್ಪವೇ ತಿಂದದ್ದಾದ್ರೂ ಮಲವಿಸರ್ಜನೆ ಮಾಡೆಕ್ಕು ಹೇಳಿ ಕಾಂಬ್ಲೆ ಶುರ್ವಾತು. ಮೂತ್ರಕ್ಕೆ ಅಡಿಗೊಳದ ಕೈ ಬಚ್ಲೇ ಗತಿಯಾಗಿತ್ತು. ಇನ್ನು ಇದಿಕ್ಕಂತ ದಾರಿ ಹೇಳಿ ಯೋಚ್ನೆ ಮಾಡಿದೆ. ಪುಣ್ಯಕ್ಕೆ ಅಟ್ಟಲ್ಲಿ ಒಂದಷ್ಟು ಹಾಳೆ ಕೊಯ್ದು ಸರಿ ಮಾಡಿಟ್ಟದ್ದು ಇತ್ತು. (ಮಳೆಗಾಲಲ್ಲಿ ಉಂಬ್ಲೆ ಬೇಕಾಗ್ತು) ಅದ್ರ ತಂದು ಪಡಿಗೆ ಮಾಡಿ ಅದ್ರಲ್ಲೇ ಹೇತು ಮೆಲ್ಲ ಬಾಗ್ಲು ತೆಗ್ದು ಕೆಳ ಹಾಕಿದೆ. ಇಷ್ಟು ಕಷ್ಟಲ್ಲಿಯೂ ಆನು ಉಳ್ಕೊಂಡಿದೆ ಹೇಳಿರೆ ಎನಿಗೆ ಆಯುಸ್ಸು ಇನ್ನೂ ಇದ್ದು ಹೇಳಿ ಅಲ್ದೋ? ಹಾಂಗಾಗಿ ಇಲ್ಲಿಂದ ಹೆರ ಹೋಪ ದಾರಿ ಹುಡ್ಕೆಕ್ಕು ಹೇಳಿ ಯೋಚ್ನೆ ಮಾಡಿದೆ.

ಅಟ್ಟಕ್ಕೆ ಹೋದ್ರೆ ಏನಾರು ದಾರಿ ಸಿಕ್ಕುಗು ಹೇಳಿ ಕಂಡತ್ತು. ಎದ್ರು ಪಾತಾಳ. ಬಾಕಿ ಮೂರು ಸುತ್ತಲಿಲಿಯೂ ಮಣ್ಣು ರಾಶಿ ಬಿದ್ದಿದು. ಹೆರ ಬಪ್ಪ ದಾರಿ ಯಾವ್ದೂ ಇತ್ತಿಲ್ಲೆ. ನಾಲಕ್ನೇ ದಿನ ಬೆಳಿಗ್ಗೆ ಮಳೆ ಬಿಟ್ಟಾಂಗೆ ಕಂಡತ್ತು. ಅಟ್ಟ ಹತ್ತಿ ನೋಡಿದೆ. ಮೇಲೆ ಇದ್ದ ಒಂದು ಕಂಡಿಯೂ

ಮುಚ್ಚಿ ಹೋಯಿದು. ಮರದ ರೀಪು ತೆಕ್ಕೊಂಡು ಹಂಚುಗ್ಳ ತೆಗಿಲೆ ನೋಡಿದೆ. ಒಂದೆರ್ಡು ಕಡೆ ಹಂಚು ಮೇಲೆ ಎದ್ದಿದೇ ಇಲ್ಲೆ. ಬಹುಷಃ ಮರ ಮಾಡಿನ ಮೇಲಿರೆಕ್ಕು. ಒಂದು ಕಡೆ ಸ್ವಲ್ಪ ಬೆಳ್ಕು ಕಂಡತ್ತು. ಅಲ್ಲಿ ಹಂಚುಗ್ಳ ತೆಗ್ದೆ. ಆಕಾಶ ಏನೋ ಕಂಡತ್ತು. ಅದ್ರ ಎನಿಗೆ ಹೆರ ಹೋಪ್ಲೆ ಅಲ್ಲಿದ್ದ ರೀಪುಗೊ ಅಡ್ಡಾದವು. ಮತ್ತೆ ಕೆಳಬಂದು ಅಡಿಗೊಳ ಇದ್ದ ಕತ್ತಿ ತೆಕ್ಕೊಂಡು ಮೇಲೆ ಹೋದೆ. ರೀಪು ತುಂಡು ಮಾಡುದು ಎಷ್ಟು ಕಷ್ಟ ಹೇಳಿ ಗೊತ್ತಾತು. ಅಂತೂ ಚೂರು ಚೂರೇ ಕಡ್ದು (ಕಡಿವಾಗ ಮಾಡು ಅದ್ರುತ್ತು. ಮೇಲಿಪ್ಪ ಮರದ ಗೆಲ್ಲುಗೊ ಶಬ್ದ ಮಾಡ್ತವು.) ಎಲ್ಲಿ ಮಾಡು ಮುರುದು ಎನ್ನ ಮೇಲೆ ಬಿದ್ದು ಅಲ್ಲೇ ಸಮಾಧಿ ಆಗುತ್ನೋ ಹೇಳಿ ಕಂಡತ್ತು. ಎಂತ ಬೇಕಾರು ಆಗ್ಲಿ ಒಂದೊ ಸಾಯೆಕ್ಕು ಇಲ್ಲೆ ಹೆರ ಹೋಗಿ ಬದ್ಕೆಕ್ಕು. ಮತ್ತೆ ಬೇರೆ ಕಡೆಂದ ಸಾಯ ಬಪ್ಪುದು ಅನುಮಾನವೇ ಇಲ್ಯಾಣ ಪರಿಸ್ಥಿತಿಲಿ ಯಾರೂ ಈ ಕಡೆ ತಲೆ ಹಾಕವು. ಜೋಡ್ಪಾಲದವ್ರ ಸ್ಥಿತಿ ಇನ್ನು ಹೆಂಗಿದ್ದೋ ಯಾರಿಗ್ಗೊತ್ತು. ಮತ್ತೆ ಕೆಳ ಇಳ್ದು ಬೆಚ್ಚಿಗಿಪ್ಪ ವಸ್ತ್ರ ಎಲ್ಲ ಹಾಯ್ಕೊಂಡು ಒಂದು ಚೀಲಲ್ಲಿ ಮೊಬೈಲು, ಸ್ವಲ್ಪ ಅವ್ಲಕ್ಕಿ, ಬೆಲ್ಲ ಹಿಡ್ಕೊಂಡು ಮೇಲೆ ಬಂದೆ. ಮಾಡಿಗೆ ಹತ್ಲೆ ಸ್ಟೂಲು ತಂದು ಅದ್ರ ಮೇಲೆ ನಿತ್ತು ಸರ್ಕಸ್ಸು ಮಾಡಿ ಮಾಡಿಗೆ ಹತ್ತಿದೆ. ಮೈ ಕೈ ಎಲ್ಲ ಸೊಲ್ಪ ತರ್ಚಿತ್ತು. ಮೇಲೆ ಬಂದು ನೋಡಿದ್ರೆ ತಲೆ ತಿರುಗಿತ್ತು. ಬೀಳದ್ದೆ ಹೇಳಿ ಅಲ್ಲೇ ಕುಕ್ಕರು ಬಡ್ದೆ.

ಎಂಗ್ಳ ಮನೆಯ ಮುಂಚೆ ಕಡೆ ದೊಡ್ಡ ಗುಂಡಿ, ಜೋಗದ ಗುಂಡಿ ಹಾಂಗೆ ಬಾಯಿ ತೆಕ್ಕೊಂಡಿದ್ದು. ತೋಟ ಎಲ್ಲ ಪಾತಾಳಲ್ಲಿದ್ದಾಂಗೆ ಕಾಣ್ತಾ ಇದ್ದು. ಬಾಕಿ ಮೂರು ಹೊಡೆಲಿಯ ಗೋಡೆಯಷ್ಟೆತ್ರಕ್ಕೂ ಮಣ್ಣು ರಾಶಿ ಕೆಸ್ರು. ಮಾಡಿನ ಮೇಲೊಂದು ಮರ ಅದ್ರ ಬುಡಲ್ಲಿ ಎಲ್ಲ ಗುಡ್ಡೆಯ ಕೆಸ್ರು ನೀರು ಕಾಣ್ತು. ಹೋಮ್ ಸ್ಟೇ ಹೇಳ್ವ ಮನೆಯೂ ಎಂಗ್ಳ ಮನೆ ಹಾಂಗೆ ಮಣ್ಣಿಲಿ ಕುಸುದು ಕೂತಿದು. ಮಳೆಗಾಲ ಯಾರೂ ಅಲ್ಲಿಲ್ಲದ್ದ ಕಾರ್ಣ ಜನ ಸತ್ತಿರವು. ಹಾಂಗಾದ್ರೆ ಎನ್ನ ಅಪ್ಪ, ಅಮ್ಮ, ಅಣ್ಣ? ಉತ್ತರ ಗೊತ್ತಿಲ್ಲೆ.

ಏನೇ ಆದ್ರೂ ಈ ಸ್ಥಿತಿಲಿ ಎನ್ನ ಜೀವ ಒಳ್ದು ಹೇಳಿ ಆದ್ರೆ ಇದ್ರ ಹೇಂಗಾರು ಉಳ್ಸಿಕೊಳ್ಳೆಕ್ಕಾದ್ದು ಎನ್ನ ಕರ್ತವ್ಯ. ಮುಂದೆ ಒಳ್ಳೆದಕ್ಕು ಹೇಳ್ವ ಮನ್ಸಿಂದ ಎಡಿಗಾದ ಪ್ರಯತ್ನ ಮಾಡ್ಲೇ ಬೇಕು. ಕೆಂಪು ಮಣ್ಣಿನ ರಾಶಿ ಮೇಲೆ ಕಾಲಿಟ್ರೆ ಕತೆಯೇ ಮುಗಿತ್ತು. ಬಿದ್ದ ಮರವ ನೋಡಿದೆ. ಮಾಡಿನ ಮೇಲೆ ಗೆಲ್ಲುಗೊ ಹರ್ಡಿಕೊಂಡಿದ್ದು ಮರ ಸುಮಾರು ಉದ್ದ ಇದ್ದು. ಇದ್ರ ಮೇಲೆ ಹೋದ್ರೆ ಆಚೆಗೆ ದಾಟ್ಲಕ್ಕು ಮತ್ತಾಣದ್ದು ಮತ್ತೆ ಗೆಲ್ಲು ಹಿಡ್ಕೊಂಡು ಉಯ್ಯಾಲೆ ಆಡಿಕೊಂಡು ಗೆಲ್ಲುಗೊ ಬಿಡುವಲ್ಲಿವರೆಗೆ ಬಂದೆ. ಮತ್ತೆ ಎನ್ನ ಕೈಗೆ ಸಿಕ್ಕದ್ದಷ್ಟು ಅಗ್ಲ ಇಪ್ಪ ಕಾಂಡ ಅದ್ರ ಮೇಲೆ ಸರ್ಕಸ್ಸಿಲಿ ನಡಿವ ಹಾಂಗೆ ಎನ್ನ ನಡಿಗೆ. ಮರದ ಬುಡಕ್ಕೆ ಬಂದೆ. ಈಗ ಈ ಮರಂದ ಕೆಳ ಇಳಿಯೆಕ್ಕು. ಸುಮಾರು ಎಂಗ್ಳ ಮನೆ ಮಾಡಿಂದ ಅಂಗ್ಳಕ್ಕೆ ಹಾರಿದಷ್ಟು ಎತ್ರಂದ ಹಾರೆಕ್ಕು, ಎಡಿಗೋ? ಎನ್ನ ಚೂಡಿದಾರಿನ ಶಾಲು ತೆಗ್ದು ಮರದ ಬೇರಿಗೆ ನೇತಾಕಿ ಅದ್ರೆರ್ಡು ತುದಿ ಒಂದೇ ಸಮ ಬಪ್ಪಾಂಗೆ ಮಾಡಿ ಅದ್ರ ಹಿಡ್ಕೊಂಡು ಬೆಟ್ಟ ಇಳಿವ ಹಾಂಗೆ ಮರವ ಹಿಂದೆ ಹಿಂದೆ ಮಾಡಿ ಇಳುದೆ (ಬೇರಿಗೆ ಕಟ್ಟಿ ಉದ್ದಕ್ಕೆ ಬಿಟ್ರೆ ನೆಲಕ್ಕೆ ಸಿಕ್ಕುಗು ಆದ್ರೆ ಅದ್ರ ಮತ್ತೆ ಬಿಡ್ಸಿ ಕೊಂಬುದು ಹೇಂಗೆ) ಒಂದಾಳೆತ್ರ ಇಳ್ದ ಮೇಲೆ ಶಾಲಿನ ಒಂದು ತುದಿಯ ಹಿಡ್ಕೊಂಡು ಉಸ್ರು

ತುಂಬಿಸಿಕೊಂಡು ಕೈ ಕಾಲು ಅಗ್ಲ ಮಾಡಿ ಕೆಳಂಗೆ ಹಾರಿಯೇ ಬಿಟ್ಟೆ. ಶಾಲೂ ಕೈಲೇ ಇತ್ತು. ಶಾಲೆಲಿ ಒಂದ್ಸರ್ತಿ ಚಾರಣಕ್ಕೆ ಹೋಗದ್ರೂ ಹೋಪವ್ಕೆ ಮಾಡ್ವ ಪಾಠ ಸರಿಯಾಗಿ ತಲೆಗೆ ಹೊಕ್ಕಿತ್ತು. ಅದು ಈಗ ಉಪಯೋಗ ಆತು. ಅಲ್ಲಿ ಕೆಸ್ರು ಮಣ್ಣು ಇತ್ತಿಲ್ಲೆ. ಆದ್ರೆ ಮುಂದೆ ಯಾವ ಕಡೆ ಹೋಯೆಕ್ಕು ಹೇಳಿ ಗೊತ್ತಾಗ್ತಿಲ್ಲೆ, ದಾರಿ ಇಲ್ಲೆ. ಮರ ಬಿದ್ದ ದಿಕ್ಕು ಎಲ್ಲ ಲೆಕ್ಕ ಹಾಕಿ ಮರದ ಬಲಕ್ಕೇ ಹೋದ್ರೆ ಮಾರ್ಗ ಸಿಕ್ಕುಗು ಹೇಳಿ ಬಲಕ್ಕೆ ಹೋಪ್ಲೆ ಶುರು ಮಾಡಿದೆ. ಅಷ್ಟಪ್ಪಗ ಮೈ ಮೇಲೆಲ್ಲ ಉಂಬ್ಳುಗೊ ಹತ್ಲೆ ಶುರುವಾತು. ಅದನ್ನೂ ತೆಗ್ದು ಹಾಯ್ಕೊಂಡು ಗಿಡಗ್ಳ ಸರ್ಸಿ ದಾರಿ ಮಾಡಿಕೊಂಡು ಸುಮಾರು ದೂರ ಬಂದಪ್ಪಗ ಕಾಲಿಗೆ ಎಂತದೊ ತಂಪಾತು. ನೋಡಿರೆ ಹೆಬ್ಬಾವು! ಹೊಟ್ಟೆ ತುಂಬಿದ್ದು ಕಾಣ್ತು, ಬಿದ್ದುಕೊಂಡಿದು ಅದ್ರ ಅಡ್ಡಕ್ಕೆ ಹೇಂಗೆ ಹಾರಿದ್ದೆ ಹೇಳಿರೆ ಲಾಂಗ್ ಜಂಪಿನವು ಕೂಡ ಹಾರಿರ. ಒಂದ್ಕಡೆ ಹಶುವಾಗ್ತಿತ್ತು. ಅವ್ಲಕ್ಕಿ ತೆಗ್ದು ತಿಂಬ್ಲೆ ಕೂತ್ರೆ ಉಂಬ್ಳುಗೊ ಎನ್ನನ್ನೆ ತಿಂಗು. ಇನ್ನೆಲ್ಲೆಲ್ಲಿ ಎಷ್ಟು ಹಾವುಗೊ ಇದ್ದವೊ ಗೊತ್ತಿಲ್ಲೆ. ಮೊದ್ಲು ಯಾವ್ದಾದ್ರು ದಾರಿ ಕಂಡ್ರೆ ಸಾಕಾಗಿತ್ತು. ಒಂದು ಕೋಲು ಮುರ್ದು ಕೈಲಿ ಹಿಡ್ಕೊಂಡೆ ಧೈರ್ಯಕ್ಕೆ ಹೇಂಗೊ ಎದ್ದು ಬಿದ್ದು ಬಂದ್ರೆ ಮುಂದೆ ಎಲ್ಯೋ ಜೀಪಿನ ಶಬ್ದ ಕೇಳಿದಂಗಾತು. ಅದ್ರ ಅಂದಾಜಿನ ಮೇಲೆ ಮಾರ್ಗ ಸಿಕ್ಕುಗು ಹೇಳಿ ಅಷ್ಟಪ್ಪಗ ಕಾಲಿಗೆ ಒಂದು ಮುಳ್ಳು ಹೆಟ್ಟಿತ್ತು. ಕಾಲಿಗೆ ಮೆಟ್ಟೂ ಇಲ್ಲೆ. ಇದ್ದ ಮೆಟ್ಟೆಲ್ಲಾ ಮನೆಲೇ ಭೂಗತ ಆಯ್ದನ್ನೆ. ಅದ್ರ ಬೇನೆಯನ್ನೂ ಲೆಕ್ಕಕ್ಕೆ ತೆಕ್ಕೊಳ್ಳದ್ದೆ ಬಂದ್ರೆ ಅದ! ದೊಡ್ಡ ಮಾರ್ಗಲ್ಲಿ ಒಂದುಜೀಪು ರೊಯ್ಯನೆ ಹೋತು. ಆದ್ರೆ ಮಾರ್ಗಕ್ಕೆ ಮೊದ್ಲು ಒಂದು ತೋಡು ಕೆಂಪು ನೀರು ತುಂಬಿಕೊಂಡು ಹುಚ್ಚುಚ್ಚಾಗಿ ಹರಿತ್ತಾ ಇದ್ದು. ತೋಡು ದಾಟುದು ಬಿಡಿ ಒಂದು ಕಾಲು ಕರೆಲಿ ನೀರಿಗಿಟ್ರೂ ಎನ್ನನ್ನೆ ಎಳ್ಕೊಂಡು ಹೋಪೆ ಹೇಳ್ವಾಂಗೆ ಇದ್ದು. ಅರೇ ಎಂಗ್ಳ ಮನೆಗೂ ಮಾರ್ಗಕ್ಕೂ ಮಧ್ಯಲ್ಲಿ ತೋಡೇ ಇತ್ತಿಲ್ಲೆ. ಇದೆಲ್ಲಿಂದ ಬಂತಪ್ಪಾ? ಎಂತ ಮಾಡುದು ಹೇಳಿ ಗೊತ್ತಾಯ್ದಿಲ್ಲೆ.

ಚೂಡಿದಾರಿನ ಶಾಲು ಎಳ್ಕೊಂಡು ಬಂದಿದೆನ್ನೆ ಅದ್ರ ಒಂದು ಗಿಡ್ಡ ಗೆಲ್ಲಿಗೆ ಕಟ್ಟಿದೆ. ಅದು ಒಳ್ಳೆ ಬಣ್ಣಲ್ಲಿತ್ತು. ಎದ್ದು ಕಾಣ್ತಿತ್ತು. ಮಾರ್ಗಲ್ಲಿ ಹೋಪವ್ಕೆ ಕಂಡ್ರೆ ಏನಾದ್ರೂ ಸಹಾಯ ಸಿಕ್ಕುಗು ಹೇಳಿ ಗ್ರೇಸಿದೆ. ಒಂದು ಕಡೆಂದ ಹಶು, ಬಾಯ್ರಿಕೆ, ಕಾಲಿನ ಬೇನೆ ಎಲ್ಲ ಸೇರಿ ನಿತ್ರಾಣ ಆತು. ಅಲ್ಲೇ ಗಿಡ್ಡ ಬುಡಲ್ಲಿ ಕೂತೆ. ಅಷ್ಟೇ ಗೊತ್ತು! ಎಚ್ರಿಕೆ ಆದಾಗ ಆಸ್ಪತ್ರೆಲಿದ್ದೆ. ನರ್ಸು ಡಾಕ್ಟ್ರ ಕರ್ತು. ಡಾಕ್ಟ್ರು ನೋಡಿ ಮಾತಾಡ್ಸಿದವು. ಎನಿಗೆ ಎಂತ ಹೇಳ್ಲೆ ಎಡಿಗಾಯ್ದಿಲ್ಲೇ. ತಿರ್ಗಾನಿದ್ದೆ ಬಂತು. ಅಂತೂ ಸರಿಯಾಗಿ ಒಂದು ವಾರಲ್ಲಿ ಆನು ಎನ್ನ ಕತೆಯ ಹೇಳ್ವಾಂಗಾದೆ. ಆದ್ರೆ ಎನ್ನ ಮನೆಯವ್ರ ವಿಷಯ ಯಾರಿಗೂ ಗೊತ್ತಾಯಿದಿಲ್ಲೆ. ಪೇಪರಿಲಿ ಹಾಕಿದ್ದವಡ. ಟಿ.ವಿ.ಯವೂ ಒಂದು ಫೋಟೊ ತೆಕ್ಕೊಂಡು ಹೋಯ್ದವಡ. ಆನು ಹುಶಾರಾಯ್ದೆ ಹೇಳಿ ಆಸ್ಪತ್ರೆಂದ ಸುಳ್ಯದ ಶಿಬಿರಕ್ಕೆ ಕಳ್ಸಿಕೊಟ್ಟಿದವು. ಇಲ್ಲಿ ಎನ್ನಂಗೆ ಎಲ್ಲ ಕಳ್ಕೊಂಡವು ತುಂಬಾ ಜನ ಇದ್ದವು. ಸಧ್ಯಕ್ಕೆ ಉಂಬ್ಲೆ ಉಡ್ಲೆ ಯಾವ್ದಕ್ಕೂ ತೊಂದ್ರೆ ಇಲ್ಲೆ. ಮುಂದಾಣ ದಾರಿ ಗೊತ್ತಿಲ್ಲೆ. ನೋಡೆಕ್ಕು ಎಂತಾಗ್ತು ಹೇಳಿ...!

(೨೦೧೯ ರಲ್ಲಿ ಕೊಡಗಿನ ಗೌರಮ್ಮ ಪ್ರಶಸ್ತಿ ಪಡೆದ ಕಥೆ)

18
ಧೈರ್ಯ

ಮಲೆನಾಡಿನ ಒಂದು ಮನೆ. ಹಳೆಯ ಕಾಲದ ಮಣ್ಣಿನ ಗೋಡೆಗಳು, ಗಟ್ಟಿಮುಟ್ಟಾದ ಮರದ ಬಾಗಿಲು ಕಿಟಕಿಗಳು, ಹೆಂಚಿನ ಮಾಡು. ಮನೆಯ ಹಿಂದೆ ದೊಡ್ಡ ಗುಡ್ಡ ಕಾಡಿನಿಂದ ತುಂಬಿತ್ತು. ಆ ಬೆಟ್ಟದ ತುದಿಯಿಂದ ಹರಿದು ಬರುವ ನೀರಿಗೆ ಅಡಿಕೆ ಮರದ ದಂಬೆ ಇಟ್ಟು ನೀರು ಹಿಡಿದು ಉಪಯೋಗಿಸುತ್ತಿದ್ದರು. ವರ್ಷಪೂರ್ತಿ ಆ ನೀರು ಹರಿಯುತ್ತಲೇ ಇರುತ್ತಿತ್ತು. ಮನೆಯ ಮುಂದೆ ಗುಂಡಿಯಲ್ಲಿ ಅಡಿಕೆ ತೋಟ. ಮೇಲಿಂದ ಕೆಳಗಿನವರೆಗೆ ಹೋಗಿ ಬಂದರೆ ಒಂದು ಚಾರಣವೇ ಆಗುವಂತಿತ್ತು. ಮನೆಯ ಗೋಡೆಗಳು ಮಣ್ಣಿನವಾದರೂ

ಗಟ್ಟಿಯಾಗಿದ್ದವು. ಮಣ್ಣನ್ನು ನೀರು ಹಾಕಿ ಕಲಸಿಟ್ಟು ಅಂಟು ಬರಿಸಿ ಗೋಡೆಕಟ್ಟುತ್ತಿದ್ದರು. ದಪ್ಪದ ಗೋಡೆ, ಹೆಂಚಿನ ಮಾಡಿನಿಂದ ಬೇಸಗೆಯಲ್ಲಿ ಒಳಗೆ ತಂಪಾಗಿಯೂ, ಮಳೆ-ಚಳಿಗಾಲದಲ್ಲಿ ಬೆಚ್ಚಗೂ ಇರುತ್ತಿತ್ತು. ಆಗೆಲ್ಲ ಅಲ್ಲಿಗೆ ನಡೆದೇ ಹೋಗುವುದು. ಬಸ್ಸಿನ ಸಂಚಾರವಿರಲಿಲ್ಲ. ಸ್ವಂತ ವಾಹನಗಳಿಲ್ಲ. ಎಂಟತ್ತು ಮೈಲಿ ಎಲ್ಲರೂ ನಡೆಯುತ್ತಿದ್ದರು.

ಆ ಮನೆಗೆ ಮದುವೆಯಾಗಿ ಬಂದವಳು ಲಲಿತಾ. ಚಂದದ ಜೊತೆಗೆ ನೇರನಡೆ, ನುಡಿಯ ಹೆಣ್ಣು ಮಗಳು. ತಂದೆ ತಾಯಿ, ಅಕ್ಕಂದಿರು, ಅಣ್ಣತಮ್ಮಂದಿರ ಪ್ರೀತಿಯಲ್ಲಿ ಮುಚ್ಚಟೆಯಾಗಿ ಬೆಳೆದವಳು. ಡಿಗ್ರಿಯೆಲ್ಲ ಇಲ್ಲದಿದ್ದರೂ ಸಂಸ್ಕಾರವಂತೆ. ವಿದ್ಯೆಯಲ್ಲಿ, ಓದಿನಲ್ಲಿ ಆಸಕ್ತಳು. ಮನೆಯಲ್ಲಿ ಮಾವ, ಗಂಡ ಇವಳು ಮಾತ್ರ ಇದ್ದುದು. ಒಮ್ಮೆ ಅವಳ ಸ್ನೇಹಿತೆ ನಳಿನಿ ಬಂದಿದ್ದಳು.

ಆಗ ಒಂದು ದಿನ ಲಲಿತಾಳ ಗಂಡ ಶಿವರಾಮ ಪೇಟೆಗೆ ಹೋಗಿದ್ದರು. ಮಾವ ವಯಸ್ಸಾದವರು ಒಳಗೆ ಮಂಚದ ಮೇಲೆ ಮಲಗಿಕೊಂಡಿದ್ದರು. ಆಗ ಬೇರೊಂದು ಮನೆಯ ಹುಡುಗನೊಬ್ಬ ಮನೆಗೆ ಬಂದ. ಬೇರೆ ಮನೆ ಎಂದರೆ ಕನಿಷ್ಠ ಒಂದು ಮೈಲುದೂರವಾದರೂ ಇರುತ್ತದೆ. ಮನೆಗೆ ಬಂದವರಿಗೆ ಬಾಯಾರಿಕೆ ಬೇಕೋ ಎಂದು ಕೇಳುವುದು ವಾಡಿಕೆ. ಹಾಗೆ ಕೇಳಿದಾಗ ಹೂಂ ಕಾಫಿ ಬೇಕು ಎಂದ ಆ ಹುಡುಗ. ದೂರ ಹೊರಟದ್ದು ಎಂದು ಕೇಳಿದಳು. "ಹೀಗೆ ಇಲ್ಲೇ ಬಂದೆ" ಎಂದ. ಲಲಿತಾ ಕಾಫಿ ಮಾಡಲು ಒಳ ಹೋದಾಗ ನಳಿನಿಯೂ ಜೊತೆಯಲ್ಲೇ ಹೋದಳು. ಆಗ ನಳಿನಿಯ ಕಿವಿಯಲ್ಲಿ ಪಿಸುಗುಟ್ಟಿದಳು ಲಲಿತಾ. "ನೋಡು ಅವನು ಸರಿಯಿಲ್ಲ.ನಾವೀಗ ಅವನಿಂದ ಪಾರಾಗಬೇಕು. ನಾನು ಕಾಫಿ ಕೊಟ್ಟು ಒಳ ಬರುವಾಗ ಆ ಬಾಗಿಲು ಹಾಕಿಕೊಳ್ಳುತ್ತೇನೆ, ಹಿಂದಿನ ಬಾಗಿಲು ಹಾಕಿಯೇ ಇದೆ. ಆಚೆ ಕಡೆಯ ಬಾಗಿಲನ್ನು ನೀನು ಕೂಡಲೇ ಹಾಕಬೇಕು. ಅವನು ಕಾಫಿ ಕುಡಿಯದೆ ಅಲ್ಲಿಂದ ಏಳಲಾರ. ಅಷರಲ್ಲಿ ನಾವು ಎರಡೂ ಬಾಗಿಲು ಹಾಕಿಕೊಂಡರೆ ಬಚಾವಾಗುವೆವು". ನಳಿನಿಗೆ ಅರ್ಥವಾಗದಿದ್ದರೂ ಆಗಲೆಂದು ತಲೆಯಾಡಿಸಿ ಆಚೆ ಬಾಗಿಲಿನ ಕಡೆ ಹೊರಟಳು. ಲಲಿತಾ ಕಾಫಿ ಕೊಟ್ಟು ಈಚೆ ಬಂದು ಬಾಗಿಲು ಹಾಕುತ್ತಲೇ ನಳಿನಿಯೂ ಆಚೆ ಬಾಗಿಲು ಹಾಕಿ ಚಿಲಕ ಹಾಕಿದಳು. ಮರದ ಬಾಗಿಲು ದಪ್ಪ ಹಲಗೆಯದ್ದು. ಚಿಲಕವೂ ಭರ್ಜರಿಯಾಗಿದ್ದು ಸುಲಭದಲ್ಲಿ ತೆಗೆಯಲು ಸಾಧ್ಯವಿರಲಿಲ್ಲ. ಅಬ್ಬಾ ಅಂತೂ ಬಚಾವಾದೆವು ಎಂದು ಲಲಿತಾ ನಿಟ್ಟುಸಿರು ಬಿಟ್ಟಳು. ಮತ್ತೆ ಹೇಳಿದಳು "ಅವನಿಗೆ ಬುದ್ಧಿ ಸ್ವಲ್ಪ ಕಡಿಮೆ. ಆದರೆ ದೇಹ ಬಲವಾಗಿದೆ. ಹೆಣ್ಣನ್ನು ದುರುಗುಟ್ಟಿ ನೋಡುತ್ತಾನೆ. ಅವನ ಕೈಗೇನಾದರೂ ಸಿಕ್ಕಿದರೆ ಅಷ್ಟೇ".

ಹೌದಾ? ಎಂದು ನಳಿನಿ ಹೇಳುವುದರೊಳಗೆ ಅವನು ಕಾಫಿ ಮುಗಿಸಿ ಎದ್ದು ಒಳಬರಲು ದಾರಿ ಹುಡುಕುತ್ತಿದ್ದು, ಒಂದು ಬಾಗಿಲು, ಎರಡೂ-ಮೂರು ಬಾಗಿಲುಗಳೂ ಮುಚ್ಚಿದ್ದು ಕಂಡು ಕಾಮತಡೆಯಲಾರದೆ ಮನೆಸುತ್ತ ಜಗಲಿಯಲ್ಲಿ ಕೈ ಹಿಸುಕಿಕೊಳ್ಳುತ್ತಾ ತಿರುಗತೊಡಗಿದ. ಅವನನ್ನು ನೋಡಿದ ನಳಿನಿಗೆ ಬೆವರೊಡೆಯಿತು. ಇವನನ್ನು ಓಡಿಸದಿದ್ದರೆ ಕಷ್ಟ ಎಂದ

ಲಲಿತಾ ದೇವರ ಕೋಣೆಯಲ್ಲಿದ್ದ ಕೇಪಿನ ಕೋವಿಯನ್ನು (ಆಗ ಮಲೆನಾಡಿನ ಮನೆಗಳಲ್ಲಿ ಕೋವಿ ಇರುತ್ತಿತ್ತು) ಹಿಡಿದು ಅಟ್ಟಕ್ಕೆ ಹತ್ತಿದಳು. ಅಟ್ಟದಲ್ಲಿ ಬರೀ ರೀಪು ಹಾಕಿದ್ದು ಸಂದುಗಳಿದ್ದವು. ಅದರಲ್ಲಿ ಕೋವಿಯ ಬಾಯಿಯನ್ನಿಟ್ಟು ಅವನಿಗೆ ಹೇಳಿದಳು "ನೋಡು, ನೀನು ಸೀದಾ ನಿನ್ನ ಮನೆಗೆ ಹೋಗು. ಇಲ್ಲದಿದ್ದರೆ ಈ ಕೋವಿಯಲ್ಲಿ ಮದ್ದು ಇದೆ, ಗುಂಡು ಹಾರಿಸಿ ನಿನ್ನನ್ನು ಸುಟ್ಟು ಬಿಡುತ್ತೇನೆ." ಅವನಿಗೆ ಕೋವಿಯ ಉಪಯೋಗ ಗೊತ್ತಿತ್ತಲ್ಲ, ಭಯವಾಗಿ ಮೆಲ್ಲನೆ ಅಲ್ಲಿಂದ ಹೊರಟುಹೋದ. ನಿನ್ನಲ್ಲಿ ಇಷ್ಟು ಧೈರ್ಯ ಇದೆಯೆಂದು ನನಗೆ ಗೊತ್ತೇ ಇರಲಿಲ್ಲ. ಸದ್ಯ ಗಂಡಾಂತರ ಕಳೆಯಿತು ಎಂದಳು ನಳಿನಿ.

"ಇಂಥ ಕಾಡಿನ ಮಧ್ಯೆ ಒಂಟಿ ಮನೆಯಲ್ಲಿರುವಾಗ ಧೈರ್ಯ ಇರಲೇ ಬೇಕಾಗುತ್ತದೆ. ಹಗಲೆಲ್ಲ ನಮ್ಮನ್ನು ಯಾರು ಕಾಯುತ್ತಿರುತ್ತಾರೆ? ಅಡಿಕೆ ಕೊಡುವುದು, ಮನೆಗೆ ಬೇಕಾದ ಸಾಮಾನೂ ತರುವುದು, ಮದುವೆ ಮುಂಜಿ ಇತ್ಯಾದಿಗಳಿಗೆಂದು ಗಂಡ ಹೊರಗೆ ಹೋಗಲೇ ಬೇಕು. ಕೂಡು-ಕುಟುಂಬಗಳು ಇದ್ದಾಗ ಮನೆಯಲ್ಲಿ ಗಂಡಸರು ಯಾರಾದರೂ ಇದ್ದೇ ಇರುತ್ತಿದ್ದರು. ಈಗ ಎಲ್ಲಾ ಮನೆಗಳಲ್ಲೂ ಗಂಡ, ಹೆಂಡತಿ, ಮಕ್ಕಳು, ಅತ್ತೆ, ಮಾವ ಇರುವುದು. ಹೀಗಿರುವಾಗ ನಾವು ಹೆದರಿ ಕುಳಿತುಕೊಂಡರೆ ಜೀವನವೇ ಕಷ್ಟವಾಗುತ್ತದೆ. ಇಂಥ ಸಂದರ್ಭ ಬಂದಾಗ ನಮ್ಮ ಬುದ್ಧಿವಂತಿಕೆ ಮತ್ತು ಸಾಮರ್ಥ್ಯಗಳ ಪರೀಕ್ಷೆಯಾಗುತ್ತದೆ" ಎಂದಳು ಲಲಿತಾ.

19

ಅನ್ಯಥಾ ಶರಣಂ ನಾಸ್ತಿ...

ದೇವ್ರ ಕೋಣೆಂದ ಯಜಮಾನ್ರ ಸ್ವರ ಕೇಳ್ತಾ ಇದ್ದು. ಈ ಮಂತ್ರ ಕೇಳಿ ಹತ್ತು ನಿಮಿಷಲ್ಲಿ ಅವು ತಿಂಡಿಗೆ ಬತ್ತವು. ಇಷ್ಟು ದಿನ ಬಾಣಂತಿ ಹೇಳಿ ಮನೆ ಕೆಲ್ಸ ಎಂತ ಮಾಡ್ಲೆ ಇತ್ತಿಲ್ಲೆ. ಮಾಣಿಗೆ ಮೂರು ತಿಂಗಳಾತು, ಇನ್ನು ಹಗೂರಕ್ಕೆ ಒಂದೊಂದೇ ಕೆಲ್ಸ ಶುರು ಮಾಡದ್ರೆ ಮನೆಲಿ ಮಾತು ಶುರುವಾಗ್ತು. "ಏನು ಮಹಾರಾಣಿ, ಅಂತಃಪುರ ಬಿಟ್ಟು ಬಪ್ಪ ಯೋಚನೆ ಇದ್ದೋ" ಹೇಳಿ ಹಿರಿಯವು ತಮಾಷೆ ಮಾಡ್ತವು. ಅತ್ತೆಗೆ ಎಂಭತ್ತು ವರ್ಷ, ಅವು ಮನೆ ಜವಾಬ್ದಾರಿ ಎಲ್ಲ ಸೊಸೆಕ್ಕೊಗೆ ಬಿಟ್ಟು ಕೊಟ್ಟು ಹತ್ತು ವರ್ಷ ಮೇಲಾತು. ಎನಗೆ ಆರು

ಕೂಸುಗೊ, ಇಬ್ರು ಮಾಣಿಯಂಗೊ. ಅದಲ್ಲದ್ದೆ, ಒಬ್ಬ ಮಾಣಿ, ಒಂದು ಕೂಸು ಎಡೆಲೇ ಹೋದವು. ಈಗ ಎರಡ್ನೇ ಮಗ್ನ ಬಾಣಂತ್ನ ಮುಗ್ತಷ್ಟೆ. ಕೂಸುಗೊ ದೊಡ್ಡವು, ದೊಡ್ಡಾದಾಂಗೆ ಮದ್ವೆ ಮಾಡಿ ಕೊಟ್ಟಾತು. ಇನ್ನು ಮೂರ್ಜನ ಬಾಕಿ ಇದ್ದವು. ಎಲ್ಲ ಒಳ್ಳೆ ಮನೆಗೊಕ್ಕೆ ಸೇರಿದ್ದವು. ಹೇಳಿರೆ ಧಾರಾಳ ಆಸ್ತಿ ಇದ್ದು, ಉಂಬ್ಲೆ, ಉಡ್ಲೆ ತೊಂದ್ರೆ ಇಲ್ಲದ್ರೆ ಒಳ್ಳೆ ಮನೆ ಹೇಳಿ ಲೆಕ್ಕ. ಬಾಕಿ ಕಷ್ಟ ಸುಖ ಎಲ್ಲ ಮಕ್ಳೊ ಮನೆಗೆ ಬಂದಾಗ ಹೇಳಿರೆ ಮಾತ್ರ ಗೊತ್ತಕ್ಕು. ಯಾರೂ ಎಂತ ದೂರೂ ಹೇಳಿದ್ದವಿಲ್ಲೆ, ಹಾಂಗಾಗಿ ಎಲ್ಲ ಸುಖವಾಗಿದ್ದವು ಹೇಳಿ ಎಂಗೊ ತಿಳ್ಕೊಂಡಿದ್ಯ. ಕಡೆಗಾಣ ಮೂರು ಕೂಸುಗಳ ಪೈಕಿ ಇಬ್ರಿಗೆ ಮನೆ ಗೊತ್ತಾಯಿದು. ದಿನ ನೋಡ್ಲೆ ಮಾತ್ರ ಬಾಕಿ. ಎನ್ನ ಬಾಣಂತ್ನ ಮುಗಿಲಿ ಹೇಳಿ ಕಾದಿದ್ದವು. ಮನೆಲಿ ಮೈದ್ನ, ಅವ್ನ ಹೆಂಡ್ತಿ, ಇಬ್ರು ಮಾಣಿಗೊ ಇದ್ದವು. ತಂಗಿ ಮನೆ ಜವಾಬ್ದಾರಿ ಎಲ್ಲ ನೋಡುವ ಹುಷಾರಿನ ಕೂಸು. ಅವ್ರ ಮಕ್ಳೊ ಅಕ್ಕಂದ್ರ ಒಟ್ಟಿಗೆ ಪ್ರೀತಿಂದ ಇದ್ದವು. ತಂಗಿ ಲಕ್ಷ್ಮಿಯೂ ಅಕ್ಕ ಅಕ್ಕ ಹೇಳಿ ಎನ್ನ ಕೇಳಿಯೇ ಎಲ್ಲ ಮಾಡುಗು. ಈಗ ಕೆಲು ದಿನಂದ ಕೆಲ್ಸ ಮಾಡಿ ಸಾಕಾಗಿಯೋ, ತನಿಗೆ ಕೂಸು ಇಲ್ಲೆ ಹೇಳಿಯೋ, ಪ್ರತೀ ಎರ್ಡು ವರ್ಷಕ್ಕೆ ಬಪ್ಪ ಎನ್ನ ಬಾಣಂತ್ನಂದ ಹೇಸಿಯೋ ಒಂದೊಂದು ಸರ್ತಿ ಹಂಗ್ಸಿ ಮಾತಾಡುಗು. ಆನೊಬ್ಬ ಇದ್ದೆ ಕತ್ತೆ ಚಾಕ್ರಿ ಮಾಡ್ಲೆ ಹೇಳುಗು. ಒಂದು ದಿನ ಕೂತು ತಿಂಬ್ಲೆ ಇಲ್ಲೆ ಹೇಳುದು ಕೇಳಿತ್ತು. ಎನಿಗೆ ನೆಗೆ ಬಂತು. ಕೂತಲ್ಲದ್ದೆ ನಿತ್ಕೊಂಡು ಯಾರಾದ್ರೂ ತಿಂತವ? ಪಾಪ, ಮನೆ ಕೆಲ್ಸ ಮಾಡಿ ಸಾಕಾತು ಕಾಣ್ತು. ಎನಿಗೂ ಕಂಡತ್ತು ಇನ್ನೊಂದ್ಸರ್ತಿ ಹೀಂಗೆ ಅಪ್ಲಾಗ. ಏನಾರೂ ಮಾಡೆಕ್ಕು ಹೇಳಿ.

ಅಷ್ಟಕ್ಕೂ ಇವು ಏನು ಶ್ರೀರಾಮನ ತುಂಡೇನೂ ಅಲ್ಲ. ಎನಿಗೆ ಸಾಯಕ್ಕೆ ಹೇಳಿ ಬಂದ ತಂಗಿಯ ಮದ್ವೆ ಆಗ್ತೆ ಹೇಳಿದ್ದು, ಅದು ಏನೂ ಹೇಳದ್ದೇ ಉಪಾಯಲ್ಲಿ ಅಪ್ಪ ಬಂದಿಪ್ಪಗ ಹಠ ಮಾಡಿ ಅಪ್ಪನೊಟ್ಟಿಗೆ ಹೋತು. ಹಾಂಗೇ ರಾತ್ರಿ ತೋಟಕ್ಕೆ ನೀರು ಬಿಡ್ಲೆ ಹೋದವು ಜನಿವಾರವ ಗೂಟಕ್ಕೆ ಸಿಕ್ಸಿ ಬೇಲಿಯ ದಟ್ಟಿಗೆ ಒಳ ನುಗ್ಗಿದ್ರ ಯಾರೋ ಅತ್ತೆ ಹತ್ರ ದೂರಿದ್ದೂ ಕೇಳಿದ್ದೆ. ಹಾಂಗಿಪ್ಪಗ ಆನೆಂತಕೆ ಪತಿವ್ರತೆಯ ಹೆಸ್ರಿಲಿ ಪ್ರತಿ ಸರ್ತಿ ಸತ್ತು ಹುಟ್ಟಿ ಬರೆಕ್ಕು? ಅದ್ರೆಡೆಲಿ ಮೂರು ಕೂಸುಗೊ ಆದ ಮೇಲೆ, ತಿಥಿ ಮಾಡ್ಲೆ ಒಂದು ಮಾಣಿ ಇಲ್ಲೆ ಹೇಳಿ ಅತ್ತ್ಯೋರ ಹಂಗ್ಸಾಣ ಬೇರೆ. ಒಂದು ಗಂಡು ಹುಟ್ಟಿದ್ದು, ಮೂರ್ನೇ ವರ್ಷಲ್ಲಿ ನೀರ್ಕಣಿಲಿ ಬಿದ್ದು ಸತ್ತೋತು. ಪ್ರತಿ ಸರ್ತಿ ಅತ್ತೆ ತಂಗಿ ಮಾತು ಕೇಳಿ ಎನಿಗೂ ರೋಸಿತ್ತು. ಅಷ್ಟಕ್ಕೂ ಮಕ್ಳೊ ಬೇಕು ಹೇಳಿ ಆನು ಹರಿಕ್ಕೆ ಹೊತ್ತಿತ್ತಿಲ್ಲೆ. ಇವ್ರ ವಂಶೋದ್ಧಾರಕ್ಕೆ ಮಗ್ನ ಸುಖಕ್ಕೆ ಹೆಣ್ಣು ತಂದದ್ದಲ್ಲ? ಅತ್ತೆ ಮನೆಲಿ ಹಾಂಗಿರೆಕ್ಕು, ಹೀಂಗಿರೆಕ್ಕು ಹೇಳಿ ರಕ್ತಲ್ಲೇ ಅದಿಪ್ಪಾಂಗೆ ಮಾಡಿದ್ದವನ್ನೆ? ಗಂಡನೇ ದೇವರು, ಅವ ಹೇಳಿದಾಂಗೆ ಕೇಳು ಹೇಳುವ ಉಪದೇಶ ಬೇರೆ! ಹತ್ತು ಹೆತ್ತು ಇನ್ನೂ ಅವ ಹೇಳಿದ್ರ ಕೇಳೆಕ್ಕಾ? ಇಲ್ಲೆ, ಇನ್ನು ಎನ್ನಂದ ಸಾಧ್ಯವೇ ಇಲ್ಲೆ. ಅಷ್ಟೊತ್ತಿಗೆ ಮಾಣಿಯ ರಾಗ ಶುರುವಾತು. ಇನ್ನು ಎತ್ತದ್ರೆ ಶಂಖನಾದ ಶುರುವಾಗ್ತು. ಮಾಣಿಯ ಎತ್ತಿ, ಹಾಲು ಕೊಟ್ಟು ಅತ್ತ್ಯೋರು ಕೂತಲ್ಲಿ ದಟ್ಟಿ ಹಾಕಿ ಮನ್ಸಿದೆ. ಅತ್ತೆಗೆ ಪುಳ್ಳಿಯಕ್ಳ ಮೇಲೆ ಬಾರಿ ಪ್ರೀತಿ. ಮಕ್ಳ ಚೆಂದಕ್ಕೆ ನೋಡ್ತವು. ಎರ್ಡು ಮಾಣಿಗೊ ಆದ ಮೇಲೆ ಕೊಂಡಾಟ ಇನ್ನೂ ಹೆಚ್ಚಾಯ್ದು. ಹತ್ರ ಮನ್ಸಿದ ಮಾಣಿಯ ನೋಡಿ ಖುಶಿಯಾತು. ಆನು ತಿಂಡಿ ಕೊಡ್ಲೆ ಒಳ ಹೋದೆ. ರಾತ್ರಿ ಇವ್ರತ್ರೆ ಹೇಳಿದೆ. ಇನ್ನೊಂದು ಬಸ್ರು, ಬಾಣಂತ್ನಕ್ಕೆ ಆನು ತಯಾರಿಲ್ಲೆ. ಎನಿಗೆ

ಸಾಕಾಯ್ದು. ಒಂದು ಚೂರು ಉಸ್ರು ತೆಕ್ಕೊಂಬ್ಲೆ ಬಿಡಿ. ನಿಂಗೊ ಬಲವಂತ ಮಾಡಿರೆ ಎನ್ನ ಹೆಣವ ನೋಡೆಕ್ಕಕ್ಕು. ನಿಂಗೊ ಕೊಂದ್ರೂ, ಹೆರ ಹಾಕಿರೂ ಸಾಯ್ತೆ ಹೊರ್ತು ಹೆರ್ತಿಲ್ಲೆ. ಎಂತ ಕಂಡತ್ತೊ ಏನೋ, ಏನೂ ಮಾತಾಡದ್ದೆ ಹೆರ ಹೋದವು. ಸಿಟ್ಟಿಲಿ ಹೋದವು ಹೇಳಿ ಕಂಡ್ರೂ ಸುಮ್ಮನೆ ಮನಿಗಿದೆ.

ಬೆಳಿಗ್ಗೆ ಎದ್ದಾಗ ಅತ್ತೆ ಹೇಳಿದವು "ಮಾಣಿ (ಮಕ್ಕೊಗೆ ಅಜ್ಜಂದ್ರ ಹೆಸ್ರಾದ ಕಾರಣ ಮಗ್ನ ಮಾಣಿ ಹೇಳಿ ಕರಿಯುದು) ತಿರುಪತಿಗೆ ಹೋಯ್ದು" ಹೇಳಿ. ಸದ್ಯ ಕಾಶಿಗಲ್ಲನ್ನೆ, ಸನ್ಯಾಸಿಯಾಗಿ ಹೇಳಾದ್ದೆ ಹೋಯ್ದುವಿಲ್ಲೆನ್ನೆ. ಹಾಂಗೆ ನೋಡಿರೆ ಮನುಷ್ಯ ಒಳ್ಳೆವೆ. ಒತ್ತಾಯ ಇಲ್ಲೆ, ಹಿಂಸೆ ಇಲ್ಲೆ. ಆದ್ರೆ ಸಂಯಮ ಇಲ್ಲೆ ಅಷ್ಟೆ. ಆದ್ರೆ ಅದು ಎನಿಗೆ ತುಂಬಾ ಕಷ್ಟ ಆಗಿತ್ತು. ಏನಾರೂ ಆಗ್ಲಿ ಹೇಳಿ ಸುಮ್ಮನೆ ಇದ್ದೆ. ಒಂದು ವಾರ ಕಳ್ದು ಬಂದವು. ತಿರುಪತಿ ಪ್ರಸಾದ, ಲಾಡು ಮನೆಯವ್ಕೆ, ಕುಟುಂಬದವ್ಕೆ ಎಲ್ಲ ಸಿಕ್ಕಿತ್ತು. ಇದ್ರಲ್ಲಿ ಯಾರಿಗೂ ಏನೂ ಐಬು ಕಂಡಿದಿಲ್ಲೆ. ಬಂದವು ಯಾವಾಗಾಣ ಹಾಂಗೇ ಕೆಲ್ಸ ಶುರು ಮಾಡಿದವು. ಎಲ್ಲರೊಟ್ಟಿಗೆ ಮಾತು, ಊಟ, ತಮಾಷೆ ಮೊದ್ಲಿನ ಹಾಂಗೇ ಇತ್ತು. ರಾತ್ರಿ ಮಾತ್ರ ಹೆರಾಣ ಮಂಚಲ್ಲಿ ಮನುಗ್ಲೆ ಶುರು ಮಾಡಿದವು. ಇವು ರಾತ್ರಿ ತಡುವಾಗಿ ಮನಿಗಿ ಬೆಳಿಗ್ಗೆ ಬೇಗ ಏಳುದ್ರಿಂದ ಯಾರಿಗೂ ಏನೂ ಗೊತ್ತಾಯ್ದಿಲ್ಲೆ. ಎನಿಗೆ ಮಾತ್ರ ಏನೋ ಒಂದು ನಮೂನೆ ಅಪ್ಲೆ ಶುರು ಆತು. ಆದ್ರೂ ನೋಡುವ ಹೇಳಿ ಸುಮ್ಮನೆ ಇದ್ದೆ. ಸುಮಾರು ಹದ್ನೈದು ದಿನ ಆದ ಮೇಲೆ ರಾತ್ರಿ ಕೋಣೆಗೆ ಬಂದವು. ಬಾಗ್ಲಿನ ಚಿಲ್ಕ ಹಾಕಿ ಹಾಸಿಗೆ ಮೇಲೆ ಕೂತವು. ಹೆದ್ರೆಡ, ಕೂತ್ಕೊ, ನಿನ್ನತ್ರೆ ಮಾತಾಡೆಕ್ಕು ಹೇಳಿದವು. ಹೋಗಿ ಕೂತೆ. ನೋಡು ನೀನು ಹೇಳಿದ್ರ ಯೋಚ್ನೆ ಮಾಡಿದೆ. ಅಪ್ಪು ಹೇಳಿ ಕಂಡತ್ತು. ಆದ್ರೆ ಸಂನ್ಯಾಸಿಯಾಗಿ ಇಪ್ಲೆ ಎನ್ನಂದ ಎಡಿಯ. ಅದ್ಕೆ ಡಾಕ್ಟ್ರನ ಹತ್ರೆ ಮಾತಾಡಿದೆ. ಅವ ಎನ್ನ ಪ್ರಾಯ, ನಿನ್ನ ಪ್ರಾಯ, ಮಕ್ಕಳ ವಿವರ ಎಲ್ಲ ಕೇಳಿ ಎಂತ ಹೇಳಿದ ಗೊತ್ತಿದ್ದಾ? ಹತ್ತು ಹನ್ನೆರಡಕ್ಕೆ ಮದ್ವೆ ಆಗಿ, ಹದ್ನಾರಕ್ಕೆ ಮೈನೆರೆದು, ಅಲ್ಲಿಂದ ಎರಡು ವರ್ಷಕ್ಕೊಂದ್ರ ಹಾಂಗೆ ಮಕ್ಳ ಹೆತ್ತು, ಆ ಕೂಸು ಎಷ್ಟು ಸಂತೋಷ ಪಟ್ಟಿಕ್ಕು ಹೇಳಿ ಒಂದ್ಸರ್ತಿಯಾದ್ರೂ ಯೋಚ್ನೆ ಮಾಡಿದ್ರಾ? ಆ ಮಹಾತಾಯಿ ಈಗಾದ್ರೂ ಆನು ಹೆರ್ತಿಲ್ಲೆ ಹೇಳಿತ್ತನ್ನೆ. ಇನ್ನಾದ್ರೂ ಅದಿಕ್ಕೂ ಒಂದು ಮನ್ಸು, ಬುದ್ಧಿ ಇದ್ದು ಹೇಳಿ ತಿಳೀರಿ ಹೇಳಿದ. ಅಲ್ಲಿಗೆ ಎನ್ನ ದೊಡ್ಡಸ್ತಿಕೆ ಎಲ್ಲ ಸಮಾ ಆತು. ಅಪ್ಪು, ನೀನು ಎನ್ನ ಸೈಸಿಕೊಂಡಿತ್ತಿದ್ದೆ. ಆನು ನಿನ್ನ ಉಪಯೋಗ್ಸಿಕೊಂಡೆ ಅಷ್ಟೆ. ಪ್ರೀತಿ ಹೇಳಿರೆ ಎಂತ ಹೇಳಿಯೇ ಎನಿಗೆ ಗೊತ್ತಿತ್ತಿಲ್ಲೆ. ನಿನ್ನ ಪ್ರೀತಿಗೆ ಬೆಲೆಯೇ ಇತ್ತಿಲ್ಲೆ. ಎಲ್ಲ ಅರ್ಥಾತು. ಅದ್ಕೇ ವೈದ್ಯ ಹೇಳಿದಾಂಗೇ ಮದ್ರಾಸಿಗೆ ಹೋಗಿ ಆಪ್ರೇಷನ್ನು ಮಾಡ್ಸಿಕೊಂಡು ಬಂದೆ. ಹದ್ನೈದ್ದಿನ ಉಪಾಸ ಮಾಡಿ, ಮತ್ತೆ ನಿಂಗೊ ನಿಶ್ಚಿಂತೆಂದ ಇಪ್ಲಕ್ಕು ಹೇಳಿದ. ಆದ್ರೆ ನಿನಿಗೆ ಮನ್ಸಿಲ್ಲದ್ರೆ ಆನು ನಿನ್ನ ಮುಟ್ಟೆಲ್ಲೆ. ಹಾಂಗೇಳಿ ನಿನ್ನತ್ರೆ ಕೋಪವೋ, ಬೇಜಾರೋ ಇಲ್ಲೇ ಹೇಳಿದವು. ದೀಪದ ಬೆಳ್ಕಿಲಿ ಅವ್ರ ಮೋರೆ ನೋಡಿದೆ. ಅಲ್ಲಿ ಗಂಡನ ಅಧಿಕಾರದ ಬದ್ಲಿಗೆ ಪ್ರೀತಿ ವಿಶ್ವಾಸದ ಬೆಳ್ಕು ಕಂಡತ್ತು.

(ನವೆಂಬರ್ ೨೦೧೦ರ ಹವ್ಯಕ ಪತ್ರಿಕೆಯಲ್ಲಿ ಪ್ರಕಟವಾದ ಕಥೆ)